AF658948

ರಾಘವ್

ರಾಘವ್ ಮೂಲತಃ ತುಮಕೂರು ಜಿಲ್ಲೆಯವರು. ತುಮಕೂರಿನ ಸರ್ಕಾರಿ ಪಾಲಿಟೆಕ್ನಿಕ್‌ನಲ್ಲಿ ಗಣಕಯಂತ್ರ ವಿಭಾಗದಲ್ಲಿ ಡಿಪ್ಲೊಮಾ ಮಾಡಿದ ನಂತರ ಸಿದ್ದಗಂಗಾ ಯೂನಿವರ್ಸಿಟಿಯಲ್ಲಿ ಇಂಜಿನಿಯರಿಂಗ್ ಪದವಿ ಪಡೆದಿದ್ದಾರೆ. ಪ್ರಸ್ತುತ ಉದ್ಯೋಗ ನಗರಿ ಬೆಂಗಳೂರಿನ ಅಲಯನ್ಸ್ ವಿಶ್ವವಿದ್ಯಾಲಯದಲ್ಲಿ ಗಣಕ ಯಂತ್ರ ವಿಭಾಗದಲ್ಲಿ ಕೆಲಸ ನಿರ್ವಹಿಸುತ್ತಿದ್ದಾರೆ.

ಚಿಕ್ಕಂದಿನಿಂದ ಬರೆಯುವ ಹವ್ಯಾಸವಿದ್ದ ಇವರಿಗೆ ಸಾಹಿತ್ಯ ಕ್ಷೇತ್ರದಲ್ಲಿ ಸಾಧನೆ ಮಾಡಬೇಕೆಂಬ ಅಪಾರ ಒಲವಿತ್ತು.

ದ್ವೈತ

ರಾಘವ್

ವೀರಲೋಕ ಬುಕ್ಸ್ ಪ್ರೈ.ಲಿ.
207, 2ನೇ ಮಹಡಿ, 3ನೇ ಮೇನ್, ಚಾಮರಾಜಪೇಟೆ
ಬೆಂಗಳೂರು–560018. ಮೊಬೈಲ್: 70221 22121
ಇಮೇಲ್: veeralokabooks@gmail.com
ವೆಬ್‌ಸೈಟ್: www.veeralokabooks.com

DWAITHA

A book written by **Raghav**

Published by.

VEERALOKA BOOKS PVT. LTD.

207, 2nd Floor, 3rd Main

Chamarajpet, Bengaluru - 560018

Mobile : +91 7022122121

E-mail : veeralokabooks@gmail.com

Website: www.veeralokabooks.com

© **Publisher**

Price : Rs. 140/-

Pages : 104

First Impression : 2022

Paper used : 90 GSM NS Maplitho

Book size : 1/8th Demy

ISBN : 978-93-94942-23-3

Cover page illustration by : Prashanth Vitla

Inner pages illustration by : Vijaya Vikram

Printer : Regal Print Service

No. 92, Pipeline West, Kasturibanagar

Mysore Road Cross, Near Christian Tollgate

Bengaluru - 560026

ಅರ್ಪಣೆ

ಜಲಬಿಂದು ನಿಪಾತೇನ ಕ್ರಮಶಃ ಪೂರ್ಯತೇ ಘಟಃ । ಸ ಹೇತುಃ ಸರ್ವ ವಿದ್ಯಾನಾಂ ಧರ್ಮಸ್ಯ ಚ ಧನಸ್ಯ ಚ ॥

ನೀರಿನ ಒಂದೊಂದು ಹನಿ ಬೀಳುತ್ತಾ ಕ್ರಮೇಣ ಬಿಂದಿಗೆಯು ತುಂಬುತ್ತದೆ ಹಾಗೆಯೇ ವಿದ್ಯೆ, ಧರ್ಮ ಮತ್ತು ಸಂಪತ್ತಿನ ವಿಷಯದಲ್ಲಿಯೂ ಸಹ ಕ್ರಮೇಣವಾಗಿ ನಮ್ಮ ನಿರಂತರ ಪ್ರಯತ್ನದಿಂದ ಅವು ನಮಗೆ ಒಲಿಯುತ್ತವೆ.

ನಾನು ಬರೆದ ಕಥೆಗಳನ್ನು ಓದುತ್ತಾ ಈ ಹಂತದವರೆಗೂ ಸಹಕರಿಸುತ್ತ ಬಂದ ನನ್ನೆಲ್ಲಾ ಸ್ನೇಹಿತರಿಗೆ ಮೊದಲ ಧನ್ಯವಾದಗಳನ್ನು ತಿಳಿಸುತ್ತಾ

ಈ ಕೃತಿಯನ್ನು ಪುಸ್ತಕ ರೂಪಕ್ಕೆ ತರಲು ಸಹಕರಿಸಿದ ರೋಹಿಣಿ ರಂಗವಲ್ಲಿಸುತೆ ಅಮ್ಮನವರಿಗೆ, ಮುರುಳಿ ಕಾರ್ತಿಕ್ ಸರ್, ಶಿವಕುಮಾರ್ ತೋಟದ್ ಸರ್, ವಿವೇಕಾನಂದ ಸಜ್ಜನ್ ಸರ್ ಹಾಗೂ ಡಾ. ಟಿ.ಡಿ. ರಾಜಣ್ಣ ಸರ್ ರವರಿಗೆ ಧನ್ಯವಾದಗಳನ್ನು ತಿಳಿಸುತ್ತೇನೆ.

ಸರಿಯಾದ ರೀತಿಯಲ್ಲಿ ಸಲಹೆಗಳನ್ನು ನೀಡುತ್ತಾ ಪ್ರತಿ ಹಂತದಲ್ಲೂ ಜೊತೆಯಾಗಿ ಗುರುವಿನ ಸ್ಥಾನದಲ್ಲಿ ಬೆನ್ನೆಲುಬಾಗಿ ನಿಂತು ಮಾರ್ಗದರ್ಶನ ಮಾಡಿದ ಆತ್ಮೀಯರಾದಂತಹ **ಪ್ರಕಾಶ್ ಸರ್** ರವರಿಗೆ ನನ್ನ ಹೃತ್ಪೂರ್ವಕ ಧನ್ಯವಾದಗಳು.

ಸಾಮಾನ್ಯ ಬರಹಗಾರನಾಗಿದ್ದ ನನ್ನ **'ದ್ವೈತ'** ಕಥೆಯನ್ನು ಓದಿ ಮೆಚ್ಚಿ ತಮ್ಮ ಪ್ರಕಾಶನದ ಮೂಲಕ ಪುಸ್ತಕ ರೂಪದಲ್ಲಿ ಬಿಡುಗಡೆ ಮಾಡುತ್ತಿರುವ ವೀರಲೋಕ ಪ್ರಕಾಶನದ **ವೀರಕಪುತ್ರ ಶ್ರೀನಿವಾಸ ಸರ್** ರವರಿಗೆ ಹಾಗೂ ಕಥೆಗೆ ತಕ್ಕಂತೆ ಮುಖಪುಟ ರಚಿಸಿಕೊಟ್ಟ **ಪ್ರಶಾಂತ್ ವಿಟ್ಲ ಸರ್**ರವರಿಗೆ ಕೃತಜ್ಞತೆಯನ್ನು ಸಲ್ಲಿಸುತ್ತೇನೆ.

ಪ್ರಕಾಶಕರ ಮಾತು

ಪ್ರಿಯ ಓದುಗ ದೊರೆಗಳೆ, ಅತ್ಯಂತ ಪ್ರಾಚೀನ ಭಾಷೆಗಳಲ್ಲಿ ಒಂದಾದ ಕನ್ನಡಕ್ಕೆ ಭಾರತೀಯ ಭಾಷೆಗಳಲ್ಲೇ ವಿಶೇಷ ಸ್ಥಾನವಿದೆ. ಈ ನೆಲದ ಮಣ್ಣಿನ ಕಣಕಣದಲ್ಲೂ ಸಾಹಿತ್ಯದ ಘಮಲಿದೆ. ಸಾಂಸ್ಕೃತಿಕ ಹುಡಿಯಿದೆ. ಎಂಟೆಂಟು ಜ್ಞಾನಪೀಠ ಪ್ರಶಸ್ತಿಗಳನ್ನು ಪಡೆದ ಹೆಮ್ಮೆಯೂ ಜತೆಗಿದೆ. ಆದರೆ, ಸಾಹಿತ್ಯವನ್ನು ದಾಟಿಸುವ ವಿಷಯದಲ್ಲಿ ನಾವು ಹಿಂದೆ ಇದ್ದೇವೆ. ಸಂಕಟ ಪಡುವಷ್ಟು ಓದುಗರ ಸಂಖ್ಯೆಯನ್ನು ಹೊಂದಿದ್ದೇವೆ. ಕನ್ನಡದಲ್ಲಿ ವರ್ಷಕ್ಕೆ ಸಾವಿರಾರು ಶೀರ್ಷಿಕೆಯ ಪುಸ್ತಕಗಳು ಮುದ್ರಣವಾದರೂ ಕೆಲವೇ ಕೆಲವು ಸಾಹಿತಿಗಳನ್ನು ಹೊರತುಪಡಿಸಿ, ಹೆಸರಾಂತ ಸಾಹಿತಿಗಳ ಪುಸ್ತಕಗಳ ಪ್ರತಿಗಳು ಖರ್ಚಾಗುವುದು ಕೇವಲ ಐನೂರು, ಸಾವಿರ ಮಾತ್ರ. ಹೊಸಬರದ್ದು ಇನ್ನೂ ಘೋರ. ಕರ್ನಾಟಕದ ಏಳೂವರೆ ಕೋಟಿ ಜನಸಂಖ್ಯೆಯಲ್ಲಿ, ಒಬ್ಬ ಲೇಖಕನ ಪುಸ್ತಕವು ಸಾವಿರ ಜನರಿಗೂ ತಲುಪುತ್ತಿಲ್ಲ ಎನ್ನುವುದು ಖೇದಕರ. ಆದರೆ, ಇದನ್ನು ನಂಬಲು ಸಾಧ್ಯವಾ?

ನಿಜವಾಗಿಯೂ ಓದುಗರು ಇಲ್ಲವಾ? ಅಥವಾ ಓದುಗರಿದ್ದರೂ ಅವರಿಗೆ ಕೃತಿಗಳನ್ನು ತಲುಪಿಸುವಲ್ಲಿ ಸೋಲುತ್ತಿದ್ದೇವಾ? ಎನ್ನುವ ಪ್ರಶ್ನೆಯೊಂದಿಗೆ ನಾನು ನಿಮ್ಮಂಥ ಓದುಗರ ಬೆನ್ನುಹತ್ತಿದೆ. ಲಕ್ಷಾಂತರ ಓದುಗರಿದ್ದಾರೆ. ಆದರೆ ಅವರನ್ನು ತಲುಪುವಲ್ಲಿ ನಾವು ಸೋಲುತ್ತಿದ್ದೇವೆ ಎಂಬುದು ನನಗೆ ಮೇಲ್ನೋಟಕ್ಕೆ ಹೊಳೆದ ಸತ್ಯ. ಆ ಕಾರಣದಿಂದಲೇ ನಾನೀಗ ಓದುಗ ಮತ್ತು ಲೇಖಕರ ನಡುವಿನ ಸೇತುವೆಯೊಂದರ ನಿರ್ಮಾಣಕ್ಕೆ ಮುಂದಾಗಿದ್ದೇನೆ. ಆ ಸೇತುವೆಯ ಹೆಸರು 'ವೀರಲೋಕ ಬುಕ್ಸ್.'

ಕುಗ್ರಾಮವೊಂದರಲ್ಲಿ ತಯಾರಾದ ಮಡಕೆಯೊಂದು ಇವತ್ತು ಕಾರ್ಪೋರೇಟ್ ಅಂಗಳದಲ್ಲಿ ಮಾರಾಟಕ್ಕಿದೆ. ಪದವಿ, ಪುರಸ್ಕಾರಗಳನ್ನು ಪಡೆದುಕೊಂಡ ಬರಹಗಾರನೊಬ್ಬನ ಕೃತಿಯು ಸುಸಜ್ಜಿತ ಪುಸ್ತಕ ಮಳಿಗೆಯನ್ನೂ ತಲುಪುವಲ್ಲಿ ಸೋತಿದೆ. ಹಾಗಾಗಿ 'ವೀರಲೋಕ ಬುಕ್ಸ್' ಕನ್ನಡ ಪುಸ್ತಕ ಲೋಕಕ್ಕೆ ಕಾರ್ಪೋರೇಟ್ ಟಚ್ ನೀಡುವ ಉದ್ದೇಶ ಹೊಂದಿದೆ. ಕೇವಲ

ಪಟ್ಟಣದಲ್ಲಿ ಮಾತ್ರವಲ್ಲ, ಹಳ್ಳಿಗಾಡಿನ ಕಟ್ಟಕಡೆಯ ಓದುಗನಿಗೂ ಕನ್ನಡ ಪುಸ್ತಕವನ್ನು ತಲುಪಿಸುವ ದೃಢ ಸಂಕಲ್ಪ ನಮ್ಮದಾಗಿದೆ. ಒಬ್ಬ ಓದುಗ ತಾನು ಇಷ್ಟಪಡುವ ಪುಸ್ತಕ ಕೊಳ್ಳಬೇಕಾದರೆ ನಿಗದಿತ ಪುಸ್ತಕ ಅಂಗಡಿಗೆ ಬಂದರೆ ಮಾತ್ರ ಸಿಗುತ್ತದೆ ಎಂಬುದು ನಿಜಕ್ಕೂ ಓದುಗನಿಗೆ ಮಾಡುತ್ತಿರುವ ಮೋಸ. ಆದ್ದರಿಂದ ಅವನಿರುವ ಕಡೆಯೇ ಪುಸ್ತಕ ಸಿಗುವಂತೆ ಮಾಡುವ ಉದ್ದೇಶ ನಮ್ಮ ಪ್ರಕಾಶನದ್ದು, ಅದಕ್ಕಾಗಿ ಒಂದು ದೊಡ್ಡ ನೆಟ್‌ವರ್ಕ್ ಸಿದ್ಧ ಮಾಡಿದ್ದೇವೆ. ಊರೂರಲ್ಲಿ ಪುಸ್ತಕ ಸಿಗುವಂತೆ ಮಾಡುತ್ತಿದ್ದೇವೆ. ಇನ್ನೂ ಏನೇನೋ ಯೋಜನೆಗಳಿವೆ...

ಈ ಹೊಸ ರೀತಿಯ ಕಾರ್ಯಶೈಲಿಯ ಮೂಲಕ ನಾವು ನಮ್ಮ ವೀರಲೋಕ ಪ್ರಕಾಶನವನ್ನು ಆರಂಭಿಸಿದ್ದೇವೆ. ಇದಕ್ಕೆ ನಾಡಿನ ಖ್ಯಾತ ಸಾಹಿತಿಗಳಾದ ಶ್ರೀ ರಾಘವ್, ಶ್ರೀ ವಿಶ್ವೇಶ್ವರ ಭಟ್, ಶ್ರೀ ಕುಂ. ವೀರಭದ್ರಪ್ಪ, ಶ್ರೀ ಜೋಗಿ, ಶ್ರೀ ರವಿ ಕೃಷ್ಣಾರೆಡ್ಡಿ, ಶ್ರೀ ರಂಗಸ್ವಾಮಿ ಮೂಕನಹಳ್ಳಿ, ಶ್ರೀಮತಿ ದೀಪಾ ಹಿರೇಗುತ್ತಿ, ಶ್ರೀ ಗಣೇಶ್ ಕಾಸರಗೋಡು, ಅನಂತ ಹುದೆಂಗಜೆ, ಡಾ. ಶರಣು ಹುಲ್ಲೂರು, ಶ್ರೀ ಸಂತೋಷಕುಮಾರ ಮೆಹೆಂದಳೆ, ಎನ್. ಧನಂಜಯ, ಡಾ. ಡಿ.ಎಸ್. ಶ್ರೀನಿವಾಸ ಪ್ರಸಾದ್, ಡಾ. ಗವಿಸ್ವಾಮಿ ಎನ್., ನರೇಂದ್ರ ರೈ ದೇರ್ಲ, ಶ್ರೀ ಮಂಜುನಾಥ್ ಚಾಂದ್, ಶ್ರೀಮತಿ ಶುಭಶ್ರೀ ಭಟ್ಟ, ಶ್ರೀ ರಾಜೀವ ನಾರಾಯಣ ನಾಯಕ, ಶ್ರೀಮತಿ ನಾಗವೇಣಿ ವೆಂ. ಹೆಗಡೆ ಹೆಗ್ಗರ್ಸಿಮನೆ, ಡಾ. ವಾಸುದೇವ ಶೆಟ್ಟಿ, ಶ್ರೀ ಸದಾಶಿವ್ ಸೊರಟೂರು ಮತ್ತು ಖ್ಯಾತ ಕಲಾವಿದರಾದ ಶ್ರೀ ರಮೇಶ್ ಅರವಿಂದ್ ಅವರು ವೀರಲೋಕಕ್ಕೆ ತಮ್ಮ ಕೃತಿಗಳನ್ನು ಕೊಟ್ಟು ಪ್ರೋತ್ಸಾಹಿಸುತ್ತಿದ್ದಾರೆ. ಓದುಗನಿರುವ ಕಡೆಯೇ ಪುಸ್ತಕಗಳನ್ನು ಒದಗಿಸುವ ಈ ಮಹತ್ಕಾರ್ಯಕ್ಕೆ ನಿಮ್ಮ ಬೆಂಬಲವೂ ಇರಲೆಂದು ಪ್ರಾರ್ಥಿಸುವೆ.

'ದ್ವೈತ' ಕೃತಿ ಓದುವ ಸುಖ ನಿಮ್ಮದಾಗಲಿ.

ನಿಮ್ಮ,

–ವೀರಕಪುತ್ರ ಶ್ರೀನಿವಾಸ

ವೀರಲೋಕ ಬುಕ್ಸ್

“ದ್ವೈತ”

ಈಗಲೂ ನನ್ನ ಕೈ ನಡುಗುತ್ತಿದೆ! ಅಕ್ಷರಗಳ ಮೇಲಿನ ಹಿಡಿತ ಕಡಿಮೆಯಾದಂತೆ ಭಾಸವಾಗುತ್ತಿದೆ. ಇದೊಂದು ಕಲ್ಪಿತ ಕಥೆಯಾಗಿದ್ದರೆ ಬಹುಶಃ ಬರೆದ ಮೇಲೆ ನೆಮ್ಮದಿ ಸಿಗುತ್ತಿತ್ತು. ಆದರೆ ಇದು ನೈಜತೆಗೆ ಸಂಬಂಧಿಸಿದ ಕಥೆ. ಇದೆ ನನ್ನ ಕೊನೆಯ ಕಥೆಯಾದರೂ ಆಶ್ಚರ್ಯವೇನಿಲ್ಲ. ಆದರೆ ಕೊನೆಯವರೆಗೂ ಹೋರಾಡಿ ಜಯ ಸಾಧಿಸುವ ಹಂಬಲವಷ್ಟೇ ನನ್ನಲ್ಲಿ ಉಳಿದಿದೆ. ನನ್ನೆಲ್ಲ ಏಳಿಗೆಗೆ ಕಾರಣವಾದ ಸ್ನೇಹಿತರಿಗೆ ಹಾಗೂ ನನ್ನ ಹೆಂಡತಿ ಲಾವಣ್ಯಳಿಗೆ. ಎಂದು ಬರೆಯುವಾಗ ಕಣ್ಣಲ್ಲಿ ನೀರು ಜಿನುಗಿತು. ಮತ್ತೆ ಸಾವರಿಸಿಕೊಂಡು, “ಬರವಣಿಗೆಯಲ್ಲಿ ಎಷ್ಟು ಪಳಗಿದರೂ ಕೆಲವೊಂದು ನೆನಪುಗಳು ಗತಕ್ಕೆ ಜಾರಿಸಿ ಬಿಡುತ್ತದೆ” ಎನ್ನುತ್ತ ನನ್ನೆಲ್ಲ ಏಳಿಗೆಗೆ ಕಾರಣವಾದ ಸ್ನೇಹಿತರಿಗೆ ಹಾಗೂ ನನ್ನ ದಿವಂಗತ ಹೆಂಡತಿ ಲಾವಣ್ಯಳಿಗೆ ಈ ಕಥೆಯನ್ನು ಸಮರ್ಪಿಸುತ್ತಿದ್ದೇನೆ.

ಕೊನೆ ಪುಟದವರೆಗೂ ನನ್ನ ಆಲೋಚನೆಯಲ್ಲೇ ಕಥೆ ಸಾಗುವುದೆಂದು ತಿಳಿದಿದ್ದೇನೆ ಅಕಸ್ಮಾತ್ ಅದು ಸಾಧ್ಯವಾಗದೆ ಹೋದರೆ ದಯವಿಟ್ಟು ಸಂಪಾದಕ ಬಳಗದವರು ಈ ಕಥೆಯನ್ನು ಪೂರ್ತಿಗೊಳಿಸಿ, ಆದರೆ ಯಾವುದೇ ಕಾರಣಕ್ಕೂ ಕಥೆಯನ್ನು ಕೊನೆಯಲ್ಲಿ ಹಳ್ಳ ಹಿಡಿಯುವಂತೆ ಮಾಡಬೇಡಿ.

ಇಂತಿ

–ಆರ್.ವಿ.

ಕಥೆಯ ಮುನ್ನುಡಿ ಬರೆಯುತ್ತ ಎಲ್ಲರಿಗೂ ಗೌರವ ಸೂಚಿಸಿ ಪೆನ್ನನ್ನು ಮುಂದಿನ ಹಾಳೆಯ ಮೇಲಿಟ್ಟು ಅಲ್ಲಿಂದ ಎದ್ದು ಸಿಗರೇಟ್ ಸೇದುತ್ತ ಕೋಣೆಯಿಂದ ಹೊರಗೆ ಹೋದ ನಾಯಕ ರಾಜೀವ್ ವರ್ಮ.

ರಾಜೀವ್ ಎದ್ದು ಹೊರಗೆ ಹೋದದ್ದೆ ತಡ ಕ್ಷಣದಲ್ಲಿ ಕೋಣೆಗೆ ಅಡಿ ಇಟ್ಟಿದ್ದ ಇವನು.

“ಸಾಹಿತಿಗಳು ಹೊಸ ಕಥೆ ಬಗ್ಗೆ ಆಲೋಚನೆ ಮಾಡುತ್ತಿದ್ದಾರೆ! ಅವನ ಅವಸಾನ ಕಾಲ ಹತ್ತಿರ ಬಂದಿದೆ ಅಂತ ಎಂದೂ ಮರೆಯದ ಕಥೆ

ಬರೆಯಬೇಕು ಅಂದುಕೊಂಡರೋ ಏನೊ? ನೋಡುವ ಅದೇನು ಮಾಡ್ತಾನೆ ಅಂತ. ರಾಜೀವ್ ಬರುವಷ್ಟರಲ್ಲಿ ನಾನು ಇಲ್ಲಿಂದ ಮರೆಯಾಗಬೇಕು" ತಕ್ಷಣ ಅಲ್ಲಿಂದ ಪಲಾಯನ ಮಾಡಿದ ಇವನು.

ರಾಜೀವ್ ಹೊಸ ಆಲೋಚನೆಯಲ್ಲಿ ಕೋಣೆಗೆ ಬಂದು ಕಥೆ ಮುಂದುವರೆಸಲು ಮುಂದಾದ "ಅರೆ ಇದೇನಿದು ನಾನು ಹೊಸ ಪುಟ ತೆರೆದು ಪೆನ್ನನ್ನು ಅಗಗಲ್ಲಿಟ್ಟು ಹೋಗಿದ್ದೆ ಈಗ ನೋಡಿದರೆ ಹಿಂದಿನ ಪುಟದಲ್ಲಿದೆ ಈ ಪೆನ್ನು? ನಾನು ಹೊರ ಹೋದ ಸಮಯದಲ್ಲಿ ಇಲ್ಲಿಗೆ ಯಾರಾದ್ರೂ ಬಂದ್ರ? ನೋ ನೋ ಇಲ್ಲಿ ಇರೋದು ನಾನೊಬ್ಬನೆ, ಬೇರೆ ಯಾರು ಬರೋಕೆ ಸಾಧ್ಯ?" ಸುತ್ತಲೂ ಗಮನಿಸಿದವನಿಗೆ ಕಿಟಕಿಯಿಂದ ಜೋರಾಗಿ ಗಾಳಿ ಬೀಸುವುದು ಕಂಡಿತು. "ಓ ಗಾಳಿಯ ರಭಸಕ್ಕೆ ಪುಟ ತೆರೆದುಕೊಂಡಿರಬೇಕು. ಸರಿ ಮುಂದೆ ಆಲೋಚನೆ ಮಾಡ್ತೋಣ" ಎಂದು ತಾನು ಬರೆಯಬೇಕೆಂದುಕೊಂಡಿದ್ದ ಕಥೆಯನ್ನು ಬರೆಯಲು ಮುಂದಾದ.

ಆಲೋಚನೆ ಅಕ್ಷರಗಳ ಜೋಡಣೆ ಸರಿಯಾಗದೆ ಪುಟವನ್ನು ಹರಿದು ನೆಲದ ಪಾಲು ಮಾಡಿದ. ಮೊದಲು ಕಥೆಗೆ ಸೂಕ್ತವಾದ ಹೆಸರು ಇಡಬೇಕು, ಅದನ್ನೇ ಇಡದೆ ಕಥೆ ಬರೆಯುತ್ತ ಇದ್ದೀನಲ್ಲ. ಹಾಂ ಮೊದಲು ಟೈಟಲ್ ಹುಡುಕಿ ಆಮೇಲೆ ಕಥೆ ಬರೆಯಬೇಕು ಎಂದುಕೊಂಡವನ ಕಣ್ಣು ತನ್ನ ಕೈಗಡಿಯಾರದ ಮೇಲೆ ಹೋಯಿತು. ಅಯ್ಯೋ ಸಂಜೆ ಆಗೋಯ್ತು ಬೇಗ ಹೊರಡಬೇಕು. ಅಲ್ಲಿಂದ ಎದ್ದು ತನ್ನ ಬ್ಯಾಗಿನೊಳಗೆ ಪೇಪರ್ ಹಾಗು ಪೆನ್ನು ಹುದುಗಿಸಿ ಅಲ್ಲಿಂದ ನೇರವಾಗಿ ಹೂವಿನ ಮಾರ್ಕೆಟ್‌ಗೆ ಹೋದ.

"ಏನಪ್ಪಾ ಇವತ್ತೇನು ತಡವಾಗಿ ಬಂದ್ರಲ್ಲಾ?" ಹೂವಮ್ಮ ನಗುತ್ತ ಕೇಳಿದಳು.

"ಹೌದಮ್ಮ ಕಥೆಗಾರರಿಗೆ ಕಥೆ ಬರೀಬೇಕು ಅನ್ನುವ ಆಲೋಚನೆ ಬಂದ್ರೆ ಸಾಕು ಪ್ರಪಂಚವೆ ಮರೆತು ಹೋಗುತ್ತೆ, ಇವತ್ತು ಹಾಗೇ ಆಯ್ತು."

"ಹೌದಾ, ಇರಲಿ ಬಿಡಪ್ಪ ತಗೊಳ್ಳಿ ಮಲ್ಲಿಗೆ ಹೂವು. ಇವತ್ತು ವ್ಯಾಪಾರವೇ ಆಗಿಲ್ಲಾ, ಅದಕ್ಕೆ ಒಂದು ಮಾರು ಜಾಸ್ತಿನೆ ಕೊಡ್ತಿದ್ದೀನಿ. ಹಾಗಂತ ದುಡ್ಡೇನು ಜಾಸ್ತಿ ಕೊಡಬೇಡಿ ದಿನಾ ಎಷ್ಟು ಕೊಡುತ್ತಾ ಇದ್ರೋ ಅಷ್ಟೇ ಕೊಡಿ ಸಾಕು."

"ಹೂವು ಉಳಿದರೆ ದೇವಸ್ಥಾನಕ್ಕೆ ಕೊಡಿ ಹೂವಮ್ಮ, ಪುಣ್ಯ ಬರುತ್ತೆ. ಸುಮ್ನೆ ನನಗೆ ಕೊಟ್ಟರೆ ಪ್ರಯೋಜನವೇನು!"

"ನಾನೂ ಇಷ್ಟು ವರ್ಷದಿಂದ ಹೂ ಮಾರುತ್ತ ಇದ್ದೀನಿ ಆದ್ರೆ ದಿನಾ ಬಂದು ಹೂ ತಗೊಂಡು 'ಹೂವಮ್ಮ ಚೆನ್ನಾಗಿದ್ಯ?' ಎಂದು ಕೇಳಿ ನಗುತ್ತ ಮಾತಾಡಿಸೋರು ನಿನ್ನ ಬಿಟ್ರೆ ಯಾರೂ ಇರಲಿಲ್ಲಪ್ಪ. ನಿಮ್ನ ನನ್ನ ಮಗ ಅನ್ಕೊಂಡಿದ್ದೀನಿ ಕಣಪ್ಪ. ಹೂ ಹೆಚ್ಚಿಗೆ ಕೊಟ್ರೆ ಸೊಸೆಗೆ ಕೊಟ್ಟೆ ಅನ್ಕೋತಿನಿ,

ಮುಂದೆ ಮಾತು ಬೇಡ ತಗೊಳ್ಳಿ ಸುಮ್ನೆ" ಅಲ್ಲಿದ್ದ ಹೂವಿನ ಗೊಂಚಲನ್ನು ರಾಜೀವನ ಕೈಗಿಟ್ಟಳು ಹೂವಮ್ಮ.

"ನಿಮ್ಮ ದಾನ ಧರ್ಮದ ಪುಣ್ಯವೆ ನಿಮ್ಮನ್ನ ಕಾಪಾಡುತ್ತೆ" ದಿನದಂತೆ ಕೊಡುವ ಹಣ ಕೊಟ್ಟು ಅಲ್ಲಿಂದ ನೇರವಾಗಿ ಸ್ಮಶಾನದ ಕಡೆ ನಡೆದ.

ಲಾವಣ್ಯಳ ಭವ್ಯವಾದ ಸಮಾಧಿ ಮುಂದೆ ಮಂಡಿಯೂರಿ ಕುಳಿತು ಹಳೆಯ ನೆನಪುಗಳನ್ನು ನೆನೆದು ತಾನು ತಂದಿದ್ದ ಮಲ್ಲಿಗೆ ಹೂವನ್ನು ಅವಳ ಸಮಾಧಿ ಮೇಲಿರಿಸಿ "ಕೆಲವೇ ಕೆಲವು ದಿನಗಳು ಮಾತ್ರ ಬಾಕಿ ಉಳಿದಿದೆ ಲಾವಣ್ಯ ಆದಷ್ಟು ಬೇಗ ನಿನ್ನನ್ನು ಸೇರುವೆ ಅಲ್ಲಿವರೆಗೂ ನನಗಾಗಿ ಕಾದಿರು."

ಮನೆಗೆ ಬಂದವನಿಗೆ ನಾಳೆ ಬೆಳಗ್ಗೆ ಆಸ್ಪತ್ರೆಗೆ ಹೋಗಬೇಕು ಎನ್ನುವುದು ನೆನಪಾಗಿ, ಮತ್ತೆ ಮತ್ತೆ ಆ ನರಕ ದರ್ಶನ ಮಾಡಬೇಕಾ. ಒಂದೆ ಸಾರಿ ಜೀವ ಹೋಗಿದ್ದರೆ ಲಾವಣ್ಯಳಲ್ಲಿ ಸೇರಿಕೊಳ್ಳಬಹುದಿತ್ತು ಎಂದೆನಿಸಿತು.

"ಕಥೆಗಾಗಿ ಬದುಕಬೇಕೋ ಕಥೆಯಾಗಿ ಬದುಕಬೇಕೋ ಅರ್ಥವಾಗದ ದ್ವೈತ ಸ್ಥಿತಿಯಾಗಿದೆ ನನ್ನದು."

ಟೇಬಲ್ ಮೇಲಿದ್ದ ಮುನ್ನುಡಿ ಬರೆದಿದ್ದ ಪುಟದಲ್ಲಿ ತಂತಾನೆ "ದ್ವೈತ" ಎಂದು ಕಥೆಗೆ ನಾಮಕರಣ ಮೂಡಿತು. ಊಹಿಸಲು ಅಸಾಧ್ಯವಾದ ಕಥಾಹಂದರ... **ಒಬ್ಬ ಕಥೆಗಾರನೇ ಕಥೆಯಾದ ಕಥೆ** ಇದು.

* * *

"ಪರಶು ಪರಶು ರಾತ್ರಿಯೆಲ್ಲ ದೆವ್ವದ ಕಥೆ ಓದೋದು, ದೆವ್ವದ ಫಿಲ್ಮ್ ನೋಡೋದು ಬೆಳಗ್ಗೆ ಒಂಬತ್ತು ಗಂಟೆ ಆದ್ರು ಎದ್ದೇಳಲ್ಲಾ. ಇತ್ತೀಚೆಗೆ ರಾತ್ರಿ ತಡವಾಗಿ ಬರೋದು ಕೂಡ ಅಭ್ಯಾಸ ಮಾಡಿಕೊಂಡಿದ್ಯ! ಅಪ್ಪ ನೋಡು ಸ್ನಾನ ಮಾಡಿ ತಿಂಡಿ ತಿಂದು ಆಫೀಸಿಗೆ ಹೋದರು. ಈ ವರ್ಷ ಮಗನ ಇಂಜಿನಿಯರಿಂಗ್ ಮುಗಿಯುತ್ತೆ ಹಾಗೇ ನಾನು ನಿವೃತ್ತಿ ಹೊಂದುವೆ. ಮುಂದೆ ಮನೆ ಜವಾಬ್ದಾರಿ ಎಲ್ಲ ಮಗನದ್ದೆ ಅಂತ ಊರು ತುಂಬ ಹೇಳಿಕೊಂಡು ಬರ್ತಿದ್ದಾರೆ. ನೀನು ನೋಡಿದರೆ ಕಥೆ ಕಾದಂಬರಿ ಅಂತ ಅದರಲ್ಲೇ ಮುಳುಗಿ ಹೋಗಿರುತ್ತೀಯ! ಬೇಗಾ ಎದ್ದು ಮುಖ ತೊಳೆದು ತಿಂಡಿ ತಿನ್ನು ಬಾ. ಕಾಲೇಜ್ ಇದೆ ತಾನೇ ಇವತ್ತು?" ಅಡಿಗೆ ಮನೆಯಲ್ಲಿ ಅಮ್ಮ ಜೋರಾಗಿ ಬಡಬಡಿಸುತ್ತಿದ್ದಳು.

ಪರಶು ಗಾಢವಾದ ನಿದ್ದೆಯಿಂದ ಎದ್ದು ಕಣ್ಣು ಬಿಟ್ಟವನಿಗೆ ತನ್ನ ತಲೆ ಸಿಡಿದು ಹೋಗುವಂತೆ ನೋಯುತ್ತಿತ್ತು. ಹಾಗೂ ತಾನು ಕಂಡಿದ್ದು ಕನಸಾ? ಅಥವಾ? ಎಂದು ಭ್ರಮೆ ಪಡುತ್ತಿದ್ದವನಿಗೆ ಅದು ಕನಸಲ್ಲಾ ನಿಜಾ ಎಂದು

ಸಾಬೀತು ಪಡಿಸಲು "ದ್ವೈತ" ಪುಸ್ತಕ ಅವನ ಬಲಭಾಗದ ಟೇಬಲ್ ಮೇಲೆ ರಾರಾಜಿಸುತ್ತಿತ್ತು.

'ನಾನು ತಪ್ಪು ಮಾಡಿಬಿಟ್ಟೆನಾ? ಈ ವಿಷಯವನ್ನು ನನ್ನ ಸ್ನೇಹಿತರ ಬಳಿ ಹೇಳಿ ಇದಕ್ಕೊಂದು ಪರಿಹಾರ ಅವರ ಬಳಿಯೇ ಕೇಳಿಬಿಡುವುದಾ? ಬೇಡ ಬೇಡ ಗೊತ್ತಾದರೆ ಬೈತಾರೆ. ನಾನೇ ಹೇಗಾದರೂ ಸಮಾಧಾನ ತಂದು ಕೊಳ್ಳಬೇಕು' ಸ್ವಗತದಲ್ಲಿ ನುಡಿದುಕೊಂಡವ ಗಟ್ಟಿ ನಿರ್ಧಾರ ಮಾಡಿ ಅಲ್ಲಿಂದ ಎದ್ದು ಕಾಲೇಜಿಗೆ ಸಿದ್ಧವಾಗಲು ಹೊರಟ ಪರಶು ಅಲಿಯಾಸ್ ಪರಶುರಾಮ್.

ಬೈಕ್ ನಿಲ್ಲಿಸಿ ಕಾಲೇಜ್ ಕ್ಯಾಂಪಸ್ ಒಳಗೆ ಹೆಜ್ಜೆ ಇಡುತ್ತಿದ್ದವನ ಮುಖ ಬೆವೆತು ಹೋಗಿತ್ತು. 'ನನಗೆ ಇದೆಲ್ಲ ಏಕೆ ಬೇಕಿತ್ತಾ? ನಾನು ಇಂತಹ ಕೆಲಸ ಮಾಡಬಾರದಿತ್ತು. ನನ್ನ ಓದು, ನನ್ನ ಅಪ್ಪ ಅಮ್ಮ, ಸ್ನೇಹಿತರು ಅಂತ ಇರೋದು ಬಿಟ್ಟು ನನ್ನ ತಲೆ ಮೇಲೆ ನಾನೆ ಚಪ್ಪಡಿ ಕಲ್ಲು ಹಾಕಿಕೊಂಡ ಹಾಗಿದೆ. ಮಲಗಿದರೂ ಅದೇ, ಎದ್ದರೂ ಅದೇ ಕಣ್ಣು ಮುಂದೆ ಬಂದು ಪ್ರಾಣ ತಿನ್ನುತ್ತಿದೆ. ಈ ಭಯದಿಂದ ಮುಕ್ತಿ ಇಲ್ಲದಂತಾಗಿದೆ ನನಗೆ.'

ಅವಸರವಾಗಿ ಕ್ಲಾಸ್ ರೂಂ ಕಡೆ ಹೆಜ್ಜೆ ಹಾಕುತ್ತಿದ್ದವನನ್ನು ಸ್ನೇಹಿತ ಗೌರವ್ ತಡೆದ. "ಹಾಯ್ ಪರಶು, ಯಾಕೋ ಇವತ್ತು ಫಸ್ಟ್ ಕ್ಲಾಸಿಗೆ ಬರಲಿಲ್ಲ? ಎದ್ದಿದ್ದು ತಡವಾಯ್ತಾ? ನನಗನ್ನಿಸುವ ಪ್ರಕಾರ ನಿಮ್ಮಪ್ಪ ಏನೂ ಹೇಳದೆ ಆಫೀಸಿಗೆ ಹೋಗಿರುತ್ತಾರೆ. ನಿಮ್ಮಮ್ಮ ನಿನಗೆ ಮಂಗಳಾರತಿ ಮಾಡಿ ಎಬ್ಬಿಸಿರುತ್ತಾರೆ. ಗಾಬರಿಯಲ್ಲಿ ಟೈಮ್ ನೋಡಿದರೆ ಒಂಬತ್ತು ಗಂಟೆ ಆಗಿರುತ್ತೆ. ಆಗ ಎದ್ದೆನೋ ಬಿದ್ದೆನೋ ಅಂತ ಓಡಿ ಕಾಲೇಜಿಗೆ ಬಂದಿದ್ದೀಯಾ ಅಲ್ವಾ!" ಪ್ರತ್ಯಕ್ಷ ಕಂಡಂತೆ ನುಡಿದಿದ್ದ ಗೌರವ್.

'ನಮ್ಮ ಮನೆಯಲ್ಲಿ ನಡೆದದ್ದು ಇವನಿಗೆ ಹೇಗೆ ಗೊತ್ತಾಯ್ತು? ಹೇಗೋ ಗೊತ್ತಾಗ್ಲಿ ಬಿಡು ನನಗೇನು. ಸೆಕೆಂಡ್ ಕ್ಲಾಸಿಗಾದರೂ ಹೋಗಬೇಕು ಇಲ್ಲ ಅಂದ್ರೆ ವಾಣಿ ಮೇಡಂ ಚಾಮುಂಡಿ ಅವತಾರ ತಾಳುತ್ತಾರೆ' ಎಂದು ಯೋಚಿಸುತ್ತಾ ಗೌರವ್ ಮಾತಿಗೆ ಗಮನ ಕೊಡದೆ ಮುಂದೆ ನಡೆದ ಪರಶು.

"ಪರಶು, ಇದೇನೋ ನಾನು ನಿನ್ನ ಮಾತಾಡಿಸುತ್ತಾ ಇದ್ರು ಏನೂ ಹೇಳದೆ ಹೋಗ್ತಿದ್ಯ? ಫಸ್ಟ್ ಕ್ಲಾಸ್ ಮಿಸ್ ಆಯ್ತು ಸೆಕೆಂಡ್ ಕ್ಲಾಸ್ಗಾದ್ರೂ ಹೋಗಬೇಕು ಅಂತಾನಾ? ಚಿಂತೆ ಮಾಡ್ಬೇಡ ವಾಣಿ ಮೇಡಂ ಬಂದಿಲ್ಲ. ಅದಕ್ಕೆ ಎಲ್ಲ ಕ್ಯಾಂಟೀನ್ ಕಡೆ ಹೋಗ್ತಿದ್ವಿ. ನೀನು ಬಾ, ಒಬ್ಬನೇ ಕ್ಲಾಸಿನಲ್ಲಿ ಕೂತು ಏನು ಮಾಡ್ತೀಯಾ?" ಪರಶುನನ್ನು ಬಲವಂತ ಮಾಡಿದ ಗೌರವ್.

'ಹೌದು ಒಬ್ಬನೇ ಕ್ಲಾಸಿನಲ್ಲಿ ಕೂತು ಅದೇ ವಿಷಯದ ಬಗ್ಗೆ ಯೋಚನೆ ಮಾಡಿದರೆ ಮತ್ತಷ್ಟು ತಲೆ ಕೆಡುತ್ತೆ' ಮನದಲ್ಲಿ ಅಂದುಕೊಂಡು "ಸರಿ ಗೌರವ್ ನಡಿ ಹೋಗೋಣ."

ಇಬ್ಬರೂ ಕ್ಯಾಂಟೀನ್ ಒಳಗೆ ಬಂದರು. ಮೇಲೆ ಬಾಲ್ಕನಿಯಲ್ಲಿ ತೇಜ್, ಓಂಕಾರ್, ಕವನ, ಪೃಥ್ವಿ, ಧವನ್, ತರುಣ್ ಕುಳಿತು ಹರಟೆ ಹೊಡೆಯುತ್ತಿದ್ದರು.

"ಮೇಲ್ನೋಡು, ಎಲ್ಲ ಅಲ್ಲೆ ಇದ್ದಾರೆ ಬಾ" ಗೌರವ್ ಮುಂದೆ ನಡೆದ. ಭಾರವಾದ ಹೆಜ್ಜೆ ಹಾಕುತ್ತ ಪರಶು ಅವನ ಹಿಂದೆಯೆ ನಡೆದ.

"ಬಾರಪ್ಪ ಹೀರೊ ಯಾಕೋ ಬೆಳಗ್ಗೆ ಬೆಳಗ್ಗೆನೆ ಮುಖಾನ ಒಳ್ಳೆ ಹರಳೆಣ್ಣೆ ಕುಡಿದವನ ಹಾಗೆ ಮಾಡ್ಕೊಂಡಿದ್ದೀಯಾ? ಏನಾಯ್ತೋ?" ಛೇಡಿಸಿದ ತೇಜ್ ಪರಶುನನ್ನು.

"ಇದಕ್ಕೆಲ್ಲ ಕಾರಣ ನೀನೆ!" ಎಂದು ಕೋಪದಲ್ಲಿ ಅವನ ಕುತ್ತಿಗೆ ಪಟ್ಟಿ ಹಿಡಿದ ಪರಶು.

ಸುತ್ತಮುತ್ತಲಿದ್ದವರೆಲ್ಲ ಇವನ ವರ್ತನೆ ನೋಡಿ ಗಾಬರಿಗೊಂಡರು. ಅಲ್ಲಿ ಇವರ ಗುಂಪು ಮಾತ್ರವೇ ಇರದೆ ಬೇರೆ ಸ್ಟೂಡೆಂಟ್ಸ್ ಕೂಡ ಇದ್ದರು. ಪರಶು ಸುತ್ತಲು ಮತ್ತೊಮ್ಮೆ ಗಮನಿಸಿ ಹಿಡಿದಿದ್ದ ತೇಜ್ ಕೊರಳ ಪಟ್ಟಿಯನ್ನು ಬಿಟ್ಟ.

"ಪರಶು, ಈಗ ಏನಾಯ್ತು ಅಂತ ತೇಜ್ ಮೇಲೆ ಕೂಗಾಡುತ್ತಿದ್ದೀಯಾ? ಅವನು ಏನೋ ಮಾಡಿದ ನಿಂಗೆ?" ಅರಿಯದೆ ಕೇಳಿದಳು ಕವನ.

"ಏನೂ ಗೊತ್ತಿಲ್ಲದಂತೆ ಕೇಳುತ್ತಿದ್ದೀಯಾ ಕವನ? ಇವನು ಹಾಕಿದ ಚಾಲೆಂಜ್‌ನಲ್ಲಿ ಗೆಲ್ಲಬೇಕು ಅಂತ ನಾನು ಮಾಡಿದ ಪ್ರಯತ್ನಕ್ಕೆ ಈಗ ನನ್ನ ನೆಮ್ಮದಿ ಹಾಳಾಗಿದೆ. ಇದಕ್ಕೆ ಬರಿ ನೀನು ಮಾತ್ರ ಅಲ್ಲ, ಇಲ್ಲಿರುವ ಎಲ್ಲರೂ ಸಾಕ್ಷಿ" ಎಂದು ಓಂಕಾರ್, ಕವನ, ಪೃಥ್ವಿ, ಧವನ್, ತರುಣ್ ಎಲ್ಲರ ಮುಖವನ್ನು ದುರುಗುಟ್ಟಿ ನೋಡಿದ ಪರಶು.

"ಪರಶು ಆ ಚಾಲೆಂಜ್‌ನಲ್ಲಿ ನೀನು ಗೆದ್ದೆ ಅಲ್ಲವೇನೊ? ಈಗೇನು ನಿನ್ನ ಸಮಸ್ಯೆ?" ಗೌರವ್ ಪ್ರಶ್ನೆ ಮಾಡಿದ್ದ.

"ಗೌರವ್, ನಿನಗೆ ನನ್ನ ಪರಿಸ್ಥಿತಿ ಅರ್ಥ ಆಗ್ತಿಲ್ಲ. ಸಮಸ್ಯೆ ಶುರುವಾಗಿದ್ದು ಆ ಚಾಲೆಂಜ್ ಒಪ್ಪಿಕೊಂಡ ಮೇಲೆಯೆ! ಯಾಕಾದರೂ ಒಪ್ಪಿಕೊಂಡೆ ಅಂತ ಈಗ ಅನ್ನಿಸುತ್ತಿದೆ. ನೆಮ್ಮದಿಯಾಗಿ ಓದೋಕೆ, ಊಟ, ತಿಂಡಿ, ನಿದ್ದೆ ಏನೂ ಮಾಡೋಕಾಗ್ತಿಲ್ಲಾ! ಎಲ್ಲ ಇವನು ಹಾಕಿದ ಚಾಲೆಂಜಿನಿಂದ. ಯಾಕಾದರೂ ಆ ಚಾಲೆಂಜ್ ನನ್ನ ಮುಂದೆ ಬಂತು ಅಂತ ಈಗ ಒದ್ದಾಡಿ ಒದ್ದಾಡಿ ಸಾಯ್ತಿದ್ದೀನಿ" ಪ್ರಪಂಚವೇ ಕಳಚಿ ತಲೆಯ ಮೇಲೆ ಬಿದ್ದಂತೆ ಭಾಸವಾಗಿತ್ತು ಪರಶುಗೆ.

"ಪರಶು ಅದೊಂದು ಚಾಲೆಂಜ್ ಅಷ್ಟೇ. ಅದರಲ್ಲಿ ನೀನೇ ಗೆದ್ದೆ ತಾನೇ. ಈಗ ಸಮಸ್ಯೆ ಏನು ಅಂತ ಹೇಳು, ಸಾಧ್ಯವಾದರೆ ಪರಿಹಾರ ನಾವೆಲ್ಲಾ ಕೊಡ್ತೀವಿ" ತೇಜ್ ಪರಶುನನ್ನು ಸಮಾಧಾನ ಪಡಿಸಿದ.

"ಅದು ಅದು ಆ ಬುಕ್ ಈಗಲೂ ನನ್ನ ಮನೆಯಲ್ಲೇ ಇದೆ. ಅದು ನನ್ನ ನೆಮ್ಮದಿಯಿಂದ ನಿದ್ದೆ ಮಾಡೋಕೆ ಬಿಡುತ್ತಿಲ್ಲಾ. ಕನಸಲ್ಲೂ ದ್ವೈತ, ಎದ್ದಾಗಲೂ

ದ್ವೈತ, ಪ್ರತಿಕ್ಷಣ ಅದೇ ಪದ ನನ್ನ ಕಿವಿಯಲ್ಲಿ ಗುನುಗುತ್ತಿದೆ" ಪರಶು ಮಾತು ಕೇಳಿದ ಅವರೆಲ್ಲರೂ ಅವಾಕ್ಕಾದರು!

"ಅದು ಹೇಗೋ ನಿಮ್ಮನೆಗೆ ಬಂತು! ಅದನ್ನ ಅವತ್ತೇ ಮೊದಲಿನ ಜಾಗಕ್ಕೆ ಸೇರಿಸಿದೆವಲ್ಲಾ? ಅದನ್ನ ಮತ್ತೆ ಯಾರು ತಂದರು? ನಿಜಾ ಹೇಳಿ ಅವತ್ತು ಯಾರಾದ್ರೂ ಮತ್ತೆ ಆ ಬುಕ್ಕನ್ನು ವಾಪಸ್ ತಗೊಂಡು ಬಂದು ಪರಶು ಮನೆಯಲ್ಲಿ ಇಟ್ರ?" ಎಲ್ಲರನ್ನು ಉದ್ದೇಶಿಸಿ ಕೇಳಿದ ತೇಜ್.

"ನನಗೇನು ಗೊತ್ತು, ಅವತ್ತು ನಾನು ಧವನ್ ಬೇರೆ ಕೆಲಸದ ಮೇಲೆ ಹೋಗಿದ್ವಿ, ನೀನು, ಪರಶು, ಗೌರವ್, ತರುಣ್, ಓಂಕಾರ್, ಕವನ. ನೀವಷ್ಟೇ ಅಲ್ವ ಆ ಜಾಗಕ್ಕೆ ಹೋಗಿದ್ದು" ಎಂದಳು ಪೃಥ್ವಿ.

"ಆ ಜಾಗದ ಬಗ್ಗೆ ನೆನೆದರೆ ಈಗಲೂ ಮೈ ನಡುಗುತ್ತೆ" ಎನ್ನುತ್ತ ತನ್ನ ಮುಖದ ಮೇಲೆ ಹರಿಯುತ್ತಿದ್ದ ಬೆವರು ಒರೆಸಿಕೊಂಡ ಪರಶು. ಅಷ್ಟರಲ್ಲಿ ಕ್ಯಾಂಟೀನ್‌ನಲ್ಲಿದ್ದ ಎಲ್ಲರು ಹೊರಟರು.

"ಮುಂದಿನ ಕ್ಲಾಸ್‌ಗೆ ತಡವಾಯ್ತು. ಬನ್ನಿ ಹೋಗೋಣ ಸಂಜೆ ಕ್ರಿಕೆಟ್ ಫೀಲ್ಡ್‌ನಲ್ಲಿ ಸಿಗೋಣ, ಪೃಥ್ವಿ ಹಾಗು ಕವನ ನೀವು ಬನ್ನಿ. ಎಲ್ಲ ಒಟ್ಟಿಗೆ ಇದರ ಬಗ್ಗೆ ಮಾತಾಡ್ಬೇಕು" ಧವನ್ ಎಲ್ಲರಿಗೂ ಎಚ್ಚರಿಸಿದ. ಪರಶು ಸಮೇತ ಎಲ್ಲರೂ ಕ್ಲಾಸ್ ಕಡೆ ನಡೆದರು.

ಕ್ಲಾಸ್‌ನಲ್ಲಿ ಲೆಕ್ಚರರ್ ಪಾಠ ಮಾಡುತ್ತಿದ್ದರೆ ಪರಶು ಮಾತ್ರ ತನ್ನ ಗತಕ್ಕೆ ಜಾರಿದ.

"ಇಂದಿನ ಹೆಸರಾಂತ ಸಾಹಿತಿ ರಾಜೀವ್ ವರ್ಮಾ ಯಾವುದೇ ಕಥೆ ಕಾದಂಬರಿ ಬರೆದರೂ ಅದನ್ನು ನೈಜತೆಯಿಂದ ಕಣ್ಣಿಗೆ ಕಟ್ಟುವಂತೆ ಬರೆಯುತ್ತಾರೆ. ಅವರ ಕಾರ್ಯಪ್ರವೃತ್ತಿ ಹೇಗೆಂದರೆ ಕಥೆಗಾಗಿ ಕಥೆಯಲ್ಲಿ ನೈಜತೆ ತರುವುದಕ್ಕಾಗಿ ಸಾಕಷ್ಟು ವ್ಯಕ್ತಿಗಳ ಬಳಿ ಚರ್ಚಿಸಿ, ಅಂತಹ ಘಟನೆ ನಡೆದಿದ್ದರೆ ಆ ಸ್ಥಳಕ್ಕೆ ಹೋಗಿ ಕೂಲಂಕಷವಾಗಿ ಆಲೋಚಿಸಿ ಪ್ರತಿಯೊಂದು ಸನ್ನಿವೇಶವನ್ನೂ ಮನಸಲ್ಲೇ ಚಿತ್ರೀಕರಿಸಿ ಪ್ರತಿಯೊಂದು ಪಾತ್ರವೂ ಹೇಗೆ ಕಾರ್ಯ ನಿರ್ವಹಿಸುತ್ತದೆ ಎಂದು ಪೂರ್ಣ ಚಿತ್ರಣ ಕಣ್ಣ ಮುಂದೆ ಬರುವಂತೆ ಬರೆಯುತ್ತಾರೆ. ಇದಕ್ಕೆ ಸಾಟಿ ಅವರು ಮಾತ್ರ ಅನ್ನೊದು ನನ್ನ ಅಭಿಮತ" ಕಾರ್ಯಕ್ರಮದ ಅಧ್ಯಕ್ಷತೆ ವಹಿಸಿದ್ದ ಹಿರಿಯ ಸಮಾಜ ಸೇವಕರೊಬ್ಬರು ಆರ್.ವಿ.ಯವರನ್ನು ಹಾಡಿ ಹೊಗಳಿದರು.

ಪತ್ರಿಕಾ ಮಿತ್ರರೂ ಸಹ ಅಲ್ಲಿ ಆಸೀನರಾಗಿದ್ದರು. ಒಂದು ಉತ್ತಮ ಪುಸ್ತಕ ವಿಮರ್ಶೆ, ಲೇಖಕರ ಅಭಿರುಚಿ ಹೊಗಳುವಾಗ ಪರ ವಿರೋಧ ಇದ್ದದ್ದೇ ಅಲ್ಲವೇ? ಹಾಗೇ ಆರ್.ವಿ.ಯವರ ಕಥಾ ಶೈಲಿಯನ್ನು ಹೊಗಳಿದವರನ್ನು ಪ್ರಶ್ನೆ ಕೇಳಿದರು.

“ಆರ್.ವಿ.ಯವರು ಮಾತ್ರ ಇಂತಹ ಕಥೆ ಬರೆಯಲು ಸಾಧ್ಯವೆಂದರೆ ನಮ್ಮಲ್ಲಿ ಇನ್ನೂ ಸಾವಿರಾರು ಸಾಹಿತಿಗಳಿದ್ದಾರೆ. ಅವರಿಗಿಂತ ವಿಭಿನ್ನವಾಗಿ ಇವರು ನೈಜತೆಯನ್ನು ಹೋಲಿಸಿ ಬರೆಯುತ್ತಾರೆಯೇ ಹೊರತು ಪ್ರತಿಯೊಂದು ಸನ್ನಿವೇಶವನ್ನೂ ಇವರೇ ಅಭಿನಯ ಮಾಡಿ ಬರೆದಿಲ್ಲ ಅಲ್ಲವೇ? ಕಲ್ಪನೆಗೆ ಜೀವ ಕೊಡೋದು ಅಂದ್ರೆ ನಮ್ಮ ಮನೆ ಮಕ್ಕಳು ಶಾಲೆಯಲ್ಲಿ ಹೋಂವರ್ಕಿನಿಂದ ತಪ್ಪಿಸಿಕೊಳ್ಳಲು ಸತ್ತವರನ್ನು ಬದುಕಿಸುತ್ತಾರೆ, ಬದುಕಿದವರನ್ನು ಸಾಯಿಸುತ್ತಾರೆ. ಇಲ್ಲಿ ಎಲ್ಲರಿಗಿಂತ ಆರ್.ವಿ. ವಿಭಿನ್ನ ಹೇಗೆ ಅಂತ ಮತ್ತಷ್ಟು ಉದಾಹರಣೆ ಮೂಲಕ ಹೇಳೋಕೆ ಆಗುತ್ತಾ?”

“ಇದಕ್ಕೆ ಉತ್ತರ ನಾನೇ ಹೇಳಬಹುದೆ?” ಎದ್ದು ನಿಂತು ಮೈಕ್ ಹಿಡಿದರು ಆರ್.ವಿ.

“ಒಂದು ಕಥೆ ಅಥವಾ ಕಾದಂಬರಿಯೆಂದರೆ ಪೋಲೀಸ್ ಇನ್ವೆಸ್ಟಿಗೇಷನ್ ತರ ಕೊಲೆಗಾರ ಯಾರು ಅಂತ ಕಂಡು ಹಿಡಿಯೋದು ಅನ್ಕೊಂಡಿದ್ದೀರ. ಪಾತ್ರಾಭಿನಯವೆ ಬೇರೆ, ಪಾತ್ರವನ್ನು ಅನುಭವಿಸಿ ಅವಲೋಕಿಸುವುದೆ ಬೇರೆ. ಪೊಲೀಸರು ಕೊಲೆಗಾರ ಅಥವಾ ಕಳ್ಳನನ್ನು ಕಂಡುಹಿಡಿದು ಶಿಕ್ಷೆ ಕೊಡಿಸಬಹುದು ಆದರೆ ಅವನ ಮನಸ್ಥಿತಿಯನ್ನು ಅರಿಯುವುದು ಕಷ್ಟ ಹೌದಲ್ವ? ಆ ಪ್ರಯತ್ನ ಈ ಕಥೆಗಳ ಮೂಲಕ ನಾನು ಮಾಡಿದ್ದೇನೆ” ಆರ್.ವಿ. ಹೇಳುತ್ತಿದ್ದರೆ ಅಲ್ಲಿದ್ದ ಯಾರಿಗೂ ಅವರ ಮಾತು ಅರ್ಥವಾಗಲಿಲ್ಲ. ಅದನ್ನು ಅರಿತ ಆರ್.ವಿ. ಸವಿವರವಾಗಿ ಹೇಳಲು ಮುಂದಾದರು.

“ಇಲ್ಲೆ ಇರುವುದು ಅಸಲಿ ವಿಷಯ. ಯಾವುದು ನಿಮ್ಮ ಕಣ್ಣ ಮುಂದೆ ಕಾಣುತ್ತದೋ ಅದನ್ನು ಮಾತ್ರ ನಂಬುತ್ತೀರಾ, ಅದು ಹೇಗೆ ಯಾವ ಸ್ಥಿತಿಯಲ್ಲಿ ಉದ್ಭವವಾಯ್ತು. ಅದರ ಹಿನ್ನೆಲೆ ಏನು ಅಂತ ತಿಳಿದುಕೊಳ್ಳುವ ಪ್ರಯತ್ನ ಮಾಡೋದಿಲ್ಲ. ಮತ್ತೊಂದು ವಿಚಾರ ಹೇಳುವೆ ಕೇಳಿ. ನೀವು ಯಾವುದಾದರು ವಾಕ್ಯ ಓದುತ್ತಿರುವಾಗ ನಿಮ್ಮ ತಲೆಯೊಳಗೆ ಸಣ್ಣ ಧ್ವನಿ ಈ ವಾಕ್ಯವನ್ನು ಓದುತ್ತಿರುತ್ತದೆ ಇದನ್ನು ‘ಇಂಟರ್ನಲ್ ಮೋನೊಲಾಗ್’ ಎಂದು ಕರೆಯಲಾಗುತ್ತದೆ. ಇದರ ವೈಶಿಷ್ಟ್ಯ ಅಂದರೆ ಅದು ಕೆಲವರಿಗೆ ಮಾತ್ರ ಕೇಳಿಸುತ್ತದೆ. ಅಲ್ಲಿ ಒಂದೇ ಚಟುವಟಿಕೆ ಎರಡಾಗಿ ಪರಿವರ್ತನೆಯಾಗಿರುತ್ತದೆ. ಹೇಗೆ ಅಂದ್ರೆ ನೀವು ಮಾತಾಡದೆ ಹೋದರೂ ನಿಮ್ಮೊಳಗೆ ಇರುವ ಮತ್ತೊಂದು ಶಕ್ತಿ ನೀವು ಬೇಕಾದರೆ ಮನಸ್ಸು ಅಂತ ಕರೆಯಬಹುದು ಅದು ನಿನ್ನ ಸರಿ ತಪ್ಪುಗಳ ಲೆಕ್ಕಾಚಾರ ಹಾಕಿ ನೀನು ಮಾಡಿದ್ದು ಸರಿ, ನೀನು ಮಾಡಿದ್ದು ತಪ್ಪು ಅಂತ ನಿಮಗೆ ಹೇಳಿದಂತೆ ಆಗುತ್ತೆ. ಅದನ್ನ ಅರಿತ ಮೇಲೆ ನಾವು ಮತ್ತೊಮ್ಮೆ ಯೋಚನೆ ಮಾಡ್ತೀವಿ.

"ಇಲ್ಲಿ ಒಬ್ಬ ಮನುಷ್ಯ ಬಂದದ್ದನ್ನು ಏಕಮುಖನಾಗಿ ನೋಡಿದರೆ ಅದು ಸರಿ ದ್ವಿಮುಖನಾಗಿ ನೋಡಿದರೆ ತಪ್ಪು ಅಂತ ಅನ್ನಿಸೋಕೆ ಶುರುವಾಗುತ್ತದೆ. ಕಥೆಗಳೂ ಹಾಗೆ, ಕಲ್ಪನೆಗೆ ಜೀವ ಕೊಟ್ಟರೆ ಅದೊಂದು ಕಲ್ಲಿಗೆ ಕೆತ್ತನೆ ಮಾಡಿದಂತೆ. ಅದೇ ಕಲ್ಲಿಗೆ ಪೂಜೆ ವಿವಿಧ ತೊಡುಗೆಗಳಿಂದ ಅಲಂಕಾರ ಮಾಡಿದರೆ ಮತ್ತಷ್ಟು ರೂಪ ಪಡೆಯುತ್ತದೆ. ಕಥೆಗಳೂ ಅಷ್ಟೇ, ಒಬ್ಬರಿಗೆ ಸಂತೋಷದ ಕೊನೆ ಇಷ್ಟವಾಗುತ್ತೆ, ಇನ್ನೂ ಕೆಲವರಿಗೆ ದುಃಖದ ಕೊನೆ ಇಷ್ಟವಾಗುತ್ತೆ. ಹಾಗೇ ಕೊಲೆ, ಪ್ರೇಮ, ಕಾಮ, ಮುಂತಾದ ಬಗೆಗಳು ಒಬ್ಬೊಬ್ಬರಿಗೆ ಒಂದೊಂದು ಅಭಿರುಚಿ ಇಷ್ಟವಾಗುತ್ತೆ. ಇಲ್ಲಿ ಕಥೆ ಒಂದೇ ಆದರೂ ಅದನ್ನು ಒಪ್ಪುವ ಮನಸ್ಥಿತಿ ಅನೇಕವಾಗಿರುತ್ತೆ. ಕಲ್ಪನೆಗೆ ಜೀವ ಕೊಡಿ ಆದರೆ ಆದಷ್ಟು ನೈಜತೆಗೆ ಹತ್ತಿರವಾಗಿರಲಿ, ಹಾಗೆ ಪ್ರತಿಯೊಂದು ಪಾತ್ರದ ಒಳಹರಿವು ನಿಮ್ಮಲ್ಲಿ ಮೂಡಿದರೆ ಮಾತ್ರ ಕಥೆ ಸಾಧ್ಯ! ಈಗ ನಾನು ಒಂದು ಕಥೆ ಬರೆಯುವಾಗ ಪ್ರತಿಯೊಂದು ಪಾತ್ರದಲ್ಲೂ ತಲ್ಲೀನನಾಗಿ ಮುಂದುವರಿಯಬೇಕು. ಅದನ್ನು ಎಲ್ಲರೂ ಮಾಡುತ್ತಾರೆ. ಆದರೆ ಆ ಪಾತ್ರ ನೈಜತೆಯಿಂದ ಕೂಡಿದ್ದರೆ ಅದನ್ನು ಅನುಕರಣೆ ಮಾಡುವ ಸ್ಥಿತಿ ಕೊಂಚ ಕಡಿಮೆ. ಅದನ್ನ ನೈಜತೆಯಿಂದ ಅನುಭವಿಸಿ ಬರೆಯಬೇಕು. ಈಗ ನಿಮ್ಮೆಲ್ಲರ ಮುಂದೆ ಇರುವ ಈ ಕಥೆ ಬರೆಯಲು ನಾನು ಆ ಸನ್ನಿವೇಶಕ್ಕೆ ಮಾರುಹೋಗಿದ್ದೆ. ಅವರಂತೆ ಅನುಕರಣೆ ಮಾಡಿ ಅವರ ಮನಸ್ಥಿತಿ ಅರಿತು ಬರೆದ ಕಥೆ. ಎಲ್ಲರಂತೆ ಕೂತಲ್ಲೇ ಕಲ್ಪನೆಗೆ ಜೀವ ಕೊಟ್ಟರೆ ಅದು ಕಥೆ ಆಗುತ್ತೆಯೇ ಹೊರತು ದಂತ ಕಥೆಯಾಗಲ್ಲಾ. ನೈಜತೆಗೆ ಹತ್ತಿರವಾಗೋಣ, ಕಲ್ಪನೆ ದೂರ ಮಾಡೋಣ. ಇದಷ್ಟೇ ಹೇಳೋಕೆ ಹೊರಟಿದ್ದು ನಾನು"

ಅವರ ಮಾತು ಮುಗಿಯುತ್ತಿದ್ದಂತೆ ನೆರೆದಿದ್ದ ಎಲ್ಲರೂ ಚಪ್ಪಾಳೆ ತಟ್ಟುವ ಮೂಲಕ ಅಭಿನಂದಿಸಿದರು. ಆ ಜನರ ಗುಂಪಲ್ಲಿ ಪರಶು ಕೂಡ ಒಬ್ಬ. ತಾನು ತಂದಿದ್ದ ನೋಟ್ ಬುಕ್‌ನ ಕೊನೆಯ ಹಾಳೆಯಲ್ಲಿ ಅಷ್ಟೂ ಜನರನ್ನು ಹಿಂದಿಕ್ಕಿ ಆರ್.ವಿ.ಯವರ ಹಸ್ತಾಕ್ಷರ ಪಡೆದು ಸಂತಸಪಟ್ಟಿದ್ದ. ಆರ್.ವಿ.ಯವರ ಕಥೆಯೆಂದರೆ ಹುಚ್ಚು ಅಭಿಮಾನವಿದ್ದ ಅವನಿಗೆ ಆ ಗುಂಪಿನ ನಡುವೆ ಅವರೊಡನೆ ಮಾತನಾಡಲು ಸಾಧ್ಯವಾಗಲಿಲ್ಲ. ಅಷ್ಟರಲ್ಲಿ ಆರ್.ವಿ. ಅಲ್ಲಿಂದ ಕಾರನ್ನು ಏರಿ ಹೊರಟುಹೋದರು. ಪ್ರತಿಯೊಂದು ಚಿತ್ರಣ ಕಣ್ಣ ಮುಂದೆ ಬಂದಿತ್ತು ಪರಶುವಿಗೆ.

ಅಷ್ಟರಲ್ಲಿ ಕಾಲೇಜಿನ ಕರೆಗಂಟೆ ಬಾರಿಸಿತು. ಎಲ್ಲರು ಅಲ್ಲಿಂದ ನೇರವಾಗಿ ಕ್ರಿಕೆಟ್ ಗ್ರೌಂಡ್ ಕಡೆ ಸಾಗಿದರು. ತೇಜ್, ಕವನ, ಪೃಥ್ವಿ, ತರುಣ್, ಧವನ್, ಗೌರವ್, ಓಂಕಾರ್ ಜೊತೆಗೆ ಪರಶು ಕೂಡ ಕೂತನು. ಮೈದಾನದಲ್ಲಿ ಆಡುವವರ ಜೋರಾದ ಶಬ್ದ ಕೇಳುತ್ತಿತ್ತೇ ಹೊರತು ಇಲ್ಲಿರುವ ಎಂಟೂ ಜನರ ಮನಸ್ಸು ಮಾತ್ರ ಮೂಕವಾಗಿ ಉಳಿದಿತ್ತು.

"ಈಗ ಹೇಳಿ ಆ ಸಮಾಧಿ ಬಳಿ ಯಾರು ಮತ್ತೆ ಹೋಗಿದ್ರಿ? ನಾವೆಲ್ಲಾ ಒಟ್ಟಿಗೆ ಹೋಗಿದ್ದು ಮತ್ತು ಒಟ್ಟಿಗೆ ಬಂದ್ದಿದ್ದೂ ಕೂಡ. ನಮ್ಮ ಜೊತೆ ಬರದೆ ಇದ್ದದ್ದು ಪೃಥ್ವಿ ಹಾಗು ಧವನ್ ಮಾತ್ರ! ನೀವೇನಾದ್ರು ನಮ್ಮನ್ನು ಹಿಂಬಾಲಿಸಿ ಬಂದು ಆ ಬುಕ್ಕನ್ನು ವಾಪಸ್ ತೆಗೆದುಕೊಂಡು ಬಂದ್ರ?" ಧವನ್ ಹಾಗು ಪೃಥ್ವಿಯನ್ನು ನೋಡುತ್ತ ಕೇಳಿದ ತೇಜ್.

"ಅಪ್ಪಾ ತಂದೆ ಅವತ್ತು ಪೃಥ್ವಿ ಸ್ಕೂಲ್ ಫ್ರೆಂಡ್ ಎಂಗೇಜ್ಮೆಂಟ್ ಅಂತ ನಾವಿಬ್ಬರೂ ಹೋಗಿದ್ದೆವು. ಅದರ ಸಾಕ್ಷಿಗಾಗಿ ವಾಟ್ಸ್ ಅಪ್‌ನಲ್ಲಿ ಸ್ಟೇಟಸ್ ಕೂಡ ಹಾಕಿದ್ದೆವು. ಅದನ್ನ ನೀವೆಲ್ಲರೂ ನೋಡಿ ಪ್ರತಿಕ್ರಿಯೆ ಕೂಡ ಕೊಟ್ಟಿದ್ದೀರಿ. ಈಗ ನೋಡಿದ್ರೆ ನಮ್ಮನ್ನೇ ಅನುಮಾನದಿಂದ ನೋಡುತ್ತಿದ್ದೀರ?" ಅಸಮಾಧಾನ ವ್ಯಕ್ತ ಪಡಿಸಿದ ಧವನ್.

"ಹೌದು ಕಣೋ ತೇಜ್, ಪೃಥ್ವಿ ಹಾಗು ಧವನ್ ಬೇರೆ ಕಡೆ ಇರುವಾಗ ಸುಮ್ಮನೆ ಅವರ ಮೇಲೆ ಅನುಮಾನ ಪಡೋದು ತಪ್ಪು. ಈಗ ಅದು ಬಿಡಿ ಆ ಬುಕ್ ಹೇಗೆ ಪರಶು ಮನೆಗೆ ಬಂತು ಅಂತ ಯೋಚನೆ ಮಾಡಿ" ಗೌರವ್ ಹೇಳಿದ.

"ಯೋಚನೆ ಮಾಡೋದು ಏನು ಬಂತು! ಮತ್ತೆ ಆ ಬುಕ್ಕನ್ನು ಮೊದಲಿನ ಜಾಗಕ್ಕೆ ಸೇರಿಸಿದರೆ ಆಯ್ತು ಅಷ್ಟೇ" ಎಂದಳು ಕವನ.

"ಲೇ ಕವನ, ನಿನಗೆ ಬದುಕುವ ಆಸೆ ಇದೆಯೋ ಇಲ್ಲವೋ? ಗೊತ್ತಿದ್ದೂ ಗೊತ್ತಿದ್ದೂ ಆ ಜಾಗಕ್ಕೆ ಮತ್ತೆ ಹೋಗಬೇಕು ಅಂತಿಯಾ?" ಎಚ್ಚರಿಸಿದ ಓಂಕಾರ್.

"ಯಾವ ಜಾಗ ಅಂತ ನಾನು ಕೇಳಬಹುದೆ?" ಗುಂಪಿನ ಹೊರಗಿನಿಂದ ಮತ್ತೊಂದು ಪರಿಚಿತ ಧ್ವನಿ ಬಂತು. ಅವರ ಹಿಂದೆ ಸ್ಪೋರ್ಟ್ಸ್ ಮಾಸ್ಟರ್ ಶಿವಾನಂದ್ ಬಂದಿದ್ದರು. ಅವರನ್ನು ನೋಡಿ ಇವರೆಲ್ಲರೂ ತಬ್ಬಿಬ್ಬಾದರು.

"ಅಯ್ಯೋ ಇದೇನ್ರಪ್ಪ! ದೆವ್ವ ನೋಡಿದ ತರ ನನ್ನ ನೋಡಿ ಗಾಬರಿ ಆಗ್ತಿದ್ದೀರ ಏನಾಯ್ತು?"

ಪರಿಸ್ಥಿತಿಯನ್ನು ತಿಳಿಗೊಳಿಸಲು ತರುಣ್ "ಹಾಗೇನಿಲ್ಲ ಸರ್ ಈ ಸಾರಿ ಬೇರೆ ಕಡೆ ಟ್ರಿಪ್ ಹೋಗಬೇಕು ಅಂತ ಮಾತಾಡ್ತಾ ಇದ್ದಿದ್ದು. ಅಷ್ಟರಲ್ಲಿ ನೀವು ಬಂದ್ರಿ ಅಷ್ಟೇ" ಎಂದ.

"ಓ ಹೌದಾ ಸರಿ ಎಂಜಾಯ್ ಗಯ್ಸ್" ಎಂದು ಅಲ್ಲಿಂದ ಹೊರಟು ಹೋದರು ಶಿವಾನಂದ್.

"ಅಬ್ಬಾ ಅಂತೂ ಸ್ವಲ್ಪದರಲ್ಲೇ ತಪ್ಪಿಸಿಕೊಂಡು ಬಿಟ್ವಿ" ನಿಟ್ಟುಸಿರು ಬಿಟ್ಟಳು ಪೃಥ್ವಿ.

"ಇಲ್ಲಿ ಕೇಳಿ ಮತ್ತೆ ನಾವು ಯಾರೂ ಆ ಜಾಗಕ್ಕೆ ಹೋಗೋದು ಬೇಡ ಅಂದರೆ ಆ ಬುಕ್ಕನ್ನು ಸುಟ್ಟು ಹಾಕೋಣ. ಅದರಿಂದ ಇಲ್ಲದ ಚಿಂತೆ ಏಕೆ?

ಪರಶು ನಿಮ್ಮನೆಯಲ್ಲಿರೊ ಆ ಬುಕ್ ತಗೊಂಡು ಬೆಂಕಿಗೆ ಹಾಕು ಅದಕ್ಕೆ ಯಾಕೆ ಇಷ್ಟೊಂದು ಭಯ ಪಡ್ತೀಯ" ಸಲಹೆ ನೀಡಿದ ತೇಜ್.

ಬುಕ್ ಎಂದು ನೆನಪಿಸಿಕೊಂಡವನ ಆಲೋಚನೆ ತನ್ನ ಬ್ಯಾಗ್ ಕಡೆ ಹೋಯಿತು. ಹೆಗಲೇರಿಸಿದ್ದ ಬ್ಯಾಗನ್ನು ಅವರೆಲ್ಲರ ಮುಂದೆ ಹಿಡಿದ ಪರಶು.

"ಬೆಳಗ್ಗನೆ ತಗೊಂಡು ಬಂದಿದ್ದೀಯಾ! ಸರಿ ಇದೇ ಒಳ್ಳೆ ಸಮಯ ಕೊಡಿಲ್ಲಿ" ಎಂದು ಬ್ಯಾಗ್ ಕೈಗೆ ತೆಗೆದುಕೊಂಡನು ಗೌರವ್.

ಬ್ಯಾಗ್ ಜಿಪ್ ತೆಗೆಯುವ ಮೊದಲೇ ಬ್ಯಾಗ್ ಇದ್ದಕ್ಕಿದ್ದಂತೆ ಅದು ಅಲ್ಲಾಡಲು ಶುರುವಾಗಿತ್ತು. "ಬ್ಯಾಗ್‌ನಲ್ಲಿ ಹಾವು, ಚೇಳು ಏನಾದ್ರು ತಂದಿದ್ಯೆನೊ" ಎಂದು ಗಾಬರಿಯಲ್ಲಿ ಕೇಳಿದ ಗೌರವ್. ಆ ದೃಶ್ಯ ನೋಡುತ್ತಿದ್ದ ಉಳಿದವರಿಗೂ ಭಯವಾಗಿತ್ತು.

"ನಾನು ಬೆಳಗ್ಗೆ ತಂದದ್ದು ಒಂದೇ ನೋಟ್ ಬುಕ್. ಮತ್ತೆ ಆ ದ್ವೈತ ಪುಸ್ತಕ ಮನೆಯಲ್ಲೆ ಇದೆ. ಆದರೆ ಈಗ ನಾನು ಬ್ಯಾಗ್ ಕೆಳಗೆ ಹಾಕಿದ್ದು ಅದು ತುಂಬಾ ಭಾರವಾಗಿದೆ ಅನ್ನಿಸುವುದರ ಜೊತೆಗೆ ನನ್ನ ಹೆಗಲನ್ನು ಹಿಂದೆಯಿಂದ ಯಾರೋ ಏರಿ ಕುಳಿತಂತಾಗಿತ್ತು ಅದಕ್ಕೇ ಕೆಳಗೆ ಇಳಿಸಿದ್ದು" ಎಂದನು ಪರಶು.

ಅವನ ಮಾತು ಕೇಳಿ ಎಲ್ಲರೂ ನಕ್ಕರು. "ಹೆದರಿದವನಿಗೆ ಹಗ್ಗವೂ ಹಾವಿನಂತೆ ಕಾಣುತ್ತೆ" ಎಂದನು ತರುಣ್.

ಬ್ಯಾಗ್ ಜಿಪ್ ತೆಗೆದು ಒಳಗೆ ಕೈ ಹಾಕದೆ ಬ್ಯಾಗನ್ನು ತಲೆಕೆಳಗು ಮಾಡಿ ಸುರಿದ ಗೌರವ್. ಅದರಲ್ಲಿ ಇದ್ದದ್ದು ಒಂದೇ ಒಂದು ನೋಟ್ ಬುಕ್. ಅದು ಇಷ್ಟೆಲ್ಲ ಭಯಪಡಿಸಿ ಬಿಡ್ತೆ ಎಂದು ತೇಜ್ ಆ ಪುಸ್ತಕವನ್ನು ಕೈಗೆ ತೆಗೆದುಕೊಂಡ. ಅವನ ಕೈನಿಂದ ಪುಸ್ತಕವನ್ನು ತೆಗೆದುಕೊಂಡ ಪರಶು. ಯಾವುದೋ ಯೋಚನೆಯಲ್ಲಿ ಪುಸ್ತಕವನ್ನು ಉಲ್ಟಾ ಹಿಡಿದವ ಅಚಾನಕ್ ಆಗಿ ಕೊನೆಯ ಹಾಳೆ ತೆಗೆಯುವಂತಾಗಿತ್ತು. ತಕ್ಷಣ ಆ ದೃಶ್ಯ ನೋಡಿ ಪುಸ್ತಕವನ್ನು ಕೆಳಗೆ ಎಸೆದ.

"ಏನಾಯ್ತು ಪರಶು" ಎಂದು ಎಲ್ಲರೂ ಒಕ್ಕೊರಲಿನಿಂದ ಕೇಳಿದರು. "ದ್ ದ್ ದ್ವೈತ!" ಆ ಕೊನೆಯ ಪುಟದಲ್ಲಿ ಬರೆದ ಪದ. ಆರ್.ವಿ. ಎನ್ನುವ ಹಸ್ತಾಕ್ಷರದ ಬದಲು ದ್ವೈತ ಎನ್ನುವ ಹೆಸರು ಮೂಡಿತ್ತು.

* * *

ಆಗ ತಾನೇ ಆಸ್ಪತ್ರೆಗೆ ಬಂದ ಹತ್ತೊಂಬತ್ತರ ಹರೆಯದ ಹುಡುಗಿಯ ದೇಹ ಪರೀಕ್ಷೆಗೆ ಮುಂದಾದ ಡಾಕ್ಟರ್ ನವೀನ್.

"ಸೀನಿಯರ್ ಡಾಕ್ಟರ್ ಜಯಂತ್‌ಗೆ ಏನೂ ಹೇಳದೆ ನೇರವಾಗಿ ಪೋಸ್ಟ್ ಮಾರ್ಟಂಗೆ ತಂದಿದ್ದೀರಲ್ಲಾ ಡಾಕ್ಟರ್" ಸಹಾಯಕ ಹರೀಶ್ ಕೇಳಿದ.

"ನಾನು ಡಾಕ್ಟರ್ ಕಣೋ. ಅವನಿಗೆ ಎಲ್ಲ ಹೇಳಿದ ಮೇಲೆ ನಾನು ಕೆಲ್ಸ ಮುಂದುವರೆಸಬೇಕಾ? ಇಲ್ಲಿ ಪೇಷಂಟ್ ಸ್ಥಿತಿ ನೋಡಿದರೆ ಗೊತ್ತಾಗುತ್ತಿಲ್ಲವಾ, ತಲೆಗೆ ಬಲವಾಗಿ ಪೆಟ್ಟು ಬಿದ್ದು ರಕ್ತ ಹೆಪ್ಪುಗಟ್ಟಿದೆ. ಇನ್ನೇನು ಕೆಲವೇ ಗಂಟೆಗಳಲ್ಲಿ ಮೆದುಳು ಕೆಲ್ಸ ಮಾಡೋದು ನಿಲ್ಲಿಸುತ್ತೆ, ಆಗ ಬದುಕಿದ್ದರೂ ಸತ್ತಂತೆ. ಆಗ ಪೋಸ್ಟ್ ಮಾರ್ಟಂ ಮಾಡೋಕೆ ನನ್ನ ಹತ್ತಿರಾನೆ ಬರಬೇಕು. ಇದೆಲ್ಲಾ ಆ ಜಯಂತ್ ಹೇಳಿದ ಮೇಲೆ ಮಾಡ್ಬೇಕು ಅನ್ನೋ ರೂಲ್ಸ್ ಇಲ್ಲಾ. ನನ್ನ ಕೆಲ್ಸ ನನಗೆ ಗೊತ್ತು ಸುಮ್ಮನೆ ಸಹಾಯ ಮಾಡು" ಆದೇಶ ನೀಡಿದ ಡಾಕ್ಟರ್ ನವೀನ್.

"ಸರಿ ಸರ್" ಎಂದು ಎಲ್ಲ ಉಪಕರಣವನ್ನು ಜೋಡಿಸಿಟ್ಟು ಅಲ್ಲಿಂದ ಹೊರಗೆ ನಡೆಯುತ್ತಿದ್ದವನನ್ನು ತಡೆದ ಡಾಕ್ಟರ್ ನವೀನ್.

"ನೋಡು ಈ ಕೇಸ್ ಬಗ್ಗೆ ಯಾರೆ ಕೇಳಿದರೂ ಪೇಷಂಟ್ ಆಸ್ಪತ್ರೆಗೆ ಬರುವಾಗ ದಾರಿ ಮಧ್ಯದಲ್ಲಿಯೆ ಸತ್ತು ಹೋಗಿದ್ರು ಅಂತ ಹೇಳು" ಎಂದು ಎಚ್ಚರಿಕೆ ನೀಡಿದ.

'ದೊಡ್ಡವರ ವಿಷಯ ನಮಗ್ಯಾಕೆ? ನೀವು ಏನಾದ್ರು ಮಾಡಿಕೊಳ್ಳಿ ನನಗೇನು' ಎಂದು ಮನದಲ್ಲೇ ಅಂದುಕೊಂಡು "ಸರಿ ನೀವು ಹೇಳಿಕೊಟ್ಟ ಹಾಗೇ ಹೇಳುವೆ" ಎಂದು ಹಲ್ಲು ಕಿರಿದು ಅಲ್ಲಿಂದ ಹೊರಟು ಹೋದ ಸಹಾಯಕ ಹರೀಶ್.

ಕೊನೆಯುಸಿರ ದೆಸೆಯಲ್ಲಿ ಪ್ರಜ್ಞೆ ಇಲ್ಲದೆ ಮಲಗಿದ್ದ ಸುಂದರಿಯ ನಗ್ನ ದೇಹಕ್ಕೆ ಆತನ ಕಾಮದ ಕಣ್ಣುಗಳು ಎಚ್ಚೆತ್ತುಕೊಂಡವು. ಮನಸಲ್ಲಿ ಆಶಾ ಪಿಶಾಚಿಯ ಹುಚ್ಚು ಕುಣಿತ ಹೆಚ್ಚಾಗಿತ್ತು. ಕರ್ತವ್ಯ ಕಣ್ಮರೆಯಾಗಿ ಕಾಮಕ್ಕೆ ದಾಸನಾಗಿ ನಿಂತ. ಇದೇನು ಹೊಸ ಕೇಸಲ್ಲಾ, ಇವನ ಬಳಿ ಬರುವ ಪ್ರತಿಯೊಂದು ಹರೆಯದ ಹೆಣ್ಣಿನ ದೇಹಕ್ಕೆ ಇವನಿಂದ ಆಗುತ್ತಿದ್ದ ಕೊನೆ ಸೇವೆಯೇ ಅದು ಎಂದರೂ ತಪ್ಪಲ್ಲ.

ಯಾರೂ ಅತ್ತ ಸುಳಿಯದಿದ್ದದ್ದು ಗಮನಿಸಿ ತನ್ನ ಆಸೆ ತೀರಿಸಿಕೊಂಡ. ಅಷ್ಟರಲ್ಲಿ ಆ ಹುಡುಗಿಯ ಪ್ರಾಣ ಕೂಡ ಹೊರಟು ಹೋಗಿತ್ತು (ಉದ್ದೇಶಪೂರ್ವಕವಾಗಿ ಸಾಯಿಸಲಾಯಿತು).

ಸುಮಾರು ಬೆಳಗಿನ ಜಾವ ನಾಲ್ಕು ಗಂಟೆಗೆ ಪೋಲೀಸರ ಸಮೇತ ಆಸ್ಪತ್ರೆ ಬಾಗಿಲಿಗೆ ಬಂದರು ಶ್ರೀಮತಿ ನ್ಯಾನ್ಸಿ ಡಿಸೋಜಾ ಹಾಗು ಪತಿ ಜೋಸೆಫ್ ಡಿಸೋಜಾ. ರಿಸೆಪ್ಷನ್‌ನಲ್ಲಿ ಎರಡು ಗಂಟೆಗೆ ಹಿಂದೆ ಆಸ್ಪತ್ರೆಗೆ ಅಪಘಾತದ ವಿಷಯವಾಗಿ ಬಂದ ಹುಡುಗಿಯ ಬಗ್ಗೆ ಕೇಳಿ ಮುನ್ನಡೆದ ಸಬ್ ಇನ್ಸ್‌ಪೆಕ್ಟರ್ ಗೌರೀಶ್.

ಅವರ ಹಿಂದೆಯೇ ಸಾಗಲು ಮುಂದಾದ ಪೋಷಕರನ್ನು ತಡೆದ ರಿಸೆಪ್ಷನಿಸ್ಟ್, ಪೇಷಂಟ್ ಬಗ್ಗೆ ಮಾಹಿತಿ ಕೊಟ್ಟು ಮುಂದೆ ಹೋಗಲು ಹೇಳಿದರು.

ಹೆಸರು: ಕ್ಯಾತ್ರಿನ್.

ವಯಸ್ಸು: 19.

ವಿದ್ಯಾಭ್ಯಾಸ: ಇಂಜಿನಿಯರಿಂಗ್ ಸೆಕೆಂಡ್ ಇಯರ್.

ಇಷ್ಟನ್ನು ಹೇಳಿ ಕೊನೆಯಲ್ಲಿ ಸಹಿ ಮಾಡಿ ಪೋಲೀಸ್ ಹಿಂದೆಯೇ ಅಳುತ್ತಾ ಓಡಿದರು. ಡಾಕ್ಟರ್ ನವೀನ್ ಪೋಸ್ಟ್ ಮಾರ್ಟಂ ಮುಗಿಸಿ ಆಗತಾನೆ ಹೊರಗೆ ಬಂದ.

"ಹಲೋ ಡಾಕ್ಟರ್, ನಾನು ಈ ಏರಿಯಾ ಸಬ್ ಇನ್ಸ್‌ಪೆಕ್ಟರ್ ಗೌರೀಶ್" ತನ್ನ ಪರಿಚಯ ಮಾಡಿಕೊಂಡ.

"ಇದೇನು ಸರ್, ಪ್ರತಿಸಲ ಬಂದಾಗಲೂ ನಿಮ್ಮ ಪರಿಚಯ ಮಾಡಿಕೊಳ್ಳುತ್ತ ಇದ್ದೀರಾ, ನೀವೇನು ಹೊಸಬರೇ ನನಗೆ?" ಕೈ ಕುಲುಕುತ್ತ ನುಡಿದ ನವೀನ್.

"ಈ ಕೊಲೆ, ಆಕ್ಸಿಡೆಂಟ್, ಆತ್ಮಹತ್ಯೆ ಎಲ್ಲಾ ಪ್ರಕರಣ ಭೇದಿಸುವಾಗ ಅಲ್ಲಿರುವವರಿಗೆ ನನ್ನ ಪರಿಚಯ ಮಾಡಿಕೊಂಡು ಅದೇ ಅಭ್ಯಾಸವಾಗಿದೆ ಅದಕ್ಕೆ ಹೇಳಿದೆ. ಅಂದ ಹಾಗೆ ಈಗ ನೀವು ಪೋಸ್ಟ್ ಮಾರ್ಟಂ ಮುಗಿಸಿ ಬರುತ್ತ ಇರೋ ಪೇಷಂಟ್ ಎರಡು ಗಂಟೆ ಹಿಂದೆ ನಡೆದ ಆಕ್ಸಿಡೆಂಟ್ ಕೇಸ್‌ನಲ್ಲಿ ಬಂದದ್ದು ತಾನೇ?"

"ಹಾ ಹೌದು, ಬರುವ ದಾರಿಯಲ್ಲೇ ಪ್ರಾಣ ಹೋಗಿತ್ತು. ಅದಕ್ಕೆ ಪೋಸ್ಟ್ ಮಾರ್ಟಂ ಪ್ರೊಸಿಜರ್ ಮುಗಿಸಿ ಈಗಷ್ಟೇ ಹೊರಗೆ ಬಂದೆ."

"ಪೇಷಂಟ್ ಕಡೆಯವರು ಯಾರಾದರೂ ಬಂದಿದ್ದಾರಾ? ಅಥವಾ ಆಕ್ಸಿಡೆಂಟ್ ಮಾಡಿರುವವನು ಸಿಕ್ಕಿದ್ನ? ಆ ವಿಚಾರಣೆಗಾಗಿ ಬಂದಿದ್ರೆ ಕ್ಷಮಿಸಿ ಇನ್ಸ್‌ಪೆಕ್ಟರ್. ಪೇಷಂಟ್ ಈಗ ಬದುಕಿಲ್ಲ. ನಿಮಗೆ ಆಕೆಯಿಂದ ಯಾವುದೇ ಮಾಹಿತಿ ಕೂಡ ಸಿಗಲ್ಲ."

"ಹಾ ಗೊತ್ತಾಯ್ತು, ರಿಸೆಪ್ಷನ್‌ನಲ್ಲಿ ವಿಚಾರಿಸಿಯೆ ಬಂದದ್ದು. ಆ ಹುಡುಗಿ ಆತ್ಮಕ್ಕೆ ಶಾಂತಿ ಸಿಗಲಿ. ಇದು ಬೇರೆ ಯಾರೋ ಆಕ್ಸಿಡೆಂಟ್ ಮಾಡಿರೋದಲ್ಲ. ಆ ಹುಡುಗಿ ಫ್ರೆಂಡ್ಸ್ ಜೊತೆ ಪಾರ್ಟಿಗೆ ಹೋಗಿದ್ದಳಂತೆ. ಅಲ್ಲಿ ಫುಲ್ ಕುಡಿದು ಅದೇ ಮತ್ತಲ್ಲಿ ಒಬ್ಬಳೇ ಸ್ಕೂಟಿನಲ್ಲಿ ಬರುವಾಗ ತನಗೆ ತಾನೇ ಮರಕ್ಕೆ ಡಿಕ್ಕಿ ಹೊಡೆದು ಆಕ್ಸಿಡೆಂಟ್ ಮಾಡಿಕೊಂಡಿದ್ದಾಳೆ. ಆಗ ಯಾರೋ ನೋಡಿ ಆಂಬುಲೆನ್ಸ್‌ಗೆ ಫೋನ್ ಮಾಡಿ ಇಲ್ಲಿಗೆ ಕಳಿಸಿಕೊಟ್ಟಿದ್ದಾರೆ. ನಮಗೂ ಫೋನ್ ಮಾಡಿ ತಿಳಿಸಿದ್ರು. ಅಷ್ಟರಲ್ಲಿ ಮಗಳು ಇನ್ನೂ ಬಂದಿಲ್ಲ ಅಂತ ಆ ಹುಡುಗಿ ತಂದೆ ತಾಯಿ ಇಬ್ಬರೂ ಸ್ಟೇಷನ್‌ಗೆ ಬಂದ್ರು. ಅದಕ್ಕೆ ಶವ ಗುರುತು ಹಿಡಿಯೋಕೆ ಅವರನ್ನು ಕರೆದುಕೊಂಡು ಬಂದೆ. ಶವ ಹೊರಗೆ ಕೊಡಿ ಪೋಷಕರಿಗೆ ತೋರಿಸಬೇಕು."

"ಐದು ನಿಮಿಷ ಇರಿ" ಎಂದು ಸಹಾಯಕ ಹರೀಶನನ್ನು ಕರೆದು ಒಳಗಿರುವ ಶವಯನ್ನು ಹೊರಗೆ ತರುವಂತೆ ಹೇಳಿದ.

ಅಷ್ಟರಲ್ಲಿ ಅಲ್ಲಿಗೆ ಬಂದ ಪೋಷಕರು ಕ್ಯಾತ್ರಿನ್ ಶವ ಹೊರಗೆ ಬರುತ್ತಲೇ ಮುಗಿಲು ಮುಟ್ಟುವಂತೆ ಆಕ್ರಂದನ ಶುರು ಮಾಡಿದ್ದರು. ಅವರನ್ನು ಸಂತೈಸುವಲ್ಲಿ ಪೋಲೀಸ್ ಸಬ್ ಇನ್ಸ್‌ಪೆಕ್ಟರ್ ಹರಸಾಹಸಪಟ್ಟ. ಕ್ಯಾತ್ರಿನ್‌ಳ ಶವಯನ್ನು ಪೋಷಕರಿಗೆ ನೀಡಿ ಅಂತ್ಯಸಂಸ್ಕಾರದ ಕಡೆ ಗಮನ ಹರಿಸಲು ಹೇಳಿ ಅಲ್ಲಿಂದ ಹೊರಟುಹೋದರು.

"ಇಲ್ಲಿವರೆಗೂ ಹೇಳಿದ ಕಥೆ ಕಲ್ಪನೆಯೂ ಇರಬಹುದು, ಹಾಗೇ ನೈಜತೆಯೂ ಇರಬಹುದು. ಅದಕ್ಕೆ ಸಾಕ್ಷಿ ಇಲ್ಲ ಅನ್ನೊ ಕಾರಣಕ್ಕೆ ಕಥೆ ಅನ್ನೋದಿಕ್ಕೂ ಆಗಲ್ಲ, ಆಧಾರ ಇದ್ದರೆ ನ್ಯಾಯ ಕೊಡಿಸುವ ಉದ್ದೇಶ ಕೂಡ ಇಲ್ಲಾ. ಅವರವರಿಗಾದ ಅನ್ಯಾಯಕ್ಕೆ ಅವರವರೇ ಹೋರಾಡಬೇಕು. ಬೇಕಾದರೆ ಅವರ ಕಡೆಯವರು ಕೂಡ ಹೋರಾಡಬಹುದು. ವ್ಯಕ್ತಿ ಸತ್ತನೆಂದು ಅವರ ಕಡೆಯವರು ಹಣದ ಆಸೆಗೊ, ಮಾನ ಮರ್ಯಾದೆಗೊ, ಜೀವ ಬೆದರಿಕೆಗೊ ಅಂಜಿ ಹಿಂದೆ ಸರಿದರೆ ಯಾರೂ ಏನು ಮಾಡೋಕೆ ಆಗಲ್ಲ ಅಲ್ವ? ನೀವು ಏನಂತೀರಾ ಡಾಕ್ಟರ್?" ಅದಾಗಲೇ ಡಾಕ್ಟರ್ ಹಣೆಯ ಮೇಲೆ ಬೆವರು ತೊಟ್ಟಿಕ್ಕುತ್ತಿತ್ತು.

"ಹಾ ಹಾ ನೀವು ಹೇಳಿದ್ದು ಸರಿಯಿದೆ ಯಾರೂ ಏನೂ ಮಾಡೋಕೆ ಆಗಲ್ಲ" ಹಣೆಯ ಮೇಲಿನ ಬೆವರು ಒರೆಸಿಕೊಳ್ಳುತ್ತಾ ನುಡಿದ ಡಾಕ್ಟರ್.

'ಇವನು ನನ್ನ ಬಗ್ಗೆನೆ ಹೇಳುತ್ತಿದ್ದಾನ? ಅಥವ ಇದು ಕಥೆ ಬಗ್ಗೆನ? ಸತ್ಯ ಗೊತ್ತಿದ್ದೂ ಗೊತ್ತಿಲ್ಲದಂತೆ ನಟನೆ ಮಾಡುತ್ತಾ ಕಥೆ ರೂಪದಲ್ಲಿ ಅವನ ಕಲ್ಪನೆ ಹೇಳುತ್ತಿದ್ದಾನ? ಅಥವಾ ಏನೂ ಗೊತ್ತಿಲ್ಲದೆ ಕಥೆ ಕಟ್ಟಿ ಹೇಳುತ್ತಿದ್ದಾನ?' ಕೆಲವು ದಿನಗಳ ಹಿಂದೆ ಆ ಕ್ಯಾತ್ರಿನ್ ತಂದೆ ತಾಯಿ ಬಂದು ಗಲಾಟೆ ಮಾಡಿದಾಗ ತಾನು ಹಾಗೂ ಒಂದಷ್ಟು ಸಹಚರರು ಅವರನ್ನು ಹೆದರಿಸಿದ್ದು ಹಾಗೆ ಮಗಳ ಬಗ್ಗೆ ಅಪಪ್ರಚಾರ ಮಾಡುತ್ತೇವೆ ಎಂದು ಬೆದರಿಕೆ ಹಾಕಿ ವಾಪಸ್ಸು ಕಳಿಸಿದ್ದು ಎಲ್ಲವೂ ನೆನಪಿಗೆ ಬಂದು 'ಇದಕ್ಕೆಲ್ಲ ಸೂತ್ರಧಾರಿ ಇವನೇನ?' ಎಲ್ಲ ಆಯೋಮಯವಾದಂತೆ ಎನಿಸಿತ್ತು.

"ಅಯ್ಯೋ ಕಥೆ ಕೇಳಿನೆ ಬೆವೆತು ಬಿಟ್ರಲ್ಲಾ ಡಾಕ್ಟರ್, ಪಕ್ಕದಲ್ಲಿ ನೀರಿನ ಬಾಟಲ್ ಇದೆ ಕುಡಿಯಿರಿ" ಎಂದು ತಾವೆ ಎದ್ದು ನೀರಿನ ಬಾಟಲಿಯನ್ನು ಡಾಕ್ಟರ್ ಕೈಗಿತ್ತರು ಆರ್.ವಿ.

"ನಾನೊಬ್ಬ ಕಥೆ, ಕವಿತೆ ಅಂತ ಅದೇ ಗುಂಗಲ್ಲಿ ಕಳೆದು ಹೋಗ್ಬಿಡ್ತೀನಿ, ಬಂದಾಗಿನಿಂದ ನಿಮ್ಮ ಹೆಸರು ಕೇಳೋದೆ ಮರೆತೆ" ಎನ್ನುತ್ತ ಟೇಬಲ್ ಮೇಲಿದ್ದ "ಡಾಕ್ಟರ್ ನವೀನ್" ನಾಮಫಲಕವನ್ನು ಜೋರಾಗಿ ಓದುತ್ತಾ "ಇದನ್ನೇ ನೋಡಿ ಕಾಕತಾಳೀಯ ಅನ್ನೋದು. ನನ್ನ ಕಥೆಯಲ್ಲಿ ಬರುವ ಡಾಕ್ಟರ್ ಹೆಸರು

ನವೀನ್ ಅಂತ. ಅವರು ಪೋಸ್ಟ್ ಮಾರ್ಟಂ ಮಾಡುವ ಡಾಕ್ಟರ್. ನೀವು ಕೂಡ ಅದೇ ಅಲ್ವ ಮಾಡೋದು" ಮುಖದಲ್ಲಿ ನಗುವಿದ್ದರೂ ಮಾತಿನಲ್ಲಿ ಕತ್ತಿಯ ಹರಿತವಿತ್ತು.

"ಹೌದು ಕಾಕತಾಳೀಯ, ಕಾಕತಾಳೀಯ. ಈಗ ನೀವು ಬಂದ ವಿಷಯ ಏನು ಅಂತ ಹೇಳಿ" ಡಾಕ್ಟರ್ ನವೀನ್ ಮಾತಿನಲ್ಲಿ ತೊದಲು ಶುರುವಾಗಿತ್ತು.

'ನನ್ನ ರಹಸ್ಯ ಯಾವ ಕ್ಷಣದಲ್ಲಿ ಹೊರಗೆ ಬರುವುದೋ? ಇವನು ಪತ್ರಿಕೆಯವನಾಗಿದ್ದರೆ ಆಸ್ಪತ್ರೆಯ ಏಳಿಗೆ ಕಂಡು ಅಸೂಯೆಯಿಂದ ಅಪಪ್ರಚಾರ ಮಾಡುತ್ತಾನೆ ಅಂತ ಇವನನ್ನೇ ತಪ್ಪಿತಸ್ಥನನ್ನಾಗಿ ಮಾಡೋಣವೆಂದುಕೊಂಡರೆ ನನ್ನ ಮುಂದೇನೆ ನಾನು ಮಾಡಿದ ಕೆಲಸ ಹೇಳಿ ಅದು ಕಥೆ ಅಂತ ಕೊನೆಯಲ್ಲಿ ಹೇಳ್ತಾನೆ. ಯಾರನ್ನು ನಂಬಿದರೂ ಈ ಸಾಹಿತಿಗಳನ್ನು ನಂಬಬಾರದು. ಇಲ್ಲದ್ದು ಹೇಳಿದರೂ ಅದನ್ನು ನಂಬುವ ಸ್ಥಿತಿಗೆ ಸಮಾಜ ತಲುಪಿದೆ. ಇವನಿಗೆ ಸಮಾಜದಲ್ಲಿ ಒಳ್ಳೆ ಹೆಸರು ಕೂಡ ಇದೆ. ಬೇಡ ಅನ್ನೋಕೂ ಆಗದೇ, ಇರು ಅನ್ನೋಕು ಆಗದ ಪರಿಸ್ಥಿತಿಯಲ್ಲಿ ಸಿಲುಕಿ ಬಿಟ್ಟೆ. ಪರ್ಮಿಷನ್ ಕೇಳದೆಯೆ ಗೂಢಾಚಾರಿ ಕೆಲಸ ಮಾಡಿ ನನ್ನ ನಿಜ ಬಣ್ಣ ತಿಳಿದವನಿಗೆ ಈಗ ಇರು ಅಂತ ಹೇಳಿ ಕುತ್ತಿಗೆ ಮಟ್ಟ ಮುಳುಗಿಸಿದ್ದು ಸಾಲದು ತಲೆ ಸಮೇತ ಮುಳುಗಿಸು ಅಂತ ನಾನೇ ಹೇಳಿದ ಹಾಗಾಗುತ್ತೇ. ಇಂತಹ ಪರಿಸ್ಥಿತಿಯಲ್ಲಿ ಇವನನ್ನು ಹೊರಗೆ ಬಿಡುವುದಕ್ಕಿಂತ. ಇಲ್ಲೇ ಇರೋಕೆ ಹೇಳಿ ಆಮೇಲೆ ಇವನಿಗೂ ಒಂದು ಗತಿ ಕಾಣಿಸುವ. ಎಷ್ಟೋ ಜನರ ದೇಹವನ್ನು ಕರುಣೆ ಇಲ್ಲದೆ ಕುಯ್ದು ನನಗೆ ಇವನ ದೇಹ ಕೂಡ ಕತ್ತರಿಸಿ ಹಾಕುವ ಭಾಗ್ಯವನ್ನು ಆ ದೇವರು ಆದಷ್ಟು ಬೇಗ ಕೊಡಲಿ' ಎಂದು ಮನದಲ್ಲೇ ಗಟ್ಟಿ ನಿರ್ಧಾರ ಮಾಡಿದ.

"ಡಾಕ್ಟರ್ ಡಾಕ್ಟರ್" ಎಚ್ಚರಿಸಿದರು ಆರ್.ವಿ.

"ಕ್ಷಮಿಸಿ ಮಿಸ್ಟರ್ ಆರ್.ವಿ. ನಿಮ್ಮ ಬರವಣಿಗೆ ಅಂದ್ರೆ ಓದುಗರು ಊಟ ನಿದ್ದೆ ಬಿಟ್ಟು ಓದುತ್ತಾರೆ. ಅಂಥದ್ದರಲ್ಲಿ ಈ ನಿಮ್ಮ ಕಥಾ ಪಥದಲ್ಲಿ ನಾನು ಇಷ್ಟೂ ಸಹಾಯ ಮಾಡದೆ ಇದ್ರೆ ಏನು ಚೆಂದ ಹೇಳಿ. ನಿಮಗೆ ಎಷ್ಟು ದಿನ ಬೇಕೊ ಅಷ್ಟೂ ದಿನ ನೀವಿಲ್ಲಿ ಇರಬಹುದು"

"ನಿಮ್ಮಿಂದ ತುಂಬಾ ದೊಡ್ಡ ಉಪಕಾರವಾಯ್ತು ಡಾಕ್ಟರ್. ಎಲ್ಲರೂ ಹೇಳೋದು ನಿಜಾ ಈ ಆಸ್ಪತ್ರೆಯಲ್ಲಿ ಯಾವ ಸೀನಿಯರ್ ಡಾಕ್ಟರ್‌ಗೂ ಕಡಿಮೆ ಇಲ್ಲಾ ನಿಮ್ಮ ಪ್ರಭಾವ ಎಂದು. ನಾನಿನ್ನು ಬರ್ತೀನಿ" ಎಂದು ನಗುತ್ತಲೇ ಅಲ್ಲಿಂದ ಎದ್ದು ಹೊರಗೆ ಬಂದರು ಆರ್.ವಿ.

'ನನ್ನ ಕಥೆಗಾಗಿ ಇಲ್ಲಿಗೆ ಬಂದೆ ಆದರೆ ಇಲ್ಲಿ ನನಗೆ ತಿಳಿಯದ ದೊಡ್ಡ ಕಾದಂಬರಿಯೆ ಇದೆ. ಅದರ ಒಂದು ಪುಟ ಮಾತ್ರ ನನಗೆ

ತಿಳಿದಿದೆ. ಉಳಿದದ್ದು ಕೂಡ ಆದಷ್ಟು ಶೀಘ್ರವೇ ತಿಳಿಯುವೆ. ಇಲ್ಲಿ ಬೇರೆ ಚಟುವಟಿಕೆ ಕೂಡ ನಡೆಯುತ್ತಿರಬಹುದು. ಇನ್ಮೇಲೆ ಇಲ್ಲೆ ಇರ್ತೀನಲ್ಲ; ಎಲ್ಲ ತಿಳಿಯುತ್ತೆ.'

ಆರ್.ವಿ. ಮತ್ತೆ ಆ ನರಕ ದರ್ಶನ ಮಾಡಬೇಕೆ ಎಂದು ಮೊದಲಿಗೆ ಅಂದುಕೊಂಡಿದ್ದು ಆಸ್ಪತ್ರೆಯ ಈ ವಿಚಾರವಾಗಿಯೆ. ಆದರೆ ಕ್ಯಾತ್ರಿನ್ ವಿಷಯ ಬಹಿರಂಗವಾದದ್ದು ಮಾತ್ರ ತಿಳಿಸಲಿಲ್ಲ; ಅದು ಆರ್.ವಿ.ಯವರಲ್ಲೇ ಉಳಿದು ಬಿಟ್ಟಿತು.

ಲೇಖಕರಿಗೆ ಮಾಹಿತಿ ಸಿಕ್ಕರೆ ಸಾಕು, ಅದಕ್ಕೆ ಇಂಥವರೇ ಹೇಳಿದರು ಎಂದು ಉಲ್ಲೇಖ ಮಾಡಿ ಅವರನ್ನು ಬೇರೊಂದು ಅಪಾಯಕ್ಕೆ ಸಿಲುಕಿಸುವ ಉದ್ದೇಶ ಇರುವುದಿಲ್ಲ. ಆಗ ಎಷ್ಟೋ ಕಾಣದ ಶಕ್ತಿಗಳ ಕೆಟ್ಟ ಕೆಲಸ ಕಾಣಿಸಿಕೊಳ್ಳದೆ ಸಹಾಯ ಮಾಡುವ ಮನೋಭಾವದವರಿಂದ ತಿಳಿದು ಸಮಾಜಕ್ಕೆ ಒಳಿತಾಗುತ್ತದೆ.

* * *

ಪುಸ್ತಕದಲ್ಲಿನ ಆರ್.ವಿ.ಯವರ ಹಸ್ತಾಕ್ಷರ ಮಾಯವಾಗಿ ದ್ವೈತ ಎಂದು ಕಂಡದ್ದು ನೋಡಿದ ಎಲ್ಲರಿಗೂ ಆತಂಕವಾಗಿತ್ತು. ಸಮಾಧಾನ ತಂದುಕೊಂಡು ತೇಜ್ ಎಲ್ಲರನ್ನು ಭಯಪಡದಂತೆ ಸಂತೈಸಿ, ಆ ನೋಟ್ ಬುಕ್ಕನ್ನು ತನ್ನ ವಶಕ್ಕೆ ತೆಗೆದುಕೊಂಡು "ಈ ವಿಷಯವನ್ನು ಎಲ್ಲರು ನನಗೆ ಬಿಡಿ. ನಾನೆ ಇದಕ್ಕೆ ಒಂದು ಗತಿ ಕಾಣಿಸುವೆ. ಗೌರವ್ ನೀನು ಪರಶುನನ್ನು ಅವನ ಮನೆಗೆ ಡ್ರಾಪ್ ಮಾಡು. ಉಳಿದವರು ಹೊರಡಿ" ಎಂದು ಅಲ್ಲಿಂದ ಕಳಿಸಿದ.

ಬೇಸರದ ಮುಖ ಹೊತ್ತು ಮನೆಗೆ ಬಂದ ಪರಶು ರಾತ್ರಿ ಊಟಕ್ಕೆ ಕರೆದರೂ ಬಾರದೆ ರೂಮ್ ಒಳಗೆ ಭಯದಿಂದ ಮುಸುಕು ಹೊತ್ತು ಮಲಗಿದ. ದ್ವೈತ ಪುಸ್ತಕದ ಕಡೆ ದೃಷ್ಟಿ ಕೂಡ ಹರಿಸಲಿಲ್ಲ. ಯಾವಾಗ ನಿದ್ದೆ ಹತ್ತಿತೊ ಆ ದೇವರಿಗೆ ಗೊತ್ತು.

"ಕಳೆದ ಭಾನುವಾರ ಯಾರೋ ದುಷ್ಕರ್ಮಿಗಳು ಖ್ಯಾತ ಲೇಖಕ ಆರ್.ವಿ.ಯವರ ಸಮಾಧಿಯನ್ನು ಧ್ವಂಸಗೊಳಿಸಿದ್ದಾರೆ. ಸರಿಯಾದ ಜಾಗರೂಕತೆ ವಹಿಸದ ಕಾರಣ ಈ ಘಟನೆ ತಡವಾಗಿ ಬೆಳಕಿಗೆ ಬಂದಿದೆ, ಪೊಲೀಸರು ಕಾರ್ಯಪ್ರವೃತ್ತರಾಗಿ ಇದರ ತನಿಖೆಯಲ್ಲಿ ತೊಡಗಿದ್ದಾರೆ. ಆದಷ್ಟು ಬೇಗ ಅಪರಾಧಿಗಳನ್ನು ಕಂಡು ಹಿಡಿಯುತ್ತೇವೆ ಎಂದು ಭರವಸೆ ನೀಡಿದ್ದಾರೆ" ಟಿವಿಯಲ್ಲಿ ಈ ಬಗ್ಗೆ ಸುದ್ದಿ ಪ್ರಸಾರವಾಗುವುದು ಮಲಗಿದ್ದ ಪರಶುವನ್ನು ಬಡಿದೆಬ್ಬಿಸಿತು. ಹೃದಯ ಬಡಿತ ಜೋರಾಗಿತ್ತು "ಅಮ್ಮ ಅಮ್ಮಾ" ಎನ್ನುತ್ತಲೇ ಹಾಸಿಗೆಯಿಂದ ಕೆಳಗೆ ಬಿದ್ದ ಪರಶು.

“ಅದಕ್ಕೇನು, ಬರಬಹುದು. ಆದರೆ ಅಲ್ಲಿನ ವಾತಾವರಣ, ರೋಗಿಗಳ ಮನಸ್ಥಿತಿ ಕಂಡು ನೀವು ಮನಸ್ಸನ್ನು ಹಾಳು ಮಾಡಿಕೊಳ್ಳದಿದ್ದರೆ ಅಷ್ಟೆ ಸಾಕು. ಬನ್ನಿ ಹೋಗೋಣ” ಎಂದು ಇಬ್ಬರು ವಾರ್ಡ್ ಬಾಯ್ಸ್ ಜೊತೆಯಲ್ಲಿ ಪ್ರತಿ ಮಾನಸಿಕ ರೋಗಿಗಳ ಕೊಠಡಿ ಕಡೆ ನಡೆದರು.

ಒಬ್ಬೊಬ್ಬರದ್ದು ಒಂದೊಂದು ವಿಚಿತ್ರ ಖಾಯಿಲೆ. ನೋಡಲು ಸುಂದರವಾಗಿ ಕಂಡರೂ ಅವರ ಮನಸ್ಥಿತಿ ಅವರ ಸ್ತಿಮಿತದಲ್ಲೇ ಇರುತ್ತಿರಲಿಲ್ಲ. ಚಿಕ್ಕ ಮಕ್ಕಳಂತೆ ಗಲಾಟೆ ಮಾಡುತ್ತಾ ಕೆಲವರು ವರ್ತಿಸಿದರೆ ಇನ್ನೂ ಕೆಲವರು ಯಾವುದೇ ಪ್ರತಿಕ್ರಿಯೆಗೆ ಸ್ಪಂದಿಸದ ಅಸಹಜ ಸ್ಥಿತಿಯಲ್ಲಿದ್ದರು.

ಡಾಕ್ಟರ್ ಹೇಮಂತ್ ತಮ್ಮ ಕರ್ತವ್ಯವನ್ನು ಪಾಲಿಸುತ್ತಾ ಪೇಷಂಟ್‌ಗಳನ್ನು ಮಕ್ಕಳಂತೆ ಮಾತನಾಡಿಸುತ್ತ ಅವರಿಗೆ ಅರಿವಿರದಂತೆ ಚುಚ್ಚುಮದ್ದು ನೀಡಿ ಮಾತ್ರೆಯನ್ನು ಚಾಕೊಲೇಟ್ ಎಂದು ಹೇಳಿ ನುಂಗಲು ಕೊಡುತ್ತಿದ್ದರು. ಅದನ್ನು ಅತ್ತಿಂದಿತ್ತ ಎಸೆದು ರಂಪ ಮಾಡುವ ಪೇಷಂಟ್ ನೋಡಿ ಸ್ವತಃ ಆರ್.ವಿ.ಯವರಿಗೆ ಕೋಪ ಬರುತ್ತಿತ್ತು ಆದರೆ ಡಾಕ್ಟರ್ ಹೇಮಂತ್ ಮಾತ್ರ ಏನೂ ಸಮಸ್ಯೆಯೆ ಇಲ್ಲದವರಂತೆ ರೋಗಿಗೆ ಅವನ ರೀತಿಯಲ್ಲೇ ವರ್ತಿಸಿ ಮಾತ್ರೆ ನುಂಗಿಸುತ್ತಿದ್ದರು

‘ನಿನ್ನೆ ನೋಡಿದ ನರರೂಪ ರಾಕ್ಷಸ ಡಾಕ್ಟರ್ ನವೀನ್‌ನನ್ನು ನೆನೆದರೆ ರಕ್ತ ಕುದಿಯುತ್ತದೆ; ಆದರೆ ಈ ಡಾಕ್ಟರ್ ಹೇಮಂತ್ ಎಂತಹ ಸೌಮ್ಯಜೀವಿ. ಎಲ್ಲ ಡಾಕ್ಟರ್ ಒಂದೇ ರೀತಿ ಅಲ್ಲ ಅನ್ನೊದು ಇಂತಹವರನ್ನು ನೋಡಿದರೆ ಮಾತ್ರ ತಿಳಿಯುತ್ತದೆ’ ಎಂದು ಹೆಮ್ಮೆಪಟ್ಟರು ಆರ್.ವಿ. ರೌಂಡ್ಸ್ ಮುಗಿಸಿ ಬಂದು ಡಾಕ್ಟರ್ ಹೇಮಂತ್ ಜೊತೆ ಮಾತಿಗಿಳಿದರು ಆರ್.ವಿ.

“ಡಾಕ್ಟರ್ ನನಗೆ ಮಾನಸಿಕ ರೋಗಿಗಳ ಕುರಿತು, ಅವರ ವರ್ತನೆ ಹಾಗೂ ಅದರ ಹಿಂದಿನ ಸ್ಥಿತಿಗತಿ ಬಗ್ಗೆ ಒಂದಷ್ಟು ವಿವರಣೆ ಕೊಡ್ತೀರಾ? ಸಾಮಾನ್ಯವಾಗಿ ಮಾನಸಿಕ ರೋಗಿ ಅಂದ್ರೆ ಹುಚ್ಚರು ಅನ್ನೊ ಭಾವನೆ ಮನದಲ್ಲಿ ಮೂಡುತ್ತೆ ಆದರೆ ಅದನ್ನೂ ಮೀರಿದ ವಿವರಣೆ ತಜ್ಞರಾದ ನಿಮಗೆ ಮಾತ್ರ ತಿಳಿದಿದೆ ಅನ್ಕೊಂಡು ಕೇಳುತ್ತಿದ್ದೇನೆ”

“ಮಿಸ್ಟರ್ ಆರ್.ವಿ. ಮಾನಸಿಕ ಅಸ್ವಸ್ಥತೆ ಅಂದರೆ ಅದೇನೂ ವಾಸಿಯಾಗದ ಖಾಯಿಲೆಯಲ್ಲ ಅನ್ನೋದು ನಿಮಗೂ ಗೊತ್ತು. ಜ್ವರ, ನೆಗಡಿ, ಕೆಮ್ಮು, ತಲೆನೋವು ಇವೆಲ್ಲ ಹೇಗೆ ದೇಹದ ಮೇಲೆ ಪರಿಣಾಮ ಬೀರಿ ನಂತರ ತೆಗೆದುಕೊಳ್ಳುವ ಚಿಕಿತ್ಸೆಯಿಂದ ವಾಸಿಯಾಗುತ್ತದೆಯೊ ಇದು ಹಾಗೇ. ಅವಕ್ಕೆಲ್ಲ ಕೆಲವು ದಿನಗಳ ಆರೈಕೆ ಬೇಕು ಆದರೆ ಮಾನಸಿಕ ರೋಗಕ್ಕೆ ನಿರ್ದಿಷ್ಟ ಸಮಯದ ಮಿತಿ ಇಲ್ಲ. ಅದು ತಿಂಗಳುಗಳು ಆಗಬಹುದು, ವರ್ಷಗಳು ಆಗಬಹುದು! ಆದರೆ ಅಲ್ಲಿಯವರೆಗೂ ಸರಿಯಾದ ಕ್ರಮದಲ್ಲಿ ಚಿಕಿತ್ಸೆ ನೀಡಿದರೆ ಖಂಡಿತ ವಾಸಿಯಾಗುತ್ತದೆ. ಇದರ ಬಗ್ಗೆ ಮತ್ತಷ್ಟು ಸಂಕ್ಷಿಪ್ತವಾಗಿ ಹೇಳುವೆ ಕೇಳಿ.

"ಮೊದಲು ಮಾನಸಿಕ ಖಿನ್ನತೆಗೊಳಪಟ್ಟ ಲಕ್ಷಣಗಳ ಬಗ್ಗೆ ಹೇಳುವೆ ಕೇಳಿ.

ಮೊದಲನೆಯದಾಗಿ: ಸ್ಕಿಜೋಫ್ರಿನಿಯ

ಈ ಖಾಯಿಲೆಯಿಂದ ಅತಿರೇಕದ ವರ್ತನೆ, ತೀವ್ರ ಖಿನ್ನತೆ, ಗೀಳುರೋಗ, ಭಾವನೆಗಳನ್ನು ನಿಯಂತ್ರಿಸಲಾಗದೇ ಉನ್ಮಾದ ಕಾಯಿಲೆಗೊಳಗಾಗುವುದು. ವಾಸ್ತವ ಮತ್ತು ಕಲ್ಪನೆಗಳ ನಡುವಿನ ವ್ಯತ್ಯಾಸ ಗುರುತಿಸಲಾಗದ ಸ್ಥಿತಿ. ಭಯ, ಸಂದೇಹ, ಕಳವಳ. ಎರಡನೆಯದು ಇತರರೊಂದಿಗೆ ವ್ಯವಹರಿಸುವಾಗ, ಭಾವನೆಗಳನ್ನು ವ್ಯಕ್ತಪಡಿಸುವಾಗ ವಿಭಿನ್ನ ರೀತಿ ವರ್ತಿಸುವುದು. ಅಂದರೆ ಇವರ ವ್ಯಕ್ತಿತ್ವದಲ್ಲೇ ದೋಷವಿರುತ್ತದೆ. ದುಶ್ಚಟಗಳ ದಾಸರಾಗಿ ಹಣ ಮತ್ತು ಶರೀರ ಎರಡನ್ನೂ ಕಳೆದುಕೊಳ್ಳುವವರು. ಮದ ಹಾಗೂ ಅಮಲಿನ ಲೋಕದಲ್ಲಿ ತೇಲುತ್ತ ವಿವೇಚನೆ ಕಳೆದುಕೊಂಡವರು.

ಎರಡನೆಯದು: ಇನ್ಸೋಮ್ನಿಯಾ

ಹಲವರು ಒತ್ತಡದಿಂದ ನಿದ್ರಾಹೀನತೆ ಸಮಸ್ಯೆ ಎದುರಿಸುತ್ತಿದ್ದಾರೆ. ಸರಿಯಾದ ಸಮಯದಲ್ಲಿ ಊಟ ಮಾಡದ ಕಾರಣಕ್ಕೆ ಜೈವಿಕಚಕ್ರದಲ್ಲಿ ಏರುಪೇರಾಗುವುದರಿಂದ ನಿದ್ರೆ ಮಾಡುವುದಿಲ್ಲ. ಇದರ ಪರಿಣಾಮ ಮರುದಿನವಿಡೀ ಸುಸ್ತು ಆಯಾಸಕ್ಕೊಳಗಾಗುತ್ತಾರೆ. ಯಾರಾದರೂ ಮಾತನಾಡಿಸಿದರೆ ಸಿಡಿ ಸಿಡಿ ಮಾಡುತ್ತಾರೆ. ಲವಲವಿಕೆ ಇರುವುದಿಲ್ಲ. ಕಳೆಗುಂದಿದ ಮುಖ ಮಾಡಿಕೊಂಡು ಯಾಂತ್ರಿಕವಾಗಿ ಕೆಲಸ ನಿರ್ವಹಿಸುತ್ತಿರುತ್ತಾರೆ

ಮೂರನೆಯದಾಗಿ: ನಾರ್ಕೋಲೆಪ್ಸಿ

ಮಾನಸಿಕ ಸ್ವಾಸ್ಥವನ್ನು ಹಾಳುಗೆಡವುತ್ತದೆ. ನಿದ್ರೆ ಮಾಡುತ್ತಿರುವಾಗ ಎದ್ದೇಳುವುದು. ಇಲ್ಲವೇ ಅತಿಯಾದ ನಿದ್ರೆ ಮಾಡುವುದು. ಊಟ ಆಟ ಯಾವುದರ ಅರಿವೆಯೇ ಇಲ್ಲದೇ ನಿದ್ರೆ ಮಾಡುವ ಲಕ್ಷಣ ಈ ಕಾಯಿಲೆಯದು. ಜೀವನಶೈಲಿಯಲ್ಲಿ ಬದಲಾವಣೆ ತರುವುದರ ಮೂಲಕ ಈ ಕಾಯಿಲೆ ವಾಸಿ ಮಾಡಬಹುದು. ತೀರಾ ಇತ್ತೀಚೆಗೆ ಕೆಲ ಮಕ್ಕಳಲ್ಲಿ ಸ್ವಲೀನತೆ (ಆಟಿಸಂ) ಕಾಯಿಲೆ ಕಂಡು ಬರುತ್ತಿದೆ. ಗ್ರಹಿಕೆ ಸಾಮರ್ಥ್ಯ ಕೊರತೆ ಮತ್ತು ಓಡಾಡಲು ಆಗದಂತೆ ತೀವ್ರ ಅಶಕ್ತತೆ ಈ ಕಾಯಿಲೆಯ ಪ್ರಮುಖ ಲಕ್ಷಣಗಳು.

"ಹೀಗೆ ಅನೇಕರಲ್ಲಿ ಇಂದು ಒಂದಲ್ಲ ಒಂದು ರೀತಿಯ ಮಾನಸಿಕ ಕಾಯಿಲೆಗಳನ್ನು ನಾವು ಕಾಣುತ್ತಿದ್ದೇವೆ. ಈ ಎಲ್ಲ ರೀತಿಯ ಜನರು ನಮ್ಮ ಸುತ್ತಮುತ್ತಲೆ ಓಡಾಡುತ್ತಿರುತ್ತಾರೆ. ಅವರ ಖಾಯಿಲೆ ಅವರನ್ನೇ ಮಾನಸಿಕವಾಗಿ ಹಿಂಸಿಸುತ್ತಿರುತ್ತದೆ. ಇವೆಲ್ಲ ಸಮಾಜದಲ್ಲಿ ತಮ್ಮನ್ನು ತಾವು ದೊಡ್ಡಮಟ್ಟದಲ್ಲಿ ಗುರುತಿಸಿಕೊಳ್ಳಲು ನಡೆಸುವ ಪೈಪೋಟಿಯಿಂದ ಉಂಟಾಗುವ ಸಮಸ್ಯೆ"

"ಇದಕ್ಕೆ ಪರಿಹಾರವೇನು ಡಾಕ್ಟರ್?"

"ಪರಿಹಾರಗಳು ಇವೆ!"

* ಜೀವನಶೈಲಿ ಬದಲಾಗಬೇಕು.
* ನಿಯಮಿತ ವ್ಯಾಯಾಮ, ಶ್ರಮದ ಕೆಲಸ.
* ಮನೆಯವರೊಡನೆ ಆಪ್ತತೆ, ಹೆಚ್ಚು ಕಾಲ ಕಳೆಯುವುದು.
* ಧ್ಯಾನ, ಸಂಗೀತ, ಕ್ರೀಡೆಗಳಲ್ಲಿ ಪಾಲ್ಗೊಳ್ಳುವಿಕೆ
* ಓದುವ ಹವ್ಯಾಸ, ಬರಹಣಿಗೆ [illegible]

ಇದರಲ್ಲೇ ಮತ್ತೊಂದು ವಿಧವಾದ ಖಾಯಿಲೆ ಬಹು ವ್ಯಕ್ತಿತ್ವಕ್ಕೆ (ಮಲ್ಟಿಪಲ್ ಪರ್ಸನಾಲಿಟಿ ಡಿಸಾರ್ಡರ್) ಹೋಲಿಸಿದರೆ ಎಷ್ಟೋ ವಾಸಿ."

ಬಹು ವ್ಯಕ್ತಿತ್ವದ ಖಾಯಿಲೆ ಬಗ್ಗೆ ಕೇಳಿದ್ದೇ ಆರ್.ವಿ. ತಮಗೆ ಬೇಕಾದ ವಿಷಯ ಈಗ ಹೊರಗೆ ಬಂತು ಎಂದು ಕುತೂಹಲದಿಂದ "ಮಲ್ಟಿಪಲ್ ಪರ್ಸನಾಲಿಟಿ ಡಿಸಾರ್ಡರ್ ಬಗ್ಗೆ ಹೆಚ್ಚು ತಿಳಿಸಿ" ಎಂದು ಕೇಳಿದರು.

"ಏನು ಸಾಹಿತಿಗಳು ಇದರ ಬಗ್ಗೆ ಇಷ್ಟೊಂದು ಆಸಕ್ತಿ ತೋರಿಸುತ್ತಿದ್ದೀರ? ಇದರ ಮೇಲೂ ಕಥೆ ಹೆಣೆದು ಓದುಗರ ಮನಗೆಲ್ಲುವ ಆಸೆಯೇ?" ಮೆಲುವಾಗಿ ನಗುತ್ತ ಕೇಳಿದರು ಡಾಕ್ಟರ್.

"ನನಗೆ ಎಲ್ಲಾ ವಿಷಯದ ಮೇಲೂ ಕುತೂಹಲ ಜಾಸ್ತಿಯೆ ಇದೆ. ನೀವು ಮುಂದುವರೆಸಿ ಡಾಕ್ಟರ್."

"ಸರಿ ಹೇಳುವೆ ಕೇಳಿ ಕೆಲವರಿಗೆ ಒಂದಕ್ಕಿಂತ ಹೆಚ್ಚಿನ ವ್ಯಕ್ತಿತ್ವವಿರುತ್ತವೆ. ಅದರ ಸಂಖ್ಯೆ ಎರಡು, ಐದು, ಹತ್ತು, ಇಪ್ಪತ್ತು ಕೆಲವೊಮ್ಮೆ ತೊಂಬತ್ತಕ್ಕೂ ಹೋಗಬಹುದು. ವೈದ್ಯಕೀಯ ಕ್ಷೇತ್ರ ಈ ಬಹುವ್ಯಕ್ತಿತ್ವವನ್ನು ಒಂದು ಸಮಸ್ಯೆಯೆಂದು ಗುರುತಿಸಿದೆ. ಬಹು ವ್ಯಕ್ತಿತ್ವದ ಸಮಸ್ಯೆಯಿಂದ ಬಳಲುವವರು ನಮ್ಮಲ್ಲಿ ಸಾಕಷ್ಟು ಜನರಿದ್ದಾರೆ. ಇಂಥವರು ದೈನಂದಿನ ಜೀವನ ನಡೆಸಲು ತುಂಬಾ ಕಷ್ಟಪಡುತ್ತಾರೆ. ತಮ್ಮ ಸಮಸ್ಯೆಯನ್ನು ಯಾರಲ್ಲೂ ಹೇಳಿಕೊಳ್ಳಲಾಗದೆ, ಅನುಭವಿಸಲೂ ಆಗದೆ ಪರಿತಪಿಸುತ್ತಾರೆ.

"ಮಲ್ಟಿಪಲ್ ಪರ್ಸನಾಲಿಟಿ ಸಮಸ್ಯೆ ಇದ್ದವರ ವರ್ತನೆಯಲ್ಲಿ ಆಗಾಗ ಗಣನೀಯ ಬದಲಾವಣೆಗಳು ಕಂಡು ಬರುತ್ತವೆ. ಒಮ್ಮೆ ಇವರು ಸಾಮಾನ್ಯ ಮನುಷ್ಯರಂತೆ ವರ್ತಿಸಿದರೆ ಅದರ ಮುಂದಿನ ಕ್ಷಣದಲ್ಲಿ ಅವರು ಬೇರೆಯದೇ ಆದ ವರ್ತನೆಯನ್ನು ಪ್ರದರ್ಶಿಸುತ್ತಾರೆ. ಇವರೊಂದಿಗೆ ಹೇಗೆ ವರ್ತಿಸಬೇಕೆಂಬುದೇ ತಿಳಿಯದೆ ಇತರರು ಇವರಿಂದ ದೂರವಿರಲು ಪ್ರಯತ್ನಿಸುತ್ತಾರೆ.

ಇದರ ಲಕ್ಷಣಗಳು:

* ವೈಯಕ್ತಿಕ ಮಾಹಿತಿಗಳನ್ನು ನೆನಪಿಸಿಕೊಳ್ಳಲು ಕಷ್ಟವಾಗುವುದು.
* ಯಾವುದಾದರೂ ಸಮಯದಲ್ಲಿ ತಾನು ಯಾರು ಎನ್ನುವುದು ಮರೆತು ಹೋಗುವುದು.

* ಒತ್ತಡ
* ಕ್ಷಣಕ್ಕೊಮ್ಮೆ ಮನಸ್ಸು ಬದಲಾವಣೆ
* ಆತ್ಮಹತ್ಯೆ ಮಾಡಿಕೊಳ್ಳಬೇಕೆನಿಸುವುದು
* ನಿದ್ರಾ ತೊಂದರೆಗಳು (ಇನ್ಸೊಮ್ನಿಯಾ, ರಾತ್ರಿ ಭಯಾನಕ ಕನಸು ಮತ್ತು ನಿದ್ರೆಯಲ್ಲಿ ನಡೆಯುವುದು)
* ಭಯ, ಭಯಾನಕ ಕಲ್ಪನೆಗಳು, ನೆನಪುಗಳು ಅತಿಯಾಗಿ ಕಾಡುವುದು
* ಅತಿಯಾದ ಆಲ್ಕೋಹಾಲ್ ಮತ್ತು ಡ್ರಗ್ ಸೇವನೆ ಇತ್ಯಾದಿ ಹಲವು ಲಕ್ಷಣಗಳನ್ನು ಈ ತೊಂದರೆ ಹೊಂದಿರುತ್ತದೆ.
* ಸಾಮಾಜಿಕ, ವೃತ್ತಿಪರ ಅಥವಾ ಇತರೆ ಕಾರ್ಯನಿರ್ವಹಣಾ ತೊಂದರೆಗಳು ಉಂಟಾಗಬಹುದು.
* ಬಾಲ್ಯದಲ್ಲಿ ಲೈಂಗಿಕ ಅಥವಾ ದೈಹಿಕ ಕಿರುಕುಳಕ್ಕೆ ಒಳಗಾದವರಲ್ಲಿ ಹೆಚ್ಚಿನವರಿಗೆ ಇಂತಹ ತೊಂದರೆ ಉಂಟಾಗುತ್ತದೆ.
* ಬಾಲ್ಯದಲ್ಲಿ ಯಾವುದಾದರೂ ಮರುಕಳಿಸಿದ ಆಘಾತಗಳಿಂದಲೂ ಈ ತೊಂದರೆ ಉಂಟಾಗಬಹುದು.
* ನಿರ್ಲಕ್ಷ್ಯದಲ್ಲಿ ಬೆಳೆದ ಮಕ್ಕಳಲ್ಲಿಯೂ ಈ ತೊಂದರೆ ಉಂಟಾಗಬಹುದು.

"ಇಂತಹ ತೊಂದರೆ ಇರುವವರು ಸ್ವಯಂ ಗಾಯ ಮಾಡಿಕೊಳ್ಳುವುದು, ಆತ್ಮಹತ್ಯೆ ಮಾಡಲು ಪ್ರಯತ್ನಿಸುವುದು ಇತ್ಯಾದಿಗಳನ್ನು ಮಾಡುತ್ತಾರೆ. ಒಂದು ಅಧ್ಯಯನದ ಪ್ರಕಾರ ಈ ತೊಂದರೆ ಇರುವ ಶೇಕಡ 70ರಷ್ಟು ಹೊರರೋಗಿಗಳು ಆತ್ಮಹತ್ಯೆ ಪ್ರಯತ್ನ ಮಾಡಿದ್ದಾರೆ.

"ಇದಕ್ಕೆ ಚಿಕಿತ್ಸೆಯಾಗಿ ಫಿಸಿಯೊಥೆರಪಿ ಇತ್ಯಾದಿಗಳ ಮೂಲಕ ಸೂಕ್ತ ಚಿಕಿತ್ಸೆಯನ್ನು ಬಹುವ್ಯಕ್ತಿತ್ವ ಕಾಯಿಲೆಗೆ ನೀಡಬಹುದು. ಈ ತೊಂದರೆ ಪರಿಹಾರಕ್ಕೆ ನೇರವಾಗಿ ನೀಡುವ ಯಾವುದೇ ಔಷಧಿ ಇರುವುದಿಲ್ಲ. ಆದರೆ, ಈ ತೊಂದರೆಯಿಂದ ಉಂಟಾಗುವ ರೋಗ ಲಕ್ಷಣಗಳಿಗೆ ಚಿಕಿತ್ಸೆ ನೀಡಬಹುದು. ಅಂದರೆ, ಒತ್ತಡ ಕಡಿಮೆ ಮಾಡಲು ಆ್ಯಂಟಿಡಿಪ್ರೆಷನ್ ಔಷಧ ಇತ್ಯಾದಿ." ಇವೆಲ್ಲದರ ಬಗ್ಗೆ ವಿವರಣೆ ಕೇಳಿದ ಆರ್.ವಿ. ಕ್ಷಣಕಾಲ ತಾವು ಕೇಳಿದ ಪ್ರತಿಯೊಂದು ವಿಚಾರವನ್ನು ಮೆಲುಕು ಹಾಕಲು ಶುರುಮಾಡಿದರು.

"ಬನ್ನಿ ನಿಮಗೆ ಮತ್ತೊಂದೇನೊ ತೋರಿಸಬೇಕು" ಎಂದು ಆರ್.ವಿ.ಯವರನ್ನು ಅಲ್ಲಿಂದ ಹೊರಗೆ ಕರೆದುಕೊಂಡು ಬಂದು ಹೊರಗಿನ ಮೈದಾನದಂತಿದ್ದ ಜಾಗದಲ್ಲಿ ಸುಮ್ಮನೇ ಕೂತ ಹುಡುಗನೊಬ್ಬನ ಬಳಿ ಕರೆದುಕೊಂಡು ಹೋದರು. ಆಕಾಶ ನೋಡುತ್ತ ನೀಲಿ ಬಾನಿನಲ್ಲಿ ಹಾರಾಡುತ್ತಿರುವ ಹಕ್ಕಿಯನ್ನು ಕಂಡು ಬಹಳ ಸಂತಸ ಪಡುತ್ತಿದ್ದ ಆ ಹುಡುಗ.

ಅವನು ಇನ್ನೂ ಆರರಿಂದ ಏಳು ವರ್ಷದವನಿರಬೇಕೆಂದು ತಾನೇ ಊಹೆ ಮಾಡಿದರು ಆರ್.ವಿ., ಅದು ಸರಿಯಾಗಿತ್ತು ಕೂಡ.

ಇವರಿಬ್ಬರು ಅಲ್ಲಿಗೆ ಬಂದದ್ದೇ ಅವರನ್ನು ನೋಡಿ ಸ್ತಬ್ಧನಾದನು ಹುಡುಗ.

"ಯಾರು ಈ ಹುಡುಗ ಡಾಕ್ಟರ್? ಇಲ್ಲಿ ಕೆಲಸ ಮಾಡುವವರ ಮಗನ? ಶಾಲೆಗೆ ಹೋಗೋದು ಬಿಟ್ಟು ಇಲ್ಲೇನು ಮಾಡ್ತಿದ್ದಾನೆ?" ಪ್ರಶ್ನೆಗಳ ಸುರಿಮಳೆಗರೆದರು ಆರ್.ವಿ. "ಇಲ್ಲಿ ಬೇಡ ನನ್ನ ರೂಮ್‌ಗೆ ಹೋಗೋಣ ಬನ್ನಿ ಅಲ್ಲಿ ಹೇಳುವೆ" ಎಂದು ಮುಂದೆ ನಡೆದರು ಡಾಕ್ಟರ್.

ಆ ಹುಡುಗನ ತಲೆಯನ್ನು ಸವರಿ "ಕ್ಯೂಟ್ ಬಾಯ್" ಎನ್ನುತ್ತ ಅಲ್ಲಿಂದ ಡಾಕ್ಟರ್‌ರವರನ್ನು ಅನುಸರಿಸಿ ಅವರ ಹಿಂದೆಯೆ ಹೋದರು ಆರ್.ವಿ.

"ಈಗ ಹೇಳಿ ಡಾಕ್ಟರ್ ಆ ಹುಡುಗ ಯಾರು? ಇಲ್ಲೇಕೆ ಇದ್ದಾನೆ?"

"ಅವನೊಬ್ಬ ಕೊಲೆಗಾರ!"

ಕೊಲೆಗಾರ ಎನ್ನುವ ಪದ ಕೇಳಿ ತಬ್ಬಿಬ್ಬಾದರು ಆರ್.ವಿ.! "ಈ ಚಿಕ್ಕ ಹುಡುಗ ಕೊಲೆಗಾರನ! ಮುಗ್ಧತೆ ತುಂಬಿದ್ದ ಆ ಹುಡುಗ ಪ್ರಪಂಚವನ್ನೇ ಸರಿಯಾಗಿ ತಿಳಿಯದವ ಕೊಲೆ ಮಾಡಿದ್ದಾನೆ ಅಂದ್ರೆ ಇದು ನಂಬೋಕೆ ಆಗದ ಮಾತು ಡಾಕ್ಟರ್" ಎಂದರು.

"ಆ ಹುಡುಗನ ಹೆಸರು ಕುಮಾರ, ಅವನ ತಾಯಿ ಕನಕ ನನ್ನ ಮನೆಗೆಲಸಕ್ಕೆ ಬರುತ್ತಿದ್ದಳು. ನಾನು ವೈದ್ಯ ವೃತ್ತಿಯನ್ನು ಅರಸಿದ ಮೇಲೆ ಒಳ್ಳೆ ರೂಪವತಿಯನ್ನು ನೋಡಿ ಮದುವೆಯಾಗಿದ್ದೆ. ಆದರೆ ಅವಳಿಗೆ ನನಗಿಂತ ನಾನು ತರುವ ಹಣವನ್ನು ಹೇಗೆಲ್ಲ ಖರ್ಚು ಮಾಡಬೇಕು ಎನ್ನುವ ಹುಚ್ಚು ಹಿಡಿದ ಕುದುರೆಯಂತೆ ಹಣದ ಬಗ್ಗೆಯೆ ಯೋಚಿಸುತ್ತಿದ್ದಳು. ನಾನೋ ಆಸ್ಪತ್ರೆ ಪೇಷಂಟ್ ಎಂದು ನನ್ನ ವೃತ್ತಿ ಕಡೆ ಗಮನ ಕೊಟ್ಟೆ. ಆರು ತಿಂಗಳು ಕಳೆದಿರಲಿಲ್ಲ ಅವಳು ಮತ್ತೊಬ್ಬ ಶ್ರೀಮಂತನನ್ನು ಹುಡುಕಿಕೊಂಡು ಹೊರಟುಹೋದಳು. ನಂತರ ಅವಳನ್ನು ನಾನು ನೋಡಿದ್ದು ಎರಡೇ ಬಾರಿ ಮೊದಲನೆಯದಾಗಿ ವಿಚ್ಛೇದನ ಬೇಕು ಎಂದು ಕೇಳಲು ಬಂದಾಗ ನಂತರ ಕೋರ್ಟ್ನಲ್ಲಿ ವಿಚ್ಛೇದನವನ್ನು ಪಡೆದಾಗ. ಅದಾದ ನಂತರ ನನ್ನ ಬದುಕು ಈ ಆಸ್ಪತ್ರೆ, ರೋಗಿಗಳ ಸೇವೆ. ಮನೆಯನ್ನು ಶುಚಿಯಾಗಿಟ್ಟುಕೊಳ್ಳಲು ಯಾರಾದರೂ ಕೆಲಸದವರು ಬೇಕು ಎಂದು ಹುಡುಕಿದಾಗ ಪರಿಚಯದವರೊಬ್ಬರಿಂದ ಈ ಹುಡುಗನ ತಾಯಿ ಕನಕ ಕೆಲಸಕ್ಕೆ ಸಿಕ್ಕಳು.

"ಗಂಡ ಗೋಪಾಲ ಗಾರೆ ಕೆಲಸ ಮಾಡುವವ, ದುಡಿದದ್ದು ಪೂರ್ತಿ ಹೆಂಡಕ್ಕೆ. ಅದೂ ಸಾಲದ್ದಕ್ಕೆ ಹೆಂಡತಿ ಸಂಪಾದನೆ ಮಾಡಿ ತರುವ ಹಣ ಕೂಡ ಅವನ ಕುಡಿತಕ್ಕೆ. ದೊಡ್ಡ ಮಗಳು ಗಿರಿಜಾ ಹಾಗೂ ಈ ಹುಡುಗ ಕುಮಾರನ ಜವಾಬ್ದಾರಿ ಪೂರ್ತಿ ಕನಕಳದ್ದೆ ಆಗಿತ್ತು.

"ಆ ಕಡೆ ಕೆಲಸಕ್ಕೆ ಗಂಡ ಹೆಂಡತಿ ಇಬ್ಬರೂ ಹೊರಗೆ ಹೋದರೆ 8 ವರ್ಷದ ಗಿರಿಜಾ ತನ್ನ ತಮ್ಮನಾದ ಕುಮಾರನನ್ನು ಚೆನ್ನಾಗಿ ನೋಡಿಕೊಳ್ಳುತ್ತಿದ್ದಳು. ಆ

ವಯಸ್ಸಿಗೆ ಅರಿಯದ ತಾಯಿ ಮಮತೆ ಅವಳಲ್ಲಿತ್ತು. ತಾಯಿ ಕನಕ ಇಲ್ಲದೆ ಹೋದರೂ ಚಿಂತೆ ಇಲ್ಲಾ ಅಕ್ಕ ಗಿರಿಜಾ ತನ್ನ ಜೊತೆ ಇದ್ದರೆ ಸಾಕು ಎಂದು ಖುಷಿ ಪಡುವವ ನಾಲ್ಕು ವರ್ಷದ ಹುಡುಗ ಕುಮಾರ.

"ಒಂದು ದಿನ ಗೋಪಾಲ ತನ್ನ ಕುಡಿತದ ಚಟಕ್ಕೆ ಹಣ ಸಾಲದೇ ಮಗಳು ಗಿರಿಜಾಳನ್ನು ಬಟ್ಟೆ ಕೊಡಿಸುವ ನೆಪದಲ್ಲಿ ಹೊರಗೆ ಕರೆದುಕೊಂಡು ಹೋಗಿ ಬಲವಂತವಾಗಿ ಬಾಂಬೆ ಪಾರ್ಟಿಗಳಿಗೆ ಜೀತಕ್ಕೆ ಮಾರಿ ಹಣ ತೆಗೆದುಕೊಂಡ.

"ತಮ್ಮನಿಗೆ ಚೆಂದದ ಬಟ್ಟೆ ತರಬೇಕು ಎಂದು ಅರಿಯದೆ ಅಪ್ಪನ ಹಿಂದೆ ಸಾಗಿದ ಗಿರಿಜಾ ರಾಕ್ಷಸರ ಪಾಲಾಗಿದ್ದಳು. ಇದನ್ನು ವಿರೋಧಿಸಲು ಕನಕ ಮನೆಯಲ್ಲಿ ಇರಲಿಲ್ಲ. ಕುಮಾರ ಕೂಡ ಒಳಗೆ ಮಲಗಿದ್ದ. ಸಂಜೆ ಮನೆಗೆ ಅವಳು ಮರಳುವಷ್ಟರಲ್ಲಿ ಅಕ್ಕ ಪಕ್ಕದವರಿಂದ ವಿಷಯ ತಿಳಿದು ಊರು ಕೇರಿ ಒಂದಾಗುವಂತೆ ಅರಚುತ್ತ ಗಂಟಲು ಕಿತ್ತು ಹೋಗುವಂತೆ ಅತ್ತರೂ ಅವಳ ಸಮಾಧಾನಕ್ಕೆ ಗಂಡ ಎನ್ನುವ ಮೃಗ ತಲೆಕೆಡಿಸಿಕೊಳ್ಳಲಿಲ್ಲ. "ಹೋದವಳ ಬಗ್ಗೆ ಚಿಂತೆ ಬಿಡು ನಿನಗೆ ಬೇಕಾದ್ರೆ ಇನ್ನೊಬ್ಬ ಮಗಳನ್ನ ಹುಟ್ಟಿಸುವ ಶಕ್ತಿ ನನ್ನಲ್ಲಿದೆ ಬಾ" ಎಂದು ಕುಡಿತದ ಅಮಲಿನಲ್ಲಿ ಮೀಸೆ ತಿರುವುತ್ತಲೇ ನಿದ್ದೆಗೆ ಜಾರಿದ ಗೋಪಾಲ.

"ಅಂದಿನಿಂದ ಈ ಮುಗ್ಧ ಹುಡುಗ ಕುಮಾರ ಮೌನಿಯಾಗುತ್ತ ಹೋದ. ಅಕ್ಕ ಎಲ್ಲಿ ಅಂತ ಯಾರನ್ನೂ ಕೇಳಲೂ ಇಲ್ಲಾ. ಇಂದಲ್ಲ ನಾಳೆ ಬರಬಹುದು ಎಂದು ಅವನಿಗೆ ಅವನೇ ಸಮಾಧಾನ ಮಾಡಿಕೊಳ್ಳಲು ಶುರು ಮಾಡಿದ. ಗಂಡನಿಗೆ ಎದುರು ಮಾತನಾಡಿದರೆ ಇರುವ ಮಗನನ್ನೂ ಯಾರಿಗಾದರೂ ಮಾರಿಬಿಡುತ್ತಾನೆ ಎಂದು ದಿನವೂ ಗಿರಿಜಾಳನ್ನು ನೆನೆದು ಅಳುತ್ತಿದ್ದಳು ಕನಕ.

"ಕನಕ ಮಗನನ್ನು ನೋಡಿಕೊಳ್ಳಲು ಯಾರೂ ಇಲ್ಲದ ಕಾರಣ ಹೊರಗೆ ಬಿಡದೆ ಮನೆಯಲ್ಲಿ ಕೂಡಿ ಹಾಕಿ ಬೇರೆಯವರ ಮನೆ ಕೆಲಸಕ್ಕೆ ಹೋಗುತ್ತಿದ್ದಳು. ಸಂಜೆ ಗೋಪಾಲ ಅಥವಾ ಕನಕ ಬಂದರೆ ಮಾತ್ರ ಅವನು ಹೊರಗೆ ಬರುತ್ತಿದ್ದದ್ದು. ಅವನಲ್ಲಿ ತನಗೆ ಯಾರೂ ಇಲ್ಲ, ನನ್ನನ್ನು ಯಾರೂ ಚೆನ್ನಾಗಿ ನೋಡಿಕೊಳ್ಳುತ್ತಿಲ್ಲ ಎನ್ನುವ ಭಾವನೆ ಮೂಡಲು ಶುರುವಾಗಿತ್ತು. ಅವನು ಬರುಬರುತ್ತ ಮೌನಿಯಾದ. ಕತ್ತಲೆ ಪ್ರಪಂಚವೇ ತನಗೆ ಸರಿ ಎನ್ನುವ ಹಂತಕ್ಕೆ ಬೆಳಕನ್ನು ನೋಡುವ ಗೊಡವೆಗೆ ಹೋಗದಾದ.

"ಅವನಲ್ಲಿ ಆದ ಬದಲಾವಣೆ ಮೊದಮೊದಲು ಗುರುತಿಸದ ಕನಕ ಇವನ ವರ್ತನೆ ಕಂಡು ಯಾವುದೋ ಗಾಳಿ ಸೋಕಿದೆ ಎಂದು ಅವನನ್ನು ದೇವಸ್ಥಾನಕ್ಕೆ ಕರೆದುಕೊಂಡು ಹೋಗಿ ತಾಯಿತವನ್ನು ಸಹ ಕಟ್ಟಿಸಿದಳು ಆದರೆ ಪ್ರಯೋಜನವಾಗಲಿಲ್ಲ.

"ಮನೆ ಕೆಲಸ ಮಾಡುವಾಗ ಒಮ್ಮೆ ತನ್ನ ಗತದ ಬಗ್ಗೆ ಹೇಳಿ ಮಗ ಕೂಡ ದೆವ್ವ ಹಿಡಿದವನಂತಾಗಿದ್ದಾನೆ ಎಂದು ನನ್ನ ಬಳಿ ಹೇಳಿಕೊಂಡಳು. ಇದು

ದೆವ್ವ ಭೂತದ ಕೆಲಸವಲ್ಲ ನನ್ನ ಹತ್ತಿರ ಕರ್ಕೊಂಡು ಬಾ ನಾನು ಅವನನ್ನು ಸರಿ ಮಾಡ್ತೀನಿ ಅಂತ ಹೇಳಿದೆ ಆದರೆ ಅವಳು ಡಾಕ್ಟರ್ ಅಂದ್ರೆ ಜ್ವರ, ನೆಗಡಿ, ಕೆಮ್ಮಿಗೆ ಮಾತ್ರ ಔಷಧಿ ಕೊಡ್ತಾರೆ ದೆವ್ವ ಭೂತಕ್ಕೆ ಯಾವ ಔಷಧಿ ಕೊಡೋಕೆ ಸಾಧ್ಯ ಅಂತ ನನ್ನ ಮಾತು ತಳ್ಳಿ ಹಾಕಿ ಹೊರಟು ಬಿಡುತ್ತಿದ್ದಳು.

“ಕಳೆದ ಮೂರು ವರ್ಷದಲ್ಲಿ ಮಾನಸಿಕವಾಗಿ ನೊಂದು ಒರಟಾಗಿ ಹೋಗಿದ್ದ ಕುಮಾರ ಒಂದು ದಿನ ಕುಡಿತದ ಅಮಲಿನಲ್ಲಿ ತಂದೆ ಗೋಪಾಲ ತನ್ನ ತಾಯಿಯನ್ನು ಕತ್ತು ಹಿಸುಕಿ ಕೊಂದದ್ದನ್ನು ಕಣ್ಣಾರೆ ಕಂಡರೂ ಕಿರಿಚಿಕೊಳ್ಳಲಿಲ್ಲ, ಅಮ್ಮನನ್ನು ಬಿಡಿಸುವ ಪ್ರಯತ್ನ ಕೂಡ ಮಾಡಲಿಲ್ಲ. ಬಿಟ್ಟ ಕಣ್ಣು ಬಿಟ್ಟಂತೆ ಆ ದೃಶ್ಯವನ್ನು ನೋಡುತ್ತ ನಿಂತು ಬಿಟ್ಟ. ತಾನು ಹೆಂಡತಿಯನ್ನು ಕೊಂದದ್ದು ನೋಡಿದ್ದು ಮಗ ಮಾತ್ರ ಅಂತ ತಿಳಿದರೂ ಗೋಪಾಲನಿಗೆ ಭಯವಿರಲಿಲ್ಲ. ಮಗನಿಗೆ ಭೂತ ಮೆಟ್ಟಿದೆ ಅಥವಾ ತಲೆ ಸರಿ ಇಲ್ಲಾ ಅನ್ನೊ ಮಾತು ಊರು ತುಂಬ ಹಬ್ಬಿದ್ದರಿಂದ ಕೊಲೆಯ ಬಗ್ಗೆ ಯೋಚಿಸದೆ ಅಲ್ಲೆ ನಿದ್ದೆ ಮಾಡಿದ.

“ಆಗ ಕುಮಾರನಲ್ಲಿ ಕಾಣದ ಶಕ್ತಿ ತುಂಬಿತ್ತು. ಅಕ್ಕ ತನ್ನಿಂದ ದೂರಾದಳು ಎನ್ನುವ ಕೊರಗು ಮನದಲ್ಲಿತ್ತು. ಈಗ ತಾಯಿ ವಿಲವಿಲನೆ ಒದ್ದಾಡಿ ಪ್ರಾಣ ಬಿಟ್ಟದ್ದು ಕಣ್ಣಾರೆ ಕಂಡು ದಿಕ್ಕು ಕಾಣದೆ ಹುಚ್ಚು ಆಲೋಚನೆಗಳು ಮನದಲ್ಲಿ ರೋಷಾವೇಷ ಉಕ್ಕುವಂತೆ ಮಾಡಿತು. ತಂದೆ ಕುಡಿದು ಎಸೆದಿದ್ದ ಸಾರಾಯಿ ಬಾಟಲಿಯನ್ನು ನೆಲಕ್ಕೆ ಬಡಿದು. ಚೂಪಾದ ಹಿಡಿಯನ್ನು ಕೈನಲ್ಲಿ ಹಿಡಿದು ಗೋಪಾಲನ ಕುತ್ತಿಗೆಯನ್ನು ಕೂಯ್ದಿದ್ದ ಕುಮಾರ. ಸಾಮಾನ್ಯವಾಗಿ ಮಕ್ಕಳು ಯಾವುದಾದರು ಸಿನಿಮಾ ನೋಡಿದರೆ, ದೊಡ್ಡವರು ಮಾಡುವ ಕೆಲಸವನ್ನು ನೋಡಿದ್ದರೆ ಅಂತಹ ಕೆಲಸವನ್ನು ತಾವು ಅನುಕರಣೆ ಮಾಡುತ್ತಾರೆ. ಆದರೆ ಚೂಪಾದ ಆಯುಧದಿಂದ ಸೂಕ್ಷ್ಮವಾದ ಜಾಗಕ್ಕೆ ಚುಚ್ಚಿದರೆ ಸಾಯುತ್ತಾರೆ ಅನ್ನೊದು ಇವನಿಗೆ ಹೇಗೆ ತಿಳಿಯಿತೊ ಆ ಭಗವಂತನಿಗೆ ಗೊತ್ತು. ಏಕೆಂದರೆ ಮನೆಯ ನಾಲ್ಕು ಗೋಡೆಯ ಮಧ್ಯೆ ಇರುವ ಈ ಹುಡುಗನಿಗೆ ಇಂತಹ ಘಟನೆ ಬಗ್ಗೆ ಊಹಿಸಿಕೊಳ್ಳಲು ಅಸಾಧ್ಯ.

“ಮಾರನೇ ದಿನ ಅಕ್ಕಪಕ್ಕದ ಮನೆಯವರು ಕನಕ ಬೆಳಗ್ಗೆ ಹತ್ತು ಗಂಟೆಯಾದರೂ ಮನೆ ಬಾಗಿಲು ತೆಗೆದಿಲ್ಲ ಅಂದ್ರೆ ಗಂಡ ಏನಾದ್ರು ಸಾಯಿಸಿಬಿಟ್ಟನೊ ಏನೋ ಎಂದು ಕಿಟಕಿಯಲ್ಲಿ ಇಣುಕಿ ನೋಡಿದಾಗ ರಕ್ತದ ಮಡುವಿನಲ್ಲಿ ಮಂಚದ ಮೇಲೆ ಸತ್ತ ಗೋಪಾಲ ಹಾಗು ಕೆಳಗೆ ಸತ್ತು ಬಿದ್ದಿದ್ದ ಕನಕ ಕಂಡರು. ಮೂಲೆಯಲ್ಲಿ ಮುದುರಿ ಮಲಗಿದ್ದ ಕುಮಾರ. ನಂತರ ಪೋಲೀಸ್ ಬಂದು ವಿಚಾರಣೆ ಮಾಡಿ. ಗೋಪಾಲ ಕನಕಳನ್ನು ಕೊಂದದ್ದು ಕಂಡ ಈ ಹುಡುಗ ಕುಮಾರ ಹೆಂಡದ ಬಾಟಲಿ ತೆಗೆದು ಚೂರು ಮಾಡಿ ತನ್ನ

ತಂದೆಯನ್ನೇ ಕೊಂದಿದ್ದಾನೆ ಎಂದು ಕೇಸು ದಾಖಲಿಸಿಕೊಂಡರು. ಆ ಬಾಟಲಿ ಮೇಲೆ ಇವನ ಕೈಗುರುತು ಸಿಕ್ಕಿತು ಅಪರಾಧಿ ಎಂದು ಹೇಳಲು ಇದಕ್ಕಿಂತ ಹೆಚ್ಚಿನ ಸಾಕ್ಷಿ ಬೇಕಾಗಿಲ್ಲ ಅಲ್ವೇ!

"ಕುಮಾರನ ಮನಸ್ಥಿತಿ ಅಕ್ಕಪಕ್ಕದವರಿಗೆ ತಿಳಿದಿದ್ದರಿಂದ ಇವನಿಗೆ ದೆವ್ವ ಮೆಟ್ಟಿಕೊಂಡಿದೆ. ಅದೇ ಈ ಕೆಲಸದ ಮಾಡಿಸಿದೆ. ಅರಿಯದ ಏಳು ವರ್ಷದ ಹುಡುಗ ಕೊಲೆ ಮಾಡೋಕೆ ಹೇಗೆ ಸಾಧ್ಯ ಎಂದು ಒಂದಷ್ಟು ಜನ ಮಾಹಿತಿ ನೀಡಿದರೆ ಇನ್ನೊಂದಷ್ಟು ಜನ ಈ ಹುಡುಗನಿಗೆ ಹುಟ್ಟಿನಿಂದ ತಲೆ ಸರಿ ಇಲ್ಲಾ ಎಂದು ಹುಚ್ಚನ ಪಟ್ಟ ಕಟ್ಟಿದರು. ಈಗ ಇವನನ್ನು ಮಾನಸಿಕ ರೋಗಿಯೆಂದು ಆಸ್ಪತ್ರೆಯಲ್ಲಿಟ್ಟುಕೊಂಡರೆ ಹುಚ್ಚನ ಪಟ್ಟ ಖಾಯಂ ಆಗಿ ಜಗತ್ತು ಇವನನ್ನು ಎಂದೂ ಹತ್ತಿರ ಸೇರಿಸುವುದಿಲ್ಲ. ಇವನಿಗೆ ಏನೂ ಆಗಿಲ್ಲ ಅಂತ ಹೇಳಿದರೆ ಆಗ ಬಾಲಾಪರಾಧಿ ವಿಭಾಗದಲ್ಲಿ ಶಿಕ್ಷೆ ಖಾಯಂ ಆಗ ಇವನ ಮನಸ್ಥಿತಿ ಹೇಗೆ ಬದಲಾವಣೆಯಾಗುತ್ತದೊ ಗೊತ್ತಿಲ್ಲ. ದೆವ್ವ ಭೂತ ಅನ್ನೊದನ್ನು ಪೋಲೀಸ್ ನಂಬಲ್ಲಾ.

"ಈಗ ಇವನಿಗೆ ಯಾವ ತರದಲ್ಲಿ ನ್ಯಾಯ ಕೊಡಿಸಬೇಕೊ ನನಗೆ ಅರ್ಥವಾಗುತ್ತಿಲ್ಲ. ಮಾನವ ಮಾಡುವ ಕೆಲಸಕ್ಕೆ ಅಮಾನುಷ ಶಕ್ತಿಯ ಹೆಸರು ಹೇಳಿ ಮೂಢನಂಬಿಕೆಯ ಪಾಲಾಗಿದ್ದಾರೆ ಜನರು. ಇಲ್ಲಿ ಮಾನವನ ಕೈಚಳಕವೇ ಹೊರತು ಮತ್ತೇನೂ ಇಲ್ಲಾ" ಎಂದು ತಮಗೆ ತಿಳಿದದ್ದು ಹೇಳಿ ಮುಗಿಸಿದರು ಡಾಕ್ಟರ್ ಹೇಮಂತ್.

* * *

"ನೀವಂದುಕೊಂಡಂತೆ ಅಲ್ಲ ಮಾನವರಿಂದ ಆಗದ ಕೆಲಸ ದುಷ್ಟ ಶಕ್ತಿಗಳಿಂದ ಆಗುತ್ತೆ. ಒಬ್ಬರಿಗೆ ಒಳ್ಳೆಯದು ಮಾಡೋದು ತುಂಬಾ ಕಷ್ಟ, ಆದರೆ ಕೆಡುಕು ಬೇಗ ಮಾಡಬಹುದು" ಮಾಂತ್ರಿಕ ಅಮೇರ ತನ್ನ ಗಟ್ಟಿ ಸ್ವರದಲ್ಲಿ ಹೇಳಿದರು.

"ಹೌದು ಮಾವ, ನಾನು ಇವನ ಜಾತಕ ನೋಡಿದೆ ಅದರಲ್ಲಿ ಯಾವುದೇ ಗ್ರಹದೋಷ, ವಾಸ್ತು ಗೃಹದೋಷವೇನು ಇಲ್ಲ ಆದರೂ ಇವನಿಗೆ ತೊಂದರೆ ಆಗ್ತಿದೆ" ಎಂದು ಪರಶುನನ್ನು ಉದ್ದೇಶಿಸಿ ಕೇಳಿದ ಸ್ನೇಹಿತ ತರುಣ್. ತರುಣ್ ಬ್ರಾಹ್ಮಣರ ಮನೆಯವನು. ವೇದಾಧ್ಯಯನ, ಜಾತಕ, ಗ್ರಹದೋಷ ಪರಿಹಾರದಲ್ಲಿ ಮಾತ್ರ ಪರಿಣತಿ ಹೊಂದಿದ್ದ ಈ ಮಂತ್ರ ತಂತ್ರ ಪ್ರಯೋಗಕ್ಕೆ ಸಂಬಂಧಿಕರಾದ ವಾಮಾಚಾರದಲ್ಲಿ ಪ್ರವೀಣರಾದ ಅಮೇರರಲ್ಲಿ ವಿನಂತಿಸಿಕೊಂಡು ಪರಶು ಮನೆಗೆ ಹೋಗಿ ಅವನನ್ನು ಹೊರಗೆ ಸುಮ್ಮನೆ ಓಡಾಡಿಸಿಕೊಂಡು ಬರುತ್ತೇನೆ ಎಂದು ಹೇಳಿ ಇಲ್ಲಿಗೆ ಕರೆದುಕೊಂಡು ಬಂದಿದ್ದ.

“ವಾಮಾಚಾರ ಅನ್ನೊದು ಕೆಟ್ಟದ್ದಲ್ಲಾ ಆದರೆ ಅದನ್ನ ಕೆಟ್ಟದ್ದಕ್ಕೆ ಬಳಸಿಕೊಳ್ಳೋರು ಜಾಸ್ತಿ. ನಾನು ಓದಿನಲ್ಲಿ ಡಬಲ್ ಗ್ರಾಜುಯೆಟ್. ವೃತ್ತಿಯಲ್ಲಿ ವ್ಯಾಪಾರಸ್ಥ ಆದರೆ ನನ್ನ ಹಿಂದಿನ ಕಲಿಕೆ, ನನ್ನ ಹಿರಿಯರಿಂದ ಬಂದ ಬಳುವಳಿಯನ್ನು ಮರೆಯುವುದುಂಟೆ. ನೀನು ಹೇಳಿದ ಹಾಗೇ ಈ ಹುಡುಗನ ಜಾತಕದಲ್ಲಿ ಯಾವುದೇ ದೋಷ ಕಂಡು ಬಂದಿಲ್ಲ ಅನ್ನೊದಾದರೆ ಖಂಡಿತ ಇವನ ಮೇಲೆ “ಕೃತ್ರಿಮ” ಪ್ರಯೋಗವಾಗಿರುತ್ತದೆ. ಅದನ್ನ ನಾನು ಕಂಡು ಹಿಡಿಯುವ ಪ್ರಯತ್ನ ಮಾಡುವೆ.

“ಅನೇಕ ಕಡೆಗಳಲ್ಲಿ ಮಂತ್ರವಾದಿ ಎಂದರೆ ಕೆಡುಕು ಮಾಡುವವನೆಂಬ ಅಭಿಪ್ರಾಯವಿದೆ. ಇದಕ್ಕೆ ಅಪವಾದವೂ ಉಂಟು. ಸೈಬೀರಿಯಾದ ಆದಿವಾಸಿಗಳಲ್ಲಿ “ಶಾಮನ್” ಎಂದು ಕರೆಯಲಾಗುವ ಮಂತ್ರವಾದಿಗೆ ಗೌರವದ ಸ್ಥಾನವಿದೆ. ಅಮೇರಿಕೆಯ ಕ್ಯಾಲಿಫೋರ್ನಿಯಾದ ಬುಡಕಟ್ಟು ಜನರಲ್ಲಿಯೂ ಮಂತ್ರವಾದಿಗಳ ಬಗ್ಗೆ ಹೆಚ್ಚಿನ ಗೌರವವಿರುತ್ತದೆ. ಪ್ರಪಂಚದ ಅನೇಕ ಭಾಗಗಳಲ್ಲಿಯ ಜನರಂತೆಯೇ ಕರ್ನಾಟಕದ ಅನೇಕ ಭಾಗಗಳಲ್ಲಿ ಇಂದಿಗೂ ಮಾಟ ಮಂತ್ರಗಳನ್ನು ನಂಬುವವರಿದ್ದಾರೆ. ಬೇರೆ ಬೇರೆ ಹಂತಗಳಲ್ಲಿ ಬೇರೆ ಬೇರೆ ಕಾರಣಗಳಿಗಾಗಿ ಅವುಗಳನ್ನು ಆಚರಿಸುತ್ತಾರೆ. ದೆವ್ವ ಪಿಶಾಚಿಗಳಿಗೆ ಹೆದರಿ ಅಥವಾ ಅವು ದೂರವಿರಲಿ ಎಂಬ ಕಾರಣಕ್ಕಾಗಿ ಮನೆಯ ಮುಂದಿನ ಬಾಗಿಲಿಗೆ ಮೂರು ನಾಮ ಬಳಿಯವುದಾಗಲೀ, ತೆಂಗಿನಕಾಯಿ ಮಂತ್ರಿಸಿ ಕಟ್ಟುವುದಾಗಲೀ, ಹಳೆಯ ಚಪ್ಪಲಿಗಳನ್ನು ಮನೆಯ ಹೊರಭಾಗದ ನಾಲ್ಕು ಭಾಗಗಳಿಗೆ ಕಟ್ಟುವುದಾಗಲೀ ಹಳ್ಳಿಯ ಅನೇಕ ಮನೆಗಳಲ್ಲಿ ಕಂಡುಬರುವ ದೃಶ್ಯ. ದೇವರ ಪೂಜಾರಿಗಳಲ್ಲಿಯೇ ಕೆಲವರು ಇಂಥ ಮಾಂತ್ರಿಕ ವಸ್ತುಗಳನ್ನು ಮಾಡಿಕೊಡುತ್ತಾರೆ. ಕೆಲವು ಮಾಂತ್ರಿಕರು ಕಪ್ಪು ಬೊಟ್ಟನಿಟ್ಟು ಹೆಂಗಸರನ್ನು ವಶೀಕರಿಸಿ ತಮ್ಮ ಹಿಂದೆ ಬರುವಂತೆ ಮಾಡುತ್ತಾರೆ.”

“ನೀವು ಹೇಳಿದ್ದು ಕೇಳಿದ ನಾನು ಎಲ್ಲೋ ಕೇಳಿದ ಒಂದು ಕಥೆ ನೆನಪಿಗೆ ಬಂತು ಮಾವ. ಶ್ರೀರಂಗಪಟ್ಟಣದ ಬಳಿಯ ಎಣ್ಣೆಹೊಳೆ ಕೊಪ್ಪಲಿನಲ್ಲಿ ಹೇಳುವ ಒಂದು ಕತೆ ಈ ರೀತಿಯಿದೆ. ಒಬ್ಬ ಭಿಕ್ಷುಕನಂತೆ ಭಿಕ್ಷೆ ಬೇಡಲು ಬಂದವನು ಭಿಕ್ಷೆ ನೀಡಲು ಬಂದ ಹೆಂಗಸಿಗೆ ಹಣೆಗೆ ಇಟ್ಟುಕೊಳ್ಳಲು ಬೂದಿಯನ್ನು ಕೊಟ್ಟನಂತೆ. ಆಕೆ ಬೂದಿಯನ್ನು ಹಣೆಗೆ ಇಟ್ಟುಕೊಳ್ಳುವಷ್ಟರಲ್ಲಿ ಇನ್ನೇನೋ ನೆನಪಾಗಿ ಒಳಗೆ ಓಡಿದಳೆಂದೂ ಹಾಗೆ ಓಡುವಾಗ ಬೂದಿಯನ್ನು ಹೊರಗೆ ಇದ್ದ ಎತ್ತಿನಗಾಡಿಯ ಮೇಲೆ ಇಟ್ಟು ಕೆಲಸದ ಗಲಾಟೆಯಲ್ಲಿ ಮರೆತು ಸುಮ್ಮನಾದಳಂತೆ. ಕೊನೆಗೆ ಅರ್ಧರಾತ್ರಿಯಲ್ಲಿ ಎತ್ತಿನಗಾಡಿ ಎತ್ತುಗಳಿಲ್ಲದೆ ತಾನೇ ಉರುಳಿಕೊಂಡು ಹೋಗಲು ಪ್ರಾರಂಭವಾಯಿತೆಂದೂ, ಆ ಸದ್ದಿಗೆ ಮನೆಯವರು ಬಂದು ನೋಡಿ ಆಶ್ಚರ್ಯಗೊಂಡರು. ಕೊನೆಗೆ ಆ ಹೆಂಗಸಿನಿಂದ ಮರೆತುಹೋಗಿದ್ದ

ವಿಷಯ ತಿಳಿಯಿತಂತೆ. ಇದರ ಸತ್ಯಾಂಶ ಏನೇ ಇರಲಿ, ಇಂಥ ಕಥೆಗಳು ಕರ್ನಾಟಕದ ಬಹುತೇಕ ಭಾಗಗಳಲ್ಲಿ ಕೇಳಿಬರುತ್ತಲೇ ಇವೆ. ಇವೆಲ್ಲ ಜನರನ್ನು ನಂಬುವಂತೆ ಮಾಡುತ್ತದೆ ಅಲ್ಲವೇ ಮಾವ" ಎಂದು ಕೇಳಿದನು ತರುಣ್.

"ಹೌದು ತರುಣ್, ಪ್ರಪಂಚಾದ್ಯಂತ ಕಂಡುಬರುವ ಮಂತ್ರವಿದ್ಯೆಯ ಅಧ್ಯಯನ ಆಧಾರದ ಮೇಲೆ ಪ್ರಸಿದ್ಧ ಮಾನವಶಾಸ್ತ್ರಜ್ಞ ಫ್ರೇಜರ್ ಎರಡು ಸೂತ್ರಗಳನ್ನು ರೂಪಿಸಿದ್ದಾನೆ. ವಿಶ್ವದ ಎಲ್ಲ ಭಾಗದಲ್ಲಿಯೂ ಎಲ್ಲ ಆದಿವಾಸಿ ಸಮಾಜದಲ್ಲಿಯೂ ಮಾಂತ್ರಿಕ ವಿದ್ಯೆ ಈ ಎರಡು ಸೂತ್ರಗಳ ಆಧಾರದ ಮೇಲೆ ನಡೆಯುವಂಥದು. ಕಾರಣದಂತೆ ಪರಿಣಾಮ (ಲೈಕ್ ಪ್ರಡ್ಯೂಸಸ್ ಲೈಕ್). ಒಮ್ಮೆ ತಟ್ಟಿದ ಸೋಂಕು ಬಿಟ್ಟೋಡದ ಸೋಂಕು (ಒನ್ಸ್ ಕಾಂಟ್ಯಾಕ್ಟ್ ಆಲ್ವೇಸ್ ಇನ್ ಕಾಂಟ್ಯಾಕ್ಟ್) ಇವೇ ಆ ಎರಡು ಸೂತ್ರಗಳು.

"ಮೊದಲನೆಯ ಸೂತ್ರವನ್ನು 'ಸಾದೃಶ್ಯತೆಯ ನಿಯಮ' ಎಂದೂ ಇದಕ್ಕೆ ಸಂಬಂಧಪಟ್ಟ ಮಂತ್ರವಿದ್ಯೆಯನ್ನು 'ಅನುಕರಣ ಮಂತ್ರವಿದ್ಯೆ' ಎಂದೂ ಕರೆಯಲಾಗಿದೆ. ಇದು ಬಾಲನಾಗಮ್ಮನ ಕಥೆಯಲ್ಲಿ ಬರುವ ಮಾಯಾಮರಾಠಿಯ ಪ್ರಸಂಗವನ್ನು ನೆನಪಿಗೆ ತರುವಂಥದು. ಮಾಯಾ ಮರಾಟಿಯ ಜೀವ ಏಳು ಸಮುದ್ರದಾಚೆ, ಯಾವುದೋ ಒಂದು ದೊಡ್ಡ ಮರದ ಮೇಲಿರುವ ಪಕ್ಷಿಯಲ್ಲಿದೆ. ಆ ಪಕ್ಷಿಯ ಶರೀರದ ಒಂದೊಂದು ಭಾಗವನ್ನು ಊನವಾಗಿಸಿದಂತೆ, ಮಾಯಾಮರಾಠಿಯ ಶರೀರದ ಭಾಗಗಳೂ ಊನವಾಗುತ್ತವೆ. ಕೊನೆಗೆ ಆ ಪಕ್ಷಿಯ ಪ್ರಾಣದೊಂದಿಗೆ ಆತನ ಪ್ರಾಣವೂ ಹೋಗುತ್ತದೆ.

"ಎರಡನೆಯ ಸೂತ್ರವನ್ನು 'ಸೋಂಕು ಮಂತ್ರವಿದ್ಯೆ' ಎಂದು ಕರೆಯುತ್ತಾರೆ. ಒಬ್ಬ ವ್ಯಕ್ತಿಗೆ ಸಂಬಂಧಿಸಿದ ಯಾವುದೋ ಒಂದು ವಸ್ತುವನ್ನು ಆಧರಿಸಿ ಆ ಮೂಲಕ ಅವನಿಗೆ ಕೆಡುಕುಂಟು ಮಾಡುವುದು ಇಲ್ಲಿ ಕಂಡುಬರುವ ಮುಖ್ಯಾಂಶ. ವಿಶೇಷವಾಗಿ ಕೂದಲು, ಉಗುರು ಹಾಗೂ ತಾವು ಬಳಸುವ ಬಟ್ಟೆಬರೆಗಳ ಬಗೆಗೆ ಆದಿವಾಸಿಗಳು ತುಂಬ ಎಚ್ಚರಿಕೆಯಿಂದ ಇರುತ್ತಿದ್ದರು. ತಮ್ಮ ಕೂದಲು, ಉಗುರುಗಳನ್ನು ಕಾಣದಂತೆ ನೆಲದಲ್ಲಿ ಹೂಳುತ್ತಿದ್ದರು. ಅವು ತಮಗಾಗದವರ ಕೈಗೆ ಸಿಕ್ಕಿದರೆ ಅವರು ಅವನ್ನು ಬಳಸಿಕೊಂಡು ತಮಗೆ ಕೆಡುಕನ್ನು ಉಂಟುಮಾಡಬಹುದೆಂಬ ಭಯವೇ ಇದಕ್ಕೆ ಮುಖ್ಯ ಕಾರಣವಾಗಿತ್ತು.

"ಆಸ್ಟ್ರೇಲಿಯದ ಗುಡ್ಡಗಾಡು ಜನರಲ್ಲಿ ಒಂದು ನಂಬಿಕೆಯಿದೆ. ತಮಗಾಗದ ಒಬ್ಬ ವ್ಯಕ್ತಿಯನ್ನು ಕುಂಟನನ್ನಾಗಿ ಮಾಡಬೇಕೆನಿಸಿದರೆ ಆ ವ್ಯಕ್ತಿ ಓಡಾಡುವ ಜಾಗವನ್ನು ಗಮನಿಸಿ ಅವನ ಕಾಲ ಹೆಜ್ಜೆ ಗುರುತಿನಲ್ಲಿ ಗಾಜಿನ ಚೂರನ್ನೋ ಅಥವಾ ಹರಿತವಾದ ಮೂಳೆಯ ಚೂರನ್ನೋ ಅವಿತಿಟ್ಟರೆ ಸಾಕು, ಅವನು

ಕುಂಟನಾಗಿಬಿಡುತ್ತಾನೆ ಎಂದು ನಂಬುತ್ತಾರೆ. ಹಾಗಾಗಿ ಆದಿವಾಸಿಗಳು ಒಬ್ಬರ ಬಟ್ಟೆಯನ್ನು ಮತ್ತೊಬ್ಬರು ಧರಿಸುವುದಿಲ್ಲ. ಈ ಕಾರಣಕ್ಕಾಗಿಯೇ ಸತ್ತಾಗ ಸತ್ತ ವ್ಯಕ್ತಿಯನ್ನು ಆತನ ಬಟ್ಟೆಯ ಜೊತೆಯಲ್ಲಿಯೇ ಹೂಳುವುದೋ ಸುಡುವುದೋ ಮಾಡುತ್ತಾರೆ. ಕೆಲವು ನುಡಿಗಳು ಮಂತ್ರಶಕ್ತಿಯ ಮಹತ್ವವನ್ನು ಪಡೆದಿರುತ್ತವೆ. ಇವುಗಳನ್ನು ಮಾಂತ್ರಿಕ ನುಡಿಗಳು (ಸ್ಪೆಲ್ಸ್) ಎಂದು ಕರೆಯಲಾಗಿದೆ. ಇಂಥ ನುಡಿಗಳು ಪ್ರಭಾವಿ ಮಾಂತ್ರಿಕ ವ್ಯಕ್ತಿಗಳ ಬಾಯಿಂದ ಹೊರಬಿದ್ದಾಗ ಅವು ಪರಿಣಾಮಕಾರಿಯಾಗಿದ್ದು ಪ್ರಭಾವ ಬೀರುತ್ತವೆ ಎಂದು ನಂಬಿಕೆ ಪ್ರಬಲವಾಗಿದೆ. ದೃಷ್ಟಿ ನಿವಾಳಿಸುವುದು, ಅನ್ನ ತೆಗೆಸುವುದು, ಕಾಲ್ಧೂಳು ಹಾಕುವುದು ಮೊದಲಾದ ಪೀಡೆ ನಿರ್ಮೂಲನ ನಡವಳಿಕೆಯನ್ನು ಇಂದಿಗೂ ಕಾಣಬಹುದಾಗಿದೆ.

"ಇವುಗಳ ಬಗ್ಗೆ ಮತ್ತಷ್ಟು ಅಧ್ಯಯನ ಮಾಡಿ ಸಾಕಷ್ಟು ತಿಳಿದ ಮೇಲೆ ನಾನು ಇಂತಹ ಪ್ರಯೋಗಗಳನ್ನು ಮಾಡಬಲ್ಲೆ ಎನ್ನುವ ಸಾಮರ್ಥ್ಯ ಮೂಡಿದ್ದು" ಎನ್ನುತ್ತ ಅಮೇರರು ತಮ್ಮ ಮಂತ್ರ ವಿದ್ಯೆಯ ಪ್ರಯೋಗ ಶುರುಮಾಡಿದರು. ಸುಮಾರು ಇಪ್ಪತ್ತು ನಿಮಿಷಗಳವರೆಗೂ ನಡೆದ ಈ ಮಂತ್ರೋಚ್ಚಾರಣೆ ನಿಂತು ತಮ್ಮ ಕಣ್ಣು ತೆರೆದರು.

"ನಿನಗೆ ತೊಂದರೆ ಕೊಡುತ್ತಾ ಇರುವ ಆ ಬುಕ್ ನಿನ್ನ ಮನೆಯಲ್ಲಿಯೆ ಇದೇ ಅಲ್ವ?" ಹೌದು ಎನ್ನುವಂತೆ ತಲೆಯಾಡಿಸಿದ ಪರಶು.

ಅವನಿಗೆ ಅಲ್ಲಿಂದ ಎದ್ದು ಹೋದರೆ ಸಾಕಾಗಿತ್ತು. ಬೆಳಗ್ಗೆ ಡಾಕ್ಟರ್ ಕೊಟ್ಟಿದ್ದ ಇಂಜೆಕ್ಷನ್ ಹಾಗೂ ಮಾತ್ರೆ ಪ್ರಭಾವದಿಂದ ಕುಳಿತುಕೊಳ್ಳಲು ಬಹಳವೇ ಕಷ್ಟವಾಗಿತ್ತು ಅವನಿಗೆ. ಆದಷ್ಟು ಬೇಗ ಮನೆಗೆ ಹೋಗಿ ಮಲಗಿದರೆ ಸಾಕೆನಿಸಿತ್ತು.

"ಹೌದಾ ಸರಿ ಹೋಗಿ ಆ ಪುಸ್ತಕವನ್ನು ತೆಗೆದುಕೊಂಡು ಬಾ." "ಸರಿ" ಎಂದು ಎದ್ದೇಳುತ್ತಿದ್ದವನ್ನು ಸಹಾಯ ಮಾಡಿ ಮೇಲೆತ್ತಿದ ತರುಣ್.

"ಒಂದ್ನಿಮಿಷ ಇಲ್ಲಿ ಸರಿಯಾಗಿ ಕೇಳು. ಆ ಪುಸ್ತಕ ನಿನ್ನ ಮನೆಯಲ್ಲಿ ಇಲ್ಲ. ಬೇಕಾದರೆ ಹೋಗಿ ಹುಡುಕು" ಗಂಟಾಘೋಷವಾಗಿ ನುಡಿದರು ಅಮೇರರು.

ಆಶ್ಚರ್ಯದ ಜೊತೆ ಮುಖದಲ್ಲಿ ನಗು ಮೂಡಿದರೂ 'ಆ ಪುಸ್ತಕ ನನ್ನ ಮನೆಯಲ್ಲಿ ನನಗೆ ತಿಳಿಯದೇ ಬಂದಿತ್ತು. ಕಣ್ಣು ಮುಚ್ಚಿದರೂ ಬಿಟ್ಟರೂ ಎದುರಿಗೆ ಬಂದು ಹಿಂಸೆ ಕೊಡುತ್ತಿತ್ತು. ಈಗ ಮನೆಯಲ್ಲಿ ಇಲ್ಲ ಅಂದ್ರೆ ಏನಾಯ್ತು? ಅಮೇರರ ವಾಮಪ್ರಯೋಗದ ಮೇಲೆ ಬಹಳ ನಂಬಿಕೆ ಬರದಿದ್ದರೂ. ಮನೆಗೆ ಒಮ್ಮೆ ಹೋಗಿ ನೋಡಿ ನಂತರ ಖಚಿತ ಪಡಿಸಿಕೊಳ್ಳೋಣ' ಎಂದು ಅಲ್ಲಿಂದ ತರುಣ್ ಜೊತೆ ಬೈಕ್ ಏರಿ ಮನೆಯ ದಾರಿ ಹಿಡಿದ ಪರಶು. ಅಮೇರರಿಗೆ ನಮಸ್ಕರಿಸಿದ ತರುಣ್ ಅಲ್ಲಿಂದ ಪರಶುನನ್ನು ಕರೆದುಕೊಂಡು ಹೊರಟ.

ತಲೆಯಲ್ಲಿ ಅಮೇರರು ಹೇಳಿದ ಮಾತುಗಳನ್ನೇ ತುಂಬಿಕೊಂಡು ಮನೆಗೆ ಬಂದ ಪರಶು. ತನ್ನ ರೂಮ್ ಎಲ್ಲ ಹುಡುಕಾಡಲು ಶುರುಮಾಡಿದ. ಮೂಲೆ ಮೂಲೆ ಹುಡುಕಿದರೂ "ದ್ವೈತ" ಪುಸ್ತಕ ಕಾಣಲಿಲ್ಲ. ಎಲ್ಲಿ ಹೋಯ್ತು ಆ ಪುಸ್ತಕ? ಬೆಂಬಿಡದೆ ಪರಶುನನ್ನು ಕಾಡುತ್ತಿದ್ದ ಪುಸ್ತಕ.

ರೂಮಿನಲ್ಲಿ ಶಬ್ದ ಬರುತ್ತಿದ್ದದ್ದು ಗಮನಿಸಿದ ಪರಶು ತಾಯಿ "ಈ ಹುಡುಗ ಮತ್ತೇನು ಅನಾಹುತ ಮಾಡಿಕೊಳ್ಳುತ್ತಿದ್ದಾನೊ?" ಎಂದು ಓಡೋಡಿ ಪರಶು ಕೋಣೆಗೆ ಬಂದರು.

"ಪರಶು, ಏನು ಮಾಡ್ತಿದ್ಯೋ? ಈಗ ತಾನೇ ಬಂದೆ, ಊಟಕ್ಕೆ ಕರೆಯುವ ಅನ್ನುವಷ್ಟರಲ್ಲಿ ಮತ್ತೇನೋ ಗಲಿಬಿಲಿ ಮಾಡ್ತಿದ್ಯ? ನಿಮ್ಮಪ್ಪನಿಗೆ ಗೊತ್ತಾದ್ರೆ ಇನ್ನಷ್ಟು ಬಯ್ಯುತ್ತಾರೆ. ಊಟ ಮಾಡಿ ಮಲಗುವಂತೆ ಬಾ"

"ಸ್ವಲ್ಪ ತಡಿಯಮ್ಮ! ಒಂದು ಬುಕ್ ಹುಡುಕುತ್ತ ಇದ್ದೀನಿ. ಅದು ಎಲ್ಲಿ ಹೋಯ್ತು ಅಂತ ಗೊತ್ತಾಗುತ್ತಿಲ್ಲ" ತನ್ನ ಹುಡುಕುವಿಕೆ ಮುಂದುವರೆಸಿದ.

"ಒಂದಲ್ಲಾ ನಿನ್ನ ಎಲ್ಲ ಕಥೆ ಪುಸ್ತಕ ಗುಜರಿ ಅಂಗಡಿ ಪಾಲಾಗಿದೆ, ಈ ದೆವ್ವ ಭೂತ ಅಂತ ಕಥೆ ಬುಕ್ಸ್ ಓದಿ ದೆವ್ವದ ಫಿಲ್ಮ್ ನೋಡೋಕೆ ತಂದಿರುವ ಸಿ.ಡಿ ಕೂಡ ಬೆಂಕಿಗೆ ಹಾಕಿ ಬುಕ್ಸ್‌ನ ಮಾತ್ರ ಸುಡಬಾರದು ಅನ್ನೊ ಕಾರಣಕ್ಕೆ ನೀನು ತಗೊಂಡು ಬಂದಿದ್ದ ಕಥೆ ಬುಕ್ಸ್ ಎಲ್ಲ ತಗೊಂಡು ನಿಮ್ಮಪ್ಪ ಗುಜರಿಗೆ ಹಾಕೋಕೆ ಹೋಗಿದ್ದಾರೆ, ಇನ್ನೇನು ಬಂದು ಬಿಡ್ತಾರೆ. ಬಾ ಊಟ ಮಾಡಿ ಮಾತ್ರೆ ತಗೊಂಡು ಮಲಗುವಂತೆ" ಪರಶು ಕೈಹಿಡಿದು ಅಡಿಗೆ ಮನೆ ಕಡೆ ಎಳೆದೊಯ್ದರು ತಾಯಿ.

ಮಾರನೇ ದಿನ ಕಾಲೇಜ್ ಕ್ಯಾಂಟೀನ್ ಬಾಲ್ಕನಿಯಲ್ಲಿ ತೇಜ್ ಅಂಡ್ ಗ್ಯಾಂಗ್ ಈ ವಿಷಯ ಕೇಳಿ ಹೊಟ್ಟೆ ಹುಣ್ಣಾಗುವಂತೆ ನಗಲು ಶುರು ಮಾಡಿದರು. "ಅಲ್ವೊ ಪರಶು, ಈ ತರುಣ್ ಹೇಳ್ದ ಅಂತ ಅದ್ಯಾರೊ ಮಾಂತ್ರಿಕರ ಹತ್ರ ಹೋಗಿದ್ಯಲ್ಲಾ! ಬುಕ್ ಮಾಯ ಆಗೋದು ಅಂದ್ರೆ ಏನು ತಮಾಷೆನ? ಕೈ ಕಾಲು ಬಂದು ನಡೆದುಕೊಂಡು ಹೋಗುತ್ತ ಮನೆ ಬಿಟ್ಟು" ಚೇಡಿಸಿದ ಗೌರವ್.

ಸಪ್ಪೆ ಮುಖ ಹಾಕಿ ಕುಳಿತಿದ್ದ ತರುಣ್ ಗೌರವ್ ಮಾತಿಗೆ ಕೋಪಗೊಂಡು "ನಮ್ಮ ಮಾವ ಈ ಮಂತ್ರ ವಿದ್ಯೆಯಲ್ಲಿ ತುಂಬಾ ಅಭ್ಯಾಸ ಮಾಡಿದ್ದಾರೆ. ಫಾರಿನ್‌ಗೆ ಕೂಡ ಹೋಗಿ ಬಂದಿದ್ದಾರೆ. ಕೂತಲ್ಲಿ ಕಾಣದ್ದು ಕಂಡಂತೆ ಹೇಳ್ತಾರೆ ಗೊತ್ತಾ? ಅವರನ್ನ ಹೀಗೆಲ್ಲ ಹೇಳಿ ಅವಮಾನ ಮಾಡಬೇಡ" ಎಂದು ರೇಗಿದ.

"ಈಗ ಆದದ್ದು ಆಯ್ತು ಸದ್ಯಕ್ಕೆ. ಈ ವಿಷಯ ಬಿಡ್ರೋ ಪಾಪ ಪರಶು ಮುಖ ನೋಡೋಕೆ ಆಗ್ತಿಲ್ಲ. ನಿಜಕ್ಕೂ ದೆವ್ವ ಭೂತ ಅಂತ ಹೆದರಿ ಜ್ವರ ಬಂದು ಮಲಗಿಬಿಟ್ಟಿದ್ದ. ಈಗ ನೋಡು ಆ ಪುಸ್ತಕ ಗುಜರಿ ಅಂಗಡಿಯವನ

ಪಾಲಾಗಿದೆ. ಇನ್ಮೇಲೆ ಅವನ ನಿದ್ದೆ ಕೆಡುತ್ತೆ. ನೀನು ಆರಾಮಾಗಿ ಇರಬಹುದು" ಎಂದಳು ಪೃಥ್ವಿ.

"ಪೃಥ್ವಿ ಹೇಳೋದು ಸರಿಯಾಗಿಯೆ ಇದೆ ಪರಶು. ಇನ್ಮೇಲೆ ಆ ಬುಕ್ ನಿನ್ನ ಹತ್ರ ಕೂಡ ಸುಳಿಯಲ್ಲ. ಅದಕ್ಕೆ ನಾವೆ ಒಂದು ಗತಿ ಕಾಣಿಸಬೇಕು ಅಂತ ಇದ್ವಿ ಆದ್ರೆ ದೇವರು ಆ ಬುಕ್‌ಗೆ ಬೇರೆ ದಾರಿ ತೋರಿಸಿದ್ದಾನೆ. ಆ ಬುಕ್‌ನ ಪ್ರತಿಯೊಂದು ಪೇಜ್ ಯಾವ ಯಾವ [illegible] ಯಾರ ಯಾರ ಮನೆ ಸೇರುತ್ತೊ ಏನೊ?" ಧವನ್ ಪರಶುನನ್ನು ಸಮಾಧಾನ ಮಾಡಿದ.

"ಉಷ್! ಇಲ್ಲಿ ನೀವೆಲ್ಲ ಮತ್ತೊಂದು ವಿಷಯ ಗಮನಿಸಲಿಲ್ಲ. ದೆವ್ವ ಭೂತ ಇಲ್ಲಾ ಅದೆಲ್ಲ ಭ್ರಮೆ ಅನ್ನೊಕೆ ಅಮೀರರು ಕೂತಲ್ಲೇ ಮಂತ್ರ ಪಠಿಸಿ ಆ ಬುಕ್ ಮನೆಯಲ್ಲಿ ಇಲ್ಲಾ ಅಂತ ಹೇಗೆ ಹೇಳೋಕೆ ಸಾಧ್ಯ? ನಮ್ಮಪ್ಪ ಆ ಬುಕ್‌ನ ಮನೆಯಿಂದ ತೆಗೆದುಕೊಂಡು ಹೋಗಿದ್ದು ನಾನು ಮನೆಯಿಂದ ಹೊರಗೆ ಬಂದಮೇಲೆ. ಅದು ಯಾರಿಗೂ ಗೊತ್ತಿಲ್ಲ. ತರುಣ್ ಕೂಡ ನನ್ನ ಜೊತೆಯಲ್ಲೇ ಇದ್ದ. ಅಮ್ಮ ಹೇಳುವವರೆಗೂ ನನಗೆ ಗೊತ್ತಿರಲಿಲ್ಲ. ಇದನ್ನ ಸೂಕ್ಷ್ಮವಾಗಿ ಗಮನಿಸಿ ನೋಡಿದರೆ ಖಂಡಿತ ಆತ್ಮದ ಕೈಚಳಕ ಅಂತ ನನಗನ್ನಿಸುತ್ತೆ" ದಿಟ್ಟತನದಲ್ಲಿ ಅವಲೋಕಿಸಿ ಹೇಳಿದ ಪರಶು.

"ನಾನು ಆಗಲೇ ಹೇಳಿದ್ದೆ ತಾನೇ? ನಮ್ಮ ಮಾವ ಮಹಾನ್ ಮಾಂತ್ರಿಕರು ಅಂತ, ಅವರಿಗೆ ಈ ದೆವ್ವ, ಭೂತ, ಪ್ರೇತಗಳ ಬಗ್ಗೆ ತುಂಬಾ ಮಾಹಿತಿ ಗೊತ್ತು" ಪರಶು ಮಾತನ್ನು ಸಮರ್ಥಿಸಿದ ತರುಣ್. ಹೌದಲ್ವಾ ಎಂದು ಎಲ್ಲರೂ ಯೋಚನೆಗೆ ಬಿದ್ದರು.

ಅಷ್ಟರಲ್ಲಿ ಕಾಲೇಜಿನ ಗುಮಾಸ್ತ ಶಂಕ್ರಣ್ಣ ಕ್ಯಾಂಟೀನ್ ಓನರ್ ಬಳಿ ಏನನ್ನೋ ಕೇಳಿದವನು ಓನರ್ ಕೈ ಬೆರಳು ಮೇಲೆ ಮಾಡಿ ತೋರಿಸಿದ್ದು ನೋಡಿ ಬಾಲ್ಕನಿಗೆ ಬಂದ.

"ನೀವೆಲ್ಲರೂ ಇಲ್ಲಿದ್ದೀರ? ನಿಮ್ಮನ್ನ ಪ್ರಿನ್ಸಿಪಾಲ್ ಸರ್ ಕರೆಯುತ್ತಿದ್ದಾರೆ ಈಗಲೇ ಬರಬೇಕಂತೆ" ಎಂದರು.

"ನಮ್ಮನ್ನ ಅಂದ್ರೆ? ನಮ್ಮಲ್ಲಿ ಯಾರನ್ನ ಕರೆಯುತ್ತಿದ್ದಾರೆ" ಎಂದು ಕೇಳಿದಳು ಕವನ.

"ನಿಮ್ಮನ್ನ ಅಂದ್ರೆ ನಿಮ್ಮೆಲ್ಲರನ್ನೂ ಕರೆಯುತ್ತಿದ್ದಾರೆ, ನೀವು ಎಂಟೂ ಜನ ತಪ್ಪದೆ ಬರಬೇಕು ಅದರಲ್ಲೂ ನಾನೆ ನಿಮ್ಮನ್ನು ಕರೆದುಕೊಂಡು ಬರಬೇಕು ಅಂತ ಆರ್ಡರ್ ಆಗಿದೆ" ಎಂದರು ಗುಮಾಸ್ತ ಶಂಕ್ರಣ್ಣ.

"ಇದೇನಪ್ಪ ಹೋದೆಯಾ ಪಿಶಾಚಿ ಅಂದ್ರೆ ಬಂದೆ ಗವಾಕ್ಷೀಲಿ ಅಂತ ಆ ಬುಕ್ ಸಮಸ್ಯೆ ತೀರಿತು ಎಂದು ಅಂದುಕೊಂಡರೆ ಈಗ ಇನ್ನೊಂದು ಯಾವುದೋ ಹೊಸ ಸಮಸ್ಯೆ ಶುರುವಾಗುವ ಎಲ್ಲ ಲಕ್ಷಣ ಕಾಣುತ್ತಿದೆ" ತೇಜ್ ತಲೆಮೇಲೆ ಕೈ ಹೊತ್ತು ಕುಳಿತ.

“ಸರಿ ಸರಿ ನಡಿರಿ ಬೇಗ” ಎಂದು ಅವಸರ ಮಾಡಿ ಅವರೆಲ್ಲರನ್ನೂ ಪ್ರಿನ್ಸಿಪಾಲ್ ರೂಮಿಗೆ ಕರೆತಂದು ಹೊರಗೆ ಕಾವಲಿಗೆ ನಿಂತರು ಗುಮಾಸ್ತ ಶಂಕ್ರಣ್ಣ ಒಳಗೆ ಬೇರೆ ಯಾರೂ ಬರದಂತೆ ತಡೆಯಲು.

ಸಬ್ ಇನ್ಸ್‌ಪೆಕ್ಟರ್ ಗೌರೀಶ್ ಪ್ರಿನ್ಸಿಪಾಲ್ ಎದುರಿನಲ್ಲಿ ಕುಳಿತಿದ್ದ. ಬಂದ ಎಂಟೂ ಜನರನ್ನು ಕೆಂಗಣ್ಣಿನಿಂದ ನೋಡಿದ ಪ್ರಿನ್ಸಿಪಾಲ್ ಫರ್ನಾಂಡಿಸ್ ಅವರನ್ನು ಹಾಗೆ ನಿಂತುಕೊಳ್ಳಲು ಸೂಚಿಸಿ ಇನ್ಸ್‌ಪೆಕ್ಟರ್ ಗೌರೀಶ್ ಜೊತೆ ಮಾತು ಮುಂದುವರೆಸಿದರು.

“ಈ ಎಂಟೂ ಜನ ಸ್ಟೂಡೆಂಟ್ಸ್ ತುಂಬಾ ಒಳ್ಳೆಯವರು ಸರ್. ಇವರೆಲ್ಲ ಯಾಕೆ ಈ ಕೆಲ್ಸ ಮಾಡ್ತಾರೆ ಹೇಳಿ?” ತಮ್ಮ ವಿದ್ಯಾರ್ಥಿಗಳನ್ನು ತಪ್ಪಿನಿಂದ ಉಳಿಸಿಕೊಳ್ಳಲು ಮುಂದಾದರು ಪ್ರಿನ್ಸಿಪಾಲ್.

“ಇವರೇ ಆ ಕೆಲಸ ಮಾಡಿದ್ದಾರೆ ಅಂತ ನಾನೆಲ್ಲಿ ಹೇಳಿದೆ ಸರ್. ಇವರೆಲ್ಲರೂ ಆ ಸಮಯದಲ್ಲಿ ಅಲ್ಲಿ ಓಡಾಡಿದ್ದು ಅಲ್ಲಿನ ಸಿ.ಸಿ ಕ್ಯಾಮೆರಾದಲ್ಲಿ ಸೆರೆಯಾಗಿತ್ತು. ಅದಕ್ಕೆ ಇವರಿಗೆ ಆ ವಿಷಯದ ಬಗ್ಗೆ ಮಾಹಿತಿ ಗೊತ್ತಿರಬಹುದು ಅಂತ ಕೇಳೋಕೆ ಬಂದೆ. ಮತ್ತೇನೂ ಇಲ್ಲಾ. ನೀವೇನು ಗಾಬರಿಯಾಗಬೇಡಿ ಸರ್. ನಾನು ಈ ಶಾಲೆಯ ಹಳೆಯ ವಿದ್ಯಾರ್ಥಿ ಇಲ್ಲಿನ ಶಿಸ್ತು ಹಾಗು ಓದಿನ ಮಹಿಮೆ ದಡ್ಡರನ್ನೂ ಉನ್ನತ ಮಟ್ಟಕ್ಕೆ ಕರೆದುಕೊಂಡು ಹೋಗುತ್ತೆ” ತಾವು ಬಂದ ಕಾರ್ಯದ ಬಗ್ಗೆ ಹಾಗೆ ಕಾಲೇಜಿನ ತನ್ನ ಗೌರವಯುಕ್ತ ಮಾತುಗಳನ್ನಾಡಿದ ಗೌರೀಶ್.

“ಮಗ ಪರಶು ಇವರಿಗೆ ಆ ಸಮಾಧಿ ಧ್ವಂಸ ಮಾಡಿದ್ದು ನಾವೇ ಅಂತ ಗೊತ್ತಾಗಿರಬೇಕು ಅದಕ್ಕೆ ನಮ್ಮನ್ನ ವಿಚಾರಣೆ ಮಾಡೋಕೆ ಬಂದಿದ್ದಾರೆ. ಈಗ ನಮ್ಮನ್ನು ಅರೆಸ್ಟ್ ಮಾಡಿ ಜೈಲಿಗೆ ಹಾಕ್ತಾರೆ. ಆಮೇಲೆ ನಮ್ಮಪ್ಪ ಅಮ್ಮನಿಗೆ ಹೇಗೆ ಮುಖ ತೋರಿಸೋದು” ಎಂದು ಗೌರವ್ ಪರಶು ಕಿವಿಯಲ್ಲಿ ಪಿಸುಗುಟ್ಟಿದ.

“ಶ್! ಸುಮ್ನೆ ಇರಿ. ಪೋಲೀಸ್ ಬಂದದ್ದು ಅನುಮಾನ ಪಟ್ಟಲ್ಲಾ, ಬರಿ ವಿಚಾರಣೆಗೆ ಅಷ್ಟೇ. ಇದಕ್ಕೆ ಉತ್ತರ ನಾನು ಕೊಡ್ತೀನಿ. ನೀವು ನಾನು ಹೇಳಿದ್ದಕ್ಕೆ ಹುಂ ಅನ್ನಿ ಸಾಕು” ಎಂದು ತೇಜ್ ಎಲ್ಲರಿಗೂ ಎಚ್ಚರಿಸಿದ.

“ಹಾಯ್ ಬಾಯ್ಸ್, ಯಾಕ್ರಪ್ಪ ಪೋಲೀಸ್ ಅಂದ್ರೆ ಇಷ್ಟೊಂದು ಭಯಪಡ್ತೀರ. ತಪ್ಪು ಮಾಡಿದವರು ಮಾತ್ರ ಭಯ ಪಡಬೇಕು. ನೀವೇನೂ ತಪ್ಪು ಮಾಡಿಲ್ಲ ತಾನೇ? ಯಾಕೆ ಇಷ್ಟೊಂದು ಭಯ ಪಟ್ಟುಕೊಂಡು ನಡುಗುತ್ತ ನಿಂತಿದ್ದೀರ. ಹತ್ತು ದಿನದ ಹಿಂದೆ ಆರ್.ವಿ.ಯವರ ಸಮಾಧಿನ ಯಾರೋ ದುಷ್ಕರ್ಮಿಗಳು ಧ್ವಂಸ ಮಾಡಿದ್ದಾರೆ. ಅದರ ಪರಿಶೀಲನೆ ಮಾಡುವಾಗ ಸ್ಮಶಾನದ ಒಳಗಿನ ಸಿ.ಸಿ ಕ್ಯಾಮೆರಾ ಹಾಳಾಗಿದೆ. ಆದರೆ ಅದೇ ರಸ್ತೆಯ ಕೊನೆಯಲ್ಲಿ ಇರುವ ಕ್ಯಾಮೆರಾ ಕೆಲಸ ಮಾಡ್ತಿದೆ. ಅಲ್ಲಿ ಆ ಸಮಯಕ್ಕೆ

ಹತ್ತಿರವಾಗಿ ನೀವು ಅಲ್ಲಿಂದ ಕಾರಲ್ಲಿ ಹೋಗಿರುವ ದೃಶ್ಯ ಸೆರೆಯಾಗಿತ್ತು. ಕಾರಿನ ನಂಬರ್ ತೆಗೆದುಕೊಂಡು ನಿಮ್ಮ ಬಗ್ಗೆ ತಿಳಿದುಕೊಳ್ಳಲು ಇಷ್ಟು ಸಮಯ ಬೇಕಾಯ್ತು. ಅದಕ್ಕೆ ನಿಮಗೆ ಇದರ ಬಗ್ಗೆ ಏನಾದ್ರೂ ಗೊತ್ತಿರಬಹುದು ಅಂತ ನಿಮ್ಮೆಲ್ಲರ ಬಗ್ಗೆ ಪ್ರಿನ್ಸಿಪಾಲ್ ಸರ್ ಬಳಿ ಕೇಳಿ ನಿಮ್ಮನ್ನ ಕರೆಸಿದ್ದು. ನಿಮಗೆ ಏನಾದ್ರು ವಿಷಯ ಗೊತ್ತಿದ್ದರೆ ಹೇಳಿ. ಅದರಿಂದ ನನ್ನ ತನಿಖೆಗೆ ತುಂಬಾ ಸಹಾಯವಾಗುತ್ತೆ."

"ಹಾಗೇನೂ ಇಲ್ಲಾ ನಾವು ಟ್ರಿಪ್ ಹೋಗಿದ್ವಿ ಬರುವಾಗ ರಾತ್ರಿಯಾಗಿತ್ತು ಆಗ ಅದೇ ರೋಡ್‌ನಲ್ಲಿ ಬಂದದ್ದಕ್ಕೂ ಈಕಡೆ ಯಾರೋ ಸಮಾಧಿ ಧ್ವಂಸ ಮಾಡಿರೋ ಸಮಯಕ್ಕೂ ಹೊಂದಾಣಿಕೆಯಾಗಿರಬೇಕು. ನಾವು ಅದನ್ನ ಗಮನಿಸಲಿಲ್ಲ. ರಾತ್ರಿ ತುಂಬಾ ತಡವಾಗಿತ್ತು ಅಂತ ಬೇಗ ಮನೆ ಸೇರಿಕೊಳ್ಳುವ ಆತುರದಲ್ಲಿ ಬೇರೆ ಕಡೆ ಗಮನ ಕೊಡದೆ ನೇರವಾಗಿ ಊರಿಗೆ ಬಂದೆವು. ಇಷ್ಟೇ ಸರ್ ಮತ್ತೇನೂ ಇಲ್ಲ" ತೇಜ್ ತನ್ನ ರೂಪುರೇಷೆಯಲ್ಲಿ ಕಥೆ ಹೆಣೆದು ಇನ್ಸ್‌ಪೆಕ್ಟರ್ ಮುಂದೆ ಪ್ರಸ್ತುತ ಪಡಿಸಿದ.

ಮೊದಲೇ ನಿರ್ಧರಿಸಿದಂತೆ ಉಳಿದವರೂ ಕೂಡ ತೇಜ್ ಹೇಳಿದ್ದು ಸರಿಯಾಗಿದೆ ಎಂದು ತಲೆಯಾಡಿಸಿದರು.

"ಓಕೆ ಇಲ್ಲೂ ಕೂಡ ನನಗೆ ಯಾವುದೇ ಮಾಹಿತಿ ಸಿಗಲಿಲ್ಲ. ನಿಮಗೆ ತೊಂದರೆ ಕೊಟ್ಟಿದ್ದಕ್ಕೆ ಕ್ಷಮಿಸಿ" ಎಂದು ಈ ಎಂಟೂ ಜನರಲ್ಲಿ ಕೇಳಿ ಹಾಗೇ ಪ್ರಿನ್ಸಿಪಾಲ್ ಬಳಿ ಕೂಡ ಕ್ಷಮೆ ಯಾಚಿಸಿ ಅಲ್ಲಿಂದ ಹೊರಟು ಹೋದ ಇನ್ಸ್‌ಪೆಕ್ಟರ್ ಗೌರೀಶ್.

ಅಬ್ಬಾ ನಮ್ಮ ಜೀವ ಉಳಿತು ಎಂದು ಅಲ್ಲಿಂದ ಹೊರಗೆ ಕಾಲಿಡುತ್ತಿದ್ದವರನ್ನು "ನಿಲ್ಲಿ" ಎಂದು ಎಚ್ಚರಿಸಿದರು ಪ್ರಿನ್ಸಿಪಾಲ್ ಫರ್ನಾಂಡಿಸ್. ಆಗ ಎಲ್ಲರ ಎದೆ ದಸಕ್ ಎಂದಿತು. ತಲೆ ಬಗ್ಗಿಸಿಯೆ ಪ್ರಿನ್ಸಿಪಾಲರ ಕಡೆ ತಿರುಗಿದರು ಎಲ್ಲರೂ.

"ನಿಜಾ ಹೇಳಿ ಆರ್.ವಿ.ಯವರ ಸಮಾಧಿನ ಯಾಕೆ ಹಾಳು ಮಾಡಿದ್ರಿ? ಸತ್ತವರ ಸಮಾಧಿನ ಒಡೆಯೋದು ಎಷ್ಟು ದೊಡ್ಡ ಅಪರಾಧ ಗೊತ್ತಾ? ಇದನ್ನ ಜೀಸಸ್ ಎಂದಿಗೂ ಕ್ಷಮಿಸಲ್ಲಾ" ಫರ್ನಾಂಡಿಸ್ ಗದರಿಸಿದರು.

"ನಾವೇನೂ ಮಾಡಿಲ್ಲ ಸರ್" ಎಂದು ಬಾಯಿ ತೆರೆದ ತರುಣ್‌ನನ್ನು ನುಂಗುವಂತೆ ನೋಡಿದರು ಪ್ರಿನ್ಸಿಪಾಲ್.

"ನೀವೇನು ಮಾಡಿಲ್ಲ ಅನ್ನೋದಾದರೆ ಇಲ್ಲಿರುವ ಜೀಸಸ್ ಫೋಟೋ ಮುಂದೆ ನಿಂತು ಪವಿತ್ರವಾದ ಬೈಬಲ್ ಹಿಡಿದು ಪ್ರಮಾಣ ಮಾಡಿ" ಎನ್ನುತ್ತ ಬೈಬಲ್ ಕಡೆ ಕೈ ತೋರಿಸಿದರು ಫರ್ನಾಂಡಿಸ್. ಕ್ಷಣಕಾಲ ಅಲ್ಲಿ ನೀರವ ಮೌನ ಆವರಿಸಿತು.

ಪ್ರಿನ್ಸಿಪಾಲ್ ರೂಮಿನಲ್ಲಿ ನಡೆದ ವಿಚಾರಣೆ ವೇಳೆ ಸ್ಮಶಾನದ ಹತ್ತಿರದ ದಾರಿಯಲ್ಲಿದ್ದ ಸಿ.ಸಿ ಕ್ಯಾಮೆರಾದಲ್ಲಿ ಈ ಆರು ಜನ ಮುಖ ಗುರುತು ಸೆರೆಯಾಗಿತ್ತು. ಪೋಲೀಸ್ ಇನ್ಸ್‌ಪೆಕ್ಟರ್ ಆ ಕಾಲೇಜಿನ ಹಳೆಯ ವಿದ್ಯಾರ್ಥಿಯಾಗಿದ್ದರಿಂದ, ಈ ಹುಡುಗರು ಮಾಡಿದ ಕೆಲಸ ಹೊರಗಿನ ಜನರಿಗೆ ತಿಳಿದರೆ ಕಾಲೇಜಿನ ಘನತೆ ಮಣ್ಣು ಪಾಲಾಗುತ್ತದೆ ಜೊತೆಗೆ ಈ ಹುಡುಗರ ಭವಿಷ್ಯ ಕೂಡ ಹಾಳಾಗುತ್ತದೆ ಎಂದು ಕೇಳಿಕೊಂಡ ಪ್ರಿನ್ಸಿಪಾಲರ ಮನವಿಗೆ ಒಪ್ಪಿಗೆ ನೀಡಿ ಹಾಗೇ ತಾನು ಓದಿದ ಕಾಲೇಜಿನ ಬಗ್ಗೆ ಅಪಪ್ರಚಾರ ಮೂಡುವುದು, ಹುಡುಗಾಟಿಕೆಯ ಹುಡುಗರು ಮಾಡಿದ ತಪ್ಪಿಗೆ ಇಷ್ಟೂ ವರ್ಷದಿಂದ ಕಾಪಾಡಿಕೊಂಡು ಬಂದ ಕಾಲೇಜಿನ ಮರ್ಯಾದೆಯನ್ನು ಹಾಳು ಮಾಡಲು ಇಷ್ಟವಿಲ್ಲದೆ ವಿಚಾರಣೆಯನ್ನು ಬೇರೆ ಕಡೆ ತಿರುಗಿಸುವುದಾಗಿ ಭರವಸೆ ಕೊಟ್ಟು, ಆ ಹುಡುಗರಿಗೂ ಇನ್ನೊಮ್ಮೆ ಇಂತಹ ಕೆಲಸ ಮಾಡದಂತೆ ಎಚ್ಚರಿಕೆ ನೀಡಿ ಅಲ್ಲಿಂದ ಹೊರಟುಹೋದರು.

ಬೈಬಲ್ ಹಿಡಿದು ಪ್ರಮಾಣ ಮಾಡಿ ಎಂದು ಪ್ರಿನ್ಸಿಪಾಲ್ ಫರ್ನಾಂಡಿಸ್ ಹೇಳಿದ್ದನ್ನು ಕೇಳಿ ಎಂಟೂ ಜನ ಅವಾಕ್ಕಾದರು. "ಸರ್! ಅದು ಅದೂ ಇಷ್ಟಕ್ಕೆಲ್ಲ ಜೀಸಸ್ ಮೇಲೆ ಏಕೆ ಪ್ರಮಾಣ ಮಾಡ್ಬೇಕು? ನಮಗೇನೂ ಗೊತ್ತಿಲ್ಲ ಅಂತ ಹೇಳಿದ ಮೇಲೆ ಪೋಲೀಸ್ ಕೂಡ ಹೊರಟು ಹೋದರು! ಹೀಗಿರುವಾಗ ಮತ್ತೇನಿದೆ ಹೇಳೋಕೆ? ನೀವು ಅನುಮತಿ ಕೊಟ್ಟರೆ ನಾವು ಇಲ್ಲಿಂದ ಹೊರಡುತ್ತಿವಿ" ಅವಸರಿಸಿದ ತೇಜ್.

"ತೇಜ್, ನಾನು ನಿನ್ನ ಕಣ್ಣಿಗೆ ಜೋಕರ್ ತರಹ ಕಾಣಿಸುತ್ತಿದ್ದೀನಾ? ನೀವು ಹೇಳಿದ್ದು ನಿಜ ಅನ್ಕೊಂಡು ಪೋಲೀಸಿನವರು ಹೋಗಿದ್ದಲ್ಲ! ನನ್ನ ಮಾತಿಗೆ ಬೆಲೆ ಕೊಟ್ಟು ಕಾಲೇಜಿನ ಗೌರವಕ್ಕೆ ಧಕ್ಕೆ ಬರಬಾರದು ಹಾಗೆಯೇ ನಿಮ್ಮ ಭವಿಷ್ಯ ಕೂಡ ಇದರಿಂದ ಹಾಳಾಗಬಾರದು ಅಂದುಕೊಂಡು ತನಿಖೆ ಮಾಡದೆ ಸುಮ್ಮನೆ ಹೋಗಿದ್ದಾರೆ. ಮತ್ತೆ ಯಾವಾಗ ಬೇಕಾದ್ರು ಬರಬಹುದು. ಈಗ ನೀವು ನಿಜ ಹೇಳಿದರೆ ಮುಂದೆ ಯಾವುದೇ ಸಮಸ್ಯೆ ಬಂದರೂ ನಾನು ನಿಮ್ಮ ಜೊತೆ ಇದ್ದು ಸಹಾಯ ಮಾಡ್ತೀನಿ ಇಲ್ಲ ಅಂದ್ರೆ ನಿಮ್ಮಿಷ್ಟ. ಆಗ ಯಾವುದೇ ಸಹಾಯವನ್ನು ನನ್ನಿಂದ ಯಾಚಿಸಬೇಡಿ" ಕಡ್ಡಿ ಮುರಿದಂತೆ ಮಾತನಾಡಿದರು ಫರ್ನಾಂಡಿಸ್.

"ಪ್ರಿನ್ಸಿಪಾಲ್ ಹೇಳುತ್ತಿರೋದು ಸರಿಯಾಗಿದೆ ಇರುವ ವಿಷಯ ಹೇಳಿಬಿಡೋಣ, ಆಮೇಲೆ ಅವರೇ ನೋಡಿಕೊಳ್ಳುತ್ತಾರೆ" ಎಂದನು ಗೌರವ್.

"ಬೇಡ ಸುಮ್ಮನಿರು. ವಿಷಯ ಗೊತ್ತಾದರೆ ನಮ್ಮ ತಂದೆ ತಾಯಿಗೆ ಈ ವಿಷಯ ತಿಳಿಸಿ ಅವರನ್ನು ಕಾಲೇಜಿಗೆ ಕರೆಸಿ ಅವರ ಮುಂದೆ ಅವಮಾನ ಮಾಡಬಹುದು. ಹಾಗೆ ಇಲ್ಲಿನ ಗೋಡೆಗಳಿಗೂ ಕಿವಿ ಇದೆ. ಒಂದೇ ಒಂದು ಪದ

ಹೊರಗೆ ಬಂದರೂ ಅದೊಂದು ದೊಡ್ಡ ಕಾದಂಬರಿಯಾಗಿ ಇಡೀ ಕಾಲೇಜಿಗೆ ಡಂಗೂರ ಸಾರುತ್ತದೆ" ಎಂದು ಹೊರಗೆ ನಿಂತು ಬಾಗಿಲ ಸಂದಿಯಲ್ಲಿ ಕಿವಿಗೊಟ್ಟು ಕೇಳಿಸಿಕೊಳ್ಳುತ್ತಿದ್ದ ಗುಮಾಸ್ತ ಶಂಕ್ರಣ್ಣನನ್ನು ಗಮನಿಸಿಯೆ ನುಡಿದ ತೇಜ್.

ಇವರ ಪಿಸುಗುಟ್ಟುವಿಕೆಯನ್ನು ಕಂಡು "ಸಾಕು ನಿಲ್ಲಿಸಿ, ಈಗ ಇರುವ ವಿಷಯ ಹೇಳಿ" ಎಂದು ಗಟ್ಟಿ ಧ್ವನಿಯಲ್ಲಿ ಕೇಳಿದರು ಪ್ರಿನ್ಸಿಪಾಲ್.

"ಸರ್ ನಾನು ಆಗಲೇ ಹೇಳಿದ್ದೆನಲ್ಲಾ ಅವತ್ತು ಟ್ರಿಪ್‌ಗೆ ಹೋಗಿದ್ದು ನಿಜ, ಬರುವಾಗ ಆ ಸ್ಮಶಾನದ ದಾರಿಯಲ್ಲಿ ಬಂದದ್ದು ನಿಜ. ಇದನ್ನು ಬಿಟ್ಟರೆ ಉಳಿದದ್ದು ನಮಗೆ ಯಾರಿಗೂ ಗೊತ್ತಿಲ್ಲ" ಧೃತಿಗೆಡದೆ ನುಡಿದ ತೇಜ್. "ತೇಜ್ ಹೇಳುತ್ತ ಇರೋದು ನಿಜ ಸರ್" ಎಂದು ಅವನ ಮಾತನ್ನು ಅನುಸರಿಸಿದ ಧವನ್. ಪ್ರತಿಯೊಬ್ಬರನ್ನು ದುರುಗುಟ್ಟಿ ನೋಡಿದ ಪ್ರಿನ್ಸಿಪಾಲ್ ಫರ್ನಾಂಡಿಸ್ ಅವರೆಲ್ಲರನ್ನು ಅಲ್ಲಿಂದ ಹೊರಡಿ ಎಂದರು.

ಎಲ್ಲರೂ ಬಾಗಿಲಿನತ್ತ ಹೆಜ್ಜೆ ಹಾಕುವ ಸದ್ದು ಕೇಳಿದ ಗುಮಾಸ್ತ ಶಂಕ್ರಣ್ಣ ತಕ್ಷಣ ಹಿಂದೆ ಸರಿದು ಏನೂ ಅರಿಯದವನಂತೆ ನಿಂತ. ಅವರೆಲ್ಲ ಅಲ್ಲಿಂದ ಹೋದ ಮೇಲೆ ಶಂಕ್ರಣ್ಣ ಪ್ರಿನ್ಸಿಪಾಲ್ ರೂಮಿನೊಳಗೆ ಬಂದ.

"ಸರ್ ಅವರು ನಿಜ ಹೇಳಿದರು ಅಂತ ಅನ್ನಿಸುತ್ತ ನಿಮಗೆ? ಸುಳ್ಳು ಹೇಳಿ ತಪ್ಪಿಸಿಕೊಂಡಿದ್ದಾರೆ. ಮತ್ತೆ ಕರೆದು ಕೇಳಿ ಇಲ್ಲಾ ಅಂದ್ರೆ ಅವರವರ ತಂದೆ ತಾಯಿಗಳಿಗೆ ಈ ವಿಷಯದ ಬಗ್ಗೆ ಹೇಳಿ ಅವರನ್ನು ಇಲ್ಲಿಗೆ ಕರೆಸಿ ಅವರ ಮುಂದೆ ಪ್ರಶ್ನೆ ಮಾಡಿ ಆಗ ಸತ್ಯ ತಾನಾಗಿಯೆ ಹೊರಗೆ ಬರುತ್ತೆ" ಹುಮ್ಮಸ್ಸಿನಲ್ಲಿ ಉಪಾಯವನ್ನು ತಿಳಿಸಿದ.

"ಅವರು ಸುಳ್ಳು ಹೇಳುತ್ತಿದ್ದಾರೆ ಅಂತಲೂ ಗೊತ್ತು, ಅದಕ್ಕೆ ಅವರು ಬೈಬಲ್ ಹಿಡಿದು ಜೀಸಸ್ ಮುಂದೆ ಪ್ರಮಾಣ ಮಾಡೋಕೆ ಒಪ್ಪಲಿಲ್ಲ ಅಂತಲೂ ಗೊತ್ತು. ಹಾಗಂತ ಅವರೇ ನಿಜವಾದ ಅಪರಾಧಿಗಳು ಅನ್ನೋಕೆ ಯಾವುದೇ ಸಾಕ್ಷಿ ಇಲ್ಲ. ಅವರ ತಂದೆ ತಾಯಿಗಳನ್ನು ಇಲ್ಲಿಗೆ ಕರೆಸಿ ಆಮೇಲೆ ಅದು ಸುಳ್ಳು ಅಂತ ಗೊತ್ತಾದರೆ ಅವಮಾನ ಆಗೋದು ನಿನಗಲ್ಲ ನನಗೆ. ವಿಚಾರಣೆಗೆ ಇದು ಸರಿಯಾದ ಸಮಯವಲ್ಲ ಹಾಗೇ ಸರಿಯಾದ ಸ್ಥಳವೂ ಅಲ್ಲ. ಆ ಹುಡುಗರು ಪಿಸುಗುಟ್ಟಿದ್ದು ಸರಿಯಿದೆ. ಇಲ್ಲಿ ಗೋಡೆಗಳಿಗೂ ಕಿವಿಯಿರುತ್ತೆ ಅದು ಇಡೀ ಕಾಲೇಜಿಗೆ ಡಂಗೂರ ಸಾರುತ್ತೆ"" ಎನ್ನುತ್ತ ಗುಮಾಸ್ತನ ಮುಖ ನೋಡಿದರು ಫರ್ನಾಂಡಿಸ್.

ಆತುರದಲ್ಲಿ ನಾನು ಕದ್ದು ಕೇಳಿಸಿಕೊಂಡೆ ಅಂತ ಇವರಿಗೆ ಗೊತ್ತಾಗುವ ಹಾಗೆ ಮಾಡಿಬಿಟ್ಟೆನಲ್ಲ ಎಂದು ನಾಲಿಗೆ ಕಚ್ಚಿಕೊಂಡು ಪೆಚ್ಚುಮೋರೆ ಹಾಕಿ ನಗುತ್ತ "ಕ್ಷಮಿಸಿ ಸರ್" ಎಂದು ಕೇಳಿ ಅಲ್ಲಿಂದ ಹೊರಟು ಹೋದ ಗುಮಾಸ್ತ ಶಂಕ್ರಣ್ಣ.

"ಅಂತೂ ಇಂತೂ ಪ್ರಿನ್ಸಿಪಾಲ್ ಕೈಲಿ ಸಿಕ್ಕಿ ಹಾಕಿಕೊಂಡ್ವಿ ಅಂದು ಕೊಳ್ಳುವಷ್ಟರಲ್ಲಿ ತೇಜ್ ನಮ್ಮೆಲ್ಲರನ್ನು ಕಾಪಾಡಿಬಿಟ್ಟ, ದೊಡ್ಡ ಸಹಾಯ ಮಾಡಿದೆ ತೇಜ್" ಎಂದು ಅಭಿನಂದನೆ ತಿಳಿಸಿದಳು ಕವನ.

"ಸತ್ಯ ಇವತ್ತಲ್ಲದೆ ಹೋದರೂ ಮುಂದೊಂದು ದಿನ ಹೊರಗೆ ಬರಲೇಬೇಕು ತಾನೆ? ಇವತ್ತು ಪ್ರಿನ್ಸಿಪಾಲ್‌ಗೆ ನಿಜಾ ಹೇಳಿದ್ದರೆ ಚೆನ್ನಾಗಿರುತ್ತಿತ್ತೇನೊ ಅನ್ನಿಸಿತ್ತು ನಂಗೆ" ಎಂದನು ಪರಶು.

"ಅಯ್ಯ ಗುರುವೇ ಸತ್ಯ ಯಾವತ್ತಾದರೂ ಹೊರಗೆ ಬರಲಿ ಆದ್ರೆ ಈ ಸಮಸ್ಯೆ ಶುರುವಾದದ್ದು ಆ ದ್ವೈತ ಪುಸ್ತಕದಿಂದ" ಎಂದು ತಲೆ ಚಚ್ಚಿಕೊಂಡ ತರುಣ್.

"ನಮ್ಮ ಮಾತಿನ ಮಧ್ಯೆ ಅವತ್ತು ತೇಜ್, ಪರಶು ನೋಟ್ ಬುಕ್ ತೆಗೆದುಕೊಂಡು ಹೋಗಿದ್ದು, ಆಮೇಲೆ ಅದು ಏನಾದ್ರು ಸಮಸ್ಯೆ ಮಾಡ್ತಾ? ಅಂತ ಕೇಳೋದೆ ಮರೆತೆ" ಎಂದು ವಿಷಯವನ್ನು ನೆನಪು ಮಾಡಿದಳು ಪೃಥ್ವಿ.

"ಇಲ್ಲ ಅದರಿಂದ ಏನೂ ಸಮಸ್ಯೆಯಾಗಿಲ್ಲಾ. ನನ್ನ ನೋಟ್ ಬುಕ್ಸ್ ಮಧ್ಯೆಯೇ ಆರ್.ವಿ. ಹಸ್ತಾಕ್ಷರ ಇರುವ ಆ ಬುಕ್ ಕೂಡ ಮನೆಯಲ್ಲಿ ಇಟ್ಟಿದ್ದೇನೆ. ನನಗೆ ಅದರಿಂದ ಯಾವುದೇ ತೊಂದರೆ ಆಗಿಲ್ಲ. ನನಗನ್ನಿಸುವ ಪ್ರಕಾರ ಆ ಬುಕ್ ಪರಶುಗೆ ಮಾತ್ರ ತೊಂದರೆ ಕೊಟ್ಟಿದೆ. ಅದಕ್ಕೆ ಪರಶು ಬಿಟ್ರೆ ಬೇರೆ ಯಾರಿಗೂ ತೊಂದರೆ ಕೊಡುವ ಉದ್ದೇಶ ಇಲ್ಲಾ ಅನ್ಕೋತಿನಿ" ತೇಜ್ ತನಗೇನು ಸಮಸ್ಯೆಯೆ ಆಗಿಲ್ಲವೆಂದು ಇರುವ ನಿಜವನ್ನು ಹೊರಹಾಕಿದ.

"ತಲೆನೆ ಹೋದಮೇಲೆ ಬಾಲದ ಬಗ್ಗೆ ಯೋಚಿಸೋ ಎಂದು ವ್ಯರ್ಥ" ಎಂದು ನುಡಿದ ಧವನ್. "ನಿನ್ನ ಮಾತಿನ ಅರ್ಥವೇನು ಧವನ್?" ಕೇಳಿದಳು ಪೃಥ್ವಿ.

"ದ್ವೈತ ಪುಸ್ತಕವೆ ಗುಜರಿ ಅಂಗಡಿ ಸೇರಿದೆ ಅಂದ್ಮೇಲೆ ಇನ್ನೂ ಆ ಹಸ್ತಾಕ್ಷರ ಇರುವ ಬುಕ್ಕಿನಿಂದ ಯಾವುದೇ ಸಮಸ್ಯೆ ಬರಲ್ಲ ಅದರ ಬಗ್ಗೆ ಯೋಚನೆ ಮಾಡದೆ ಆರಾಮಾಗಿ ಇರಿ ಅಂತ ಅರ್ಥ" ಕಿರುನಗೆ ನಕ್ಕನು ಧವನ್. ಎಲ್ಲರೂ ಅವನ ಮಾತಿಗೆ ತಲೆಯಾಡಿಸಿ ನಕ್ಕು ಅವರವರ ಮನೆಗೆ ತೆರಳಿದರು.

ಮನೆಗೆ ಬಂದ ಪರಶು ಬಹಳ ಖುಶಿಯಾಗಿದ್ದ ಕಾರಣ ದ್ವೈತ ಬುಕ್ ಗುಜರಿ ಅಂಗಡಿ ಸೇರಿದ್ದು ಹಾಗೇ ಆರ್.ವಿ. ಹಸ್ತಾಕ್ಷರ ತೇಜ್ ಮನೆಯಲ್ಲಿದೆ ಅದರಿಂದ ಯಾರಿಗೂ ತೊಂದರೆ ಕೂಡ ಆಗಿಲ್ಲ. ಬಟ್ಟೆ ಬದಲಿಸಿ ಮುಖ ತೊಳೆದು ಬಂದು ಟವೆಲ್‌ನಲ್ಲಿ ಒರೆಸಿಕೊಂಡು ಹಾಗೆ ಫ್ಯಾನ್ ಸ್ವಿಚ್ ಆನ್ ಮಾಡಿ ಮಂಚದ ಮೇಲೆ ಮಲಗಿದವನಿಗೆ ಹಾಯಾದ ನಿದ್ದೆ ಬರಲು ಶುರುವಾಗಿತ್ತು.

ಅಷ್ಟರಲ್ಲಿ ಮನೆಗೆ ಬಂದ ಪರಶು ತಂದೆ "ತಲೆನೋಯುತ್ತಿದೆ ಬಿಸಿ ಬಿಸಿ ಕಾಫೀ ಮಾಡಿಕೊಡೆ" ಎಂದು ಹೆಂಡತಿಯನ್ನು ಅವಸರಿಸಿದರು. "ತಾಳ್ರಿ ಯಾಕೆ ಇಷ್ಟೊಂದು ಆತುರ, ತಲೆ ನೋಯುತ್ತಿದ್ರೆ ಮೊದಲು ವಿಕ್ಸ್ ಹಚ್ಚಿಕೊಳ್ಳಿ ಆಮೇಲೆ ಕಾಫೀ ಕುಡಿತೀರಂತೆ."

"ಇವತ್ತು ಆಫೀಸ್‌ನಲ್ಲಿ ಕೆಲ್ಸ ಜಾಸ್ತಿ ಕಣೆ, ಬೆಳಗ್ಗೆ ಚಿತ್ರಾನ್ನ ತಿಂದು ಅದನ್ನೇ ತಗೊಂಡು ಹೋಗಿದ್ದೆ ನೋಡು ಕೆಲಸ ಮಾಡೋಕೂ ಸುಸ್ತು ಅನ್ನಿಸಿತು. ನಿದ್ದೆ ಕಣ್ಣನ್ನ ಅದುಮಿದಂತೆ ಆಗಿತ್ತು ಗೊತ್ತಾ? ನಿನಗೆ ಬೆಳಗ್ಗೆ ಹೊತ್ತು ಅನ್ನದ ಅಡಿಗೆ ಬಿಟ್ಟು ಬೇರೆ ಏನಾದ್ರು ಮಾಡು ಅಂತ ದಿನಾ ಹೇಳ್ತೀನಿ ಆದರೂ ನೀನು ಕೇಳೋದಿಲ್ಲ. ಅದರಲ್ಲೇ ಏನಾದರು ಮಾಡ್ತಿರುತ್ತೀಯ" ಗೊಣಗಿದರು ಪತಿರಾಯರು.

"ಹಾಗಾದ್ರೆ ದಿನಾ ನಾನು ಕೇಳೊ ತರಕಾರಿ ತನ್ನಿ. ರೊಟ್ಟಿ, ಚಪಾತಿನೆ ಮಾಡಿಕೊಡ್ತೀನಿ ಅದನ್ನೇ ತಿನ್ನಿ ಮಧ್ಯಾಹ್ನಕ್ಕೂ ಅದನ್ನೇ ತಗೊಂಡು ಹೋಗಿ" ಮೂತಿ ತಿರುವಿದರು ಧರ್ಮಪತ್ನಿ.

'ನನ್ನ ಜೇಬಿಗೆ ಕತ್ತರಿ ಹಾಕೋಕೆ ಕಾಯುತ್ತಿರುತ್ತಾಳೆ ಯಾವಾಗಲೂ. ದಿನ ತರಕಾರಿ, ಸೊಪ್ಪು ಅಂತ ತಂದರೆ ಹದಿನೈದು ದಿನಕ್ಕೆ ಸಂಬಳ ಖಾಲಿಯಾಗಿ ಉಳಿದ ಹದಿನೈದು ದಿನ ಮನೆ ನಡೆಸೋಕೆ ದುಡ್ಡಿಲ್ಲ ಅಂತ ಇವಳ ಬಾಯಲ್ಲಿ ಸುಪ್ರಭಾತ ಕೇಳಬೇಕು' ಎಂದುಕೊಂಡು "ನಿನಗ್ಯಾಕೆ ಶ್ರಮ, ನಿನಗೆ ಹೇಗೆ ಬರುತ್ತೋ ಏನೇನು ಇಷ್ಟ ಆಗುತ್ತೋ ಅದನ್ನೇ ಮಾಡು" ಎಂದು ಅಲ್ಲಿಂದ ಹೊರಗೆ ಬಂದರು.

"ಅಯ್ಯೋ ಮರೆತೆ ಲೇ ಇವಳೇ ಇನ್ನೊಂದು ವಿಷಯ ಹೇಳೋದೆ ಮರೆತು ಹೋಗಿದ್ದೆ. ಕಾಲ ಎಷ್ಟು ಕೆಟ್ಟು ಹೋಗಿದೆ ಅಂದ್ರೆ ಗುಜರಿ ಅಂಗಡಿನ ಕೂಡ ಬಿಡದೇ ಬೀಗ ಮುರಿದು ಕಳ್ಳತನ ಮಾಡಿದ್ದಾರೆ ಗೊತ್ತಾ?" ವರಾಂಡದಲ್ಲಿ ನಿಂತು ಜೋರಾಗಿ ಹೇಳಿದ್ದು ಇಡೀ ಮನೆಗೆ ಕೇಳಿಸಿತ್ತು. ನಿದ್ರೆಗೆ ಜಾರಬೇಕಿದ್ದ ಪರಶು ಕಿವಿಗೂ ಸಹ ತಟ್ಟನೆ ಕೇಳಿತು.

"ಹೌದೇನ್ರೀ! ಅಪ್ಪಾ ಸದ್ಯ ನಮ್ಮನೆಗೆ ಈ ತರಹ ಆಗಿಲ್ಲ ಅನ್ನೋದು ನೆಮ್ಮದಿ" ತಮ್ಮ ಮನೆಯ ಚಿಂತೆ ಮಾಡಿದರು. "ಹೋಗಿ ಹೋಗಿ ನಿನ್ನ ಹತ್ರ ಹೇಳಿದೆ ನೋಡು ನನಗೆ ಬುದ್ದಿ ಇಲ್ಲಾ. ಯಾವುದಕ್ಕೆ ಯಾವುದನ್ನೋ ಹೊಂದಿಸಿ ಮಾತಾಡ್ತಿಯ" ಎಂದು ಹಣೆ ಚಚ್ಚಿಕೊಂಡರು ಪತಿರಾಯರು.

"ಗುಜರಿ ಅಂಗಡಿ ಅಂದ್ರೆ ನೆನ್ನೆ ನೀವು ಆ ಕಥೆ ಪುಸ್ತಕಗಳನ್ನೆಲ್ಲ ಮಾರೋಕೆ ಹೋಗಿದ್ರಲ್ಲಾ ಅದೇನ?" ಎಂದು ಕೇಳಿದ ಹೆಂಡತಿ ಮಾತಿಗೆ "ಹಾಂ ಹೌದು ಅದೇ ಅಂಗಡಿ ಏನೇನು ಕಳ್ಳತನ ಆಗಿದ್ಯೋ ಏನೊ ಬೆಳಗ್ಗೆ ಆಫೀಸಿಗೆ ಹೋಗುವಾಗ ಪೋಲೀಸ್ ಅವನ ಅಂಗಡಿ ಹತ್ರ ಇದ್ರು ಆಗ

ಅಲ್ಲಿದ್ದವರನ್ನು ಏನಾಯ್ತು ಅಂತ ಕೇಳಿದ್ದಕ್ಕೆ ಯಾರೋ ರಾತ್ರಿ ಗುಜರಿ ಅಂಗಡಿ ಬೀಗ ಒಡೆದು ಕಳ್ಳತನ ಮಾಡಿದ್ದಾರೆ ಬೆಳಗ್ಗೆ ಬಾಗಿಲು ತೆಗೆಯೋದಕ್ಕೆ ಬಂದಾಗ ಓನರ್‌ಗೆ ಗೊತ್ತಾಗಿ ಪೋಲೀಸ್ ಕಂಪ್ಲೇಂಟ್ ಕೊಟ್ಟಿದ್ದಾನೆ ಅಂತ ಹೇಳಿದರು. ಗುಜರಿ ಅಂಗಡಿಗೆ ನುಗ್ಗಿ ಹಳೇ ಪೇಪರ್, ಕಬ್ಬಿಣ ಕದ್ದು ಬೇರೆ ಗುಜರಿ ಅಂಗಡಿಗೆ ಮಾರುವ ಹೊಸ ಕಿಲಾಡಿ ಗ್ಯಾಂಗ್ ಬಂದಿರಬೇಕು ಅನ್ಕೊಂಡು ಕೆಲಸಕ್ಕೆ ಹೋದೆ. ಸಂಜೆ ಬರುವಾಗ ವಿಚಾರಿಸಿದೆ ಆಗ ಯಾವುದೇ ವಸ್ತು ಕಳ್ಳತನ ಆಗಿಲ್ಲವೆಂದು ಪೊಲೀಸ್ ತನಿಖೆನಲ್ಲಿ ಗೊತ್ತಾಯ್ತಂತೆ. ಓನರ್ ಕೂಡ ದುಡ್ಡೇನೂ ಇರಲಿಲ್ಲ, ಗುಜರಿ ಸಮಾನೆಲ್ಲಾ ಮೊದಲೇ ಬೇರೆ ಕಡೆ ಸಾಗಿಸಿದ್ದೆ ಅಂತ ಹೇಳಿದನಂತೆ. ಏನಾದ್ರು ಸಿಗಬಹುದು ಅಂತ ಬೀಗ ಒಡೆದು ಒಳಗೆ ನುಗ್ಗಿ ಕೊನೆಗೆ ಏನೂ ಸಿಗದಿದ್ದಕ್ಕೆ ಅಲ್ಲಿಂದ ಬರಿ ಕೈನಲ್ಲಿ ಹೋಗಿರಬೇಕು ಅಷ್ಟೇ" ಎನ್ನುತ್ತ ಹೆಂಡತಿಗೆ ಕಾಫೀ ತರಲು ಹೇಳಿ ತಮ್ಮ ಕೋಣೆಗೆ ಹೋದರು.

ತಂದೆ ಹೇಳಿದ ಪ್ರತಿಯೊಂದು ವಿಚಾರವನ್ನು ಕೇಳಿದ ಪರಶು ಮುಖದಲ್ಲಿ ಅಂತಹ ಫ್ಯಾನ್ ಗಾಳಿ ಬೀಸುತ್ತಿದ್ದರೂ ಬೆವರು ಹನಿಯಲು ಶುರುವಾಗಿತ್ತು. ಫ್ಯಾನ್ ತಿರುಗುವ ಶಬ್ದಕ್ಕೆ ಟೇಬಲ್ ಮೇಲಿದ್ದ ಪುಸ್ತಕದ ಹಾಳೆಗಳು ತೆರೆದುಕೊಂಡು ಪಟಪಟ ಶಬ್ದ ಮಾಡಿದವು. ಶಬ್ದ ಬಂದ ಪುಸ್ತಕದ ಕಡೆ ನೋಡಿದವನಿಗೆ ದ್ವೈತ ರಾರಾಜಿಸುತ್ತಿತ್ತು. ದ್ವೈತ ಪುಸ್ತಕದ ಪ್ರತಿಯೊಂದು ಹಾಳೆಯೂ ಗಾಳಿಗೆ ಶಬ್ದ ಮಾಡುತ್ತಾ ಪರಶು ಮನಸ್ಸನ್ನು ಮತ್ತಷ್ಟು ಘಾಸಿಗೊಳಿಸಿದವು.

* * *

"ಡಾಕ್ಟರ್ ನೀವು ಏನು ಮಾಡುತ್ತೀರೊ ನನಗೆ ಗೊತ್ತಿಲ್ಲ. ಇದು ನನ್ನ ಕೊನೆ ಕಥೆಯಾಗಬಹುದು ಎನ್ನುವ ಊಹೆ ಕೂಡ ನನ್ನಲ್ಲಿದೆ. ಆದರ ಬಗ್ಗೆ ನನಗೆ ಚಿಂತೆಯಿಲ್ಲಾ. ಈ ಪುಸ್ತಕದ ಕೊನೆಯ ಪುಟದವರೆಗೂ ನನ್ನದೇ ಬರಹವಿರಬೇಕು. ನಾನೆ ಬರೆಯಬೇಕು ನಂತರ ಏನಾದರೂ ಆಗಲಿ. ಇಲ್ಲಿವರೆಗೂ ಯಾರೂ ಮಾಡಿರದ ಸಾಹಸಕ್ಕೆ ನಾನು ಕೈ ಹಾಕುತ್ತಿದ್ದೇನೆ. ಇದರಲ್ಲಿ ಯಶಸ್ವಿಯಾಗಿ ತೀರಲೇಬೇಕು" ಎಂದು ಡಾಕ್ಟರ್ ಹೇಮಂತ್ ಅವರನ್ನು ಒತ್ತಾಯ ಮಾಡಿದರು ಆರ್.ವಿ.

"ಮಿಸ್ಟರ್ ಆರ್.ವಿ. ಇದೇನು ತಮಾಷೆಯಲ್ಲ ತಾನೆ? ಇಷ್ಟು ಹೊತ್ತೂ ಈ ಮಾನಸಿಕ ರೋಗಿಗಳ ಬಗ್ಗೆ ಕೇಳಿದ ಮೇಲೂ ಈತರ ಮಾತಾಡುತ್ತಿದ್ದೀರ? ನಿಮಗೆ ನಿಮ್ಮ ಸಾಹಿತ್ಯದ ಬಗ್ಗೆ ಇರುವ ಒಲವಿಗೆ ನಾನು ಆಭಾರಿ. ಆದರೆ ಇಂತಹ ಹುಚ್ಚು ಸಾಹಸಕ್ಕೆ ದುಡುಕಿ ಕೂಡ ನಿರ್ಧಾರ ತಗೋಬೇಡಿ"

"ಡಾಕ್ಟರ್ ಎಲ್ಲ ತೀರ್ಮಾನ ಮಾಡಿಯೇ ನಾನಿಲ್ಲಿಗೆ ಬಂದದ್ದು. ನನಗೆ ಹಿಂದು-ಮುಂದು ಯಾರೂ ಇಲ್ಲ. ಯಾರ ಜವಾಬ್ದಾರಿ ಕೂಡ ಇಲ್ಲ. ನನ್ನ

ಕಥೆಗಳೇ ನನಗೆ ಆಸ್ತಿ. ಸಮಾಜದಲ್ಲಿ ನನ್ನ ಬರಹ ಓದುಗರ ಮನಗೆದ್ದರೆ ಅದೇ ನನಗೆ ಸಂತೋಷ. ನಾನು ಪ್ರಮಾಣ ಮಾಡಿ ಹೇಳುತ್ತಿದ್ದೇನೆ ಬೇಕಾದರೆ ಪೇಪರ್‌ನಲ್ಲಿ ಬರೆದು ಸಹ ಕೊಡುತ್ತೇನೆ. ಇದೊಂದು ಆಸೆ ನೆರವೇರಿಸಿ. ನಿಮ್ಮ ಸಹಾಯ ಅತ್ಯಗತ್ಯ ನನಗೆ"

ಡಾಕ್ಟರ್ ಹೇಮಂತ್ ಸಂಕಷ್ಟದ ಸ್ಥಿತಿಗೆ ತಲುಪಿದ್ದರು. ಅತ್ತ ಏಳು ವರ್ಷದ ಹುಡುಗ ಕುಮಾರನ ಜೀವನ ಹೇಗೆ ಸರಿ ಮಾಡಬೇಕು ಎನ್ನುವ ಆಲೋಚನೆಯ ಜೊತೆಗ ಆರ್.ವಿ. ಹೇಳಿದ ಮಾತುಗಳು ಪ್ರಪಾತಕ್ಕೆ ತಳ್ಳಿದಂತಾಗಿತ್ತು.

"ಮಿಸ್ಟರ್ ಆರ್.ವಿ.! ನೀವು ಕೇಳುತ್ತ ಇರೋದು ಬಂದಿರುವ ಖಾಯಿಲೆಗೆ ಔಷಧಿಯಲ್ಲ. ಬದಲಾಗಿ ಸಾವಿಗೆ ಮತ್ತಷ್ಟು ಹತ್ತಿರವಾಗಲು ಕೇಳುತ್ತಿದ್ದೀರ. ನಾನು ಜನರ ಜೀವ ಉಳಿಸುವ ಡಾಕ್ಟರ್ ಜೀವ ತೆಗೆಯುವವನಲ್ಲ. ಇದೆಲ್ಲಾ ಆಗದ ವಿಷಯ. ಇಲ್ಲಿರುವ ರೋಗಿಗಳ ಮನಸ್ಥಿತಿ ಯಾವ ತರಹ ಇರಬಹುದು, ಅವರ ಆಲೋಚನೆ ಹೇಗೆ ಇರಬಹುದು ಅಂತ ನಾನೆ ಹೇಳುವೆ ಅದನ್ನೇ ಬರೆಯಿರಿ ಅದನ್ನು ಬಿಟ್ಟು ನೀವು ಮಾನಸಿಕ ಅಸ್ವಸ್ಥತೆಗೆ ಗುರಿಯಾಗಲು ಬಯಸಬೇಡಿ."

"ಡಾಕ್ಟರ್ ನಿಮಗೆ ನನ್ನ ಬಗ್ಗೆ, ನಾನು ಬರೆಯುವ ಕಥೆಯ ಬಗ್ಗೆ ಚೆನ್ನಾಗಿ ಗೊತ್ತು ತಾನೇ? ನಾನು ಯಾವುದೇ ಪಾತ್ರಕ್ಕೆ ಕೂತಲ್ಲೇ ಕಲ್ಪನೆ ಮಾಡಿ ಕಥೆ ಬರೆಯುವುದಿಲ್ಲ. ಸ್ವತಃ ಆ ಪಾತ್ರವನ್ನು ಜೀವಿಸಿ ಪ್ರತಿಕ್ಷಣವನ್ನು ಮನಸ್ಫೂರ್ತಿಯಾಗಿ ಅನುಭವಿಸಿ ಬರೆಯುತ್ತೇನೆ. ನನ್ನ ಹಿಂದಿನ ಕಥೆಯಲ್ಲೂ ಅಷ್ಟೇ ಕಾಡಿನ ವರ್ಣನೆಗಾಗಿ ಪ್ರಕೃತಿಯ ಸೌಂದರ್ಯ ಸೊಬಗನ್ನು ಬರೆಯಲು ನೂರಾರು ಕಾಡುಗಳನ್ನು, ಬೆಟ್ಟ ಗುಡ್ಡಗಳನ್ನು ಸುತ್ತಿ ಅಲ್ಲಿನ ಜೀವರಾಶಿಗಳ ಆನಂದವನ್ನು ಕಣ್ಣಾರೆ ಕಂಡು ಅವುಗಳ ಜೊತೆ ಒಡನಾಡಿ ನಂತರ ಬರೆದದ್ದು. ಅದು ನನಗೆ ಮಹತ್ತರ ಸಂತಸ ತಂದುಕೊಟ್ಟ ಕಾದಂಬರಿ."

"ಆರ್.ವಿ. ಅಲ್ಲಿನ ಪ್ರಾಣಿಗಳ ಆನಂದವನ್ನು ನೋಡಿ ತಾನೇ ಬರೆದದ್ದು ನೀವು? ಸ್ವತಃ ಅನುಭವಿಸಿ ಬರೆದಿಲ್ಲವಲ್ಲ. ಇಲ್ಲೂ ಹಾಗೇ ನೋಡಿ ಬರೆಯಿರಿ ಯಾವುದೇ ಕಾರಣಕ್ಕೂ ಈ ಹುಚ್ಚು ಸಾಹಸಕ್ಕೆ ಕೈ ಹಾಕಬೇಡಿ"

"ಕೆಲವೊಂದು ಶಕ್ತಿ ಸಾಮರ್ಥ್ಯ ಮಾನವನಿಗೆ ದೈವದತ್ತವಾಗಿ ಒಲಿದು ಬಂದಿರುತ್ತದೆ ಡಾಕ್ಟರ್. ಎಲ್ಲ ಕಡೆಯಲ್ಲೂ ಎಲ್ಲವೂ ಸಾಧ್ಯವಾಗುವುದಿಲ್ಲ, ಹಾಗೆಂದು ಅದನ್ನು ಅಲ್ಲಿಗೇ ಬಿಡಲು ಸಾಧ್ಯವಿಲ್ಲ. ಮಾನವನಿಗೆ ಅಪಘಾತವಾಗಿ ರಕ್ತ ಹೋದಾಗ ಮತ್ತೊಬ್ಬ ಮಾನವನ ರಕ್ತವನ್ನೇ ಕೊಡುತ್ತಾರೆಯೇ ಹೊರತು ಸಿಕ್ಕ ಸಿಕ್ಕ ಪ್ರಾಣಿಯ ರಕ್ತವನ್ನು ಕೊಟ್ಟು ಜೀವ ಉಳಿಸುವುದಿಲ್ಲ ತಾನೇ! ಇಲ್ಲೂ ಹಾಗೇ ಪ್ರಾಣಿಗಳ ಮನಸ್ಥಿತಿ ಅರಿಯುವ ಮೊದಲು ನರಪ್ರಾಣಿಗಳ ಮನಸ್ಥಿತಿ ಅರಿತು ಅದನ್ನು ಪುಸ್ತಕದ ರೂಪದಲ್ಲಿ ಹೊರಗೆ ತರಬೇಕು ಎನ್ನುವುದು ನನ್ನ

ಆಸೆ. ಈ ಮಾನಸಿಕ ರೋಗಿಗಳ ಪ್ರತಿ ಕ್ಷಣದ ನೋವು, ಸಂಕಟ, ಆಲೋಚನೆ ಪ್ರತಿಯೊಂದನ್ನೂ ನಾನು ಸ್ವತಃ ಅನುಭವಿಸಬೇಕು. ಅದನ್ನು ಕಥೆಯ ರೂಪದಲ್ಲಿ ಹೊರಗೆ ತರಬೇಕು. ಈ ರೋಗಕ್ಕೆ ಪೂರ್ತಿ ತುತ್ತಾದರೆ ಜೊತೆಯಲ್ಲಿ ನೀವಿರುತ್ತಿರ ಅಲ್ವ? ನಿಮ್ಮ ಸಹಾಯ ಹಾಗೂ ಚಿಕಿತ್ಸೆ ದೊರೆತರೆ ನಂತರ ನನ್ನನ್ನು ಮಾನಸಿಕ ಖಿನ್ನತೆಯಿಂದ ಹೊರ ತರಲು ನೀವಿದ್ದೀರಲ್ವ? ಅಷ್ಟೆಲ್ಲ ಏಕೆ, ನಾನೇ ನನ್ನ ಬರವಣಿಗೆಯಲ್ಲಿ ಬರೆದು ಕೊಡುತ್ತೇನೆ. ಈ ಪ್ರಯೋಗದಲ್ಲಿ ನನ್ನ ಜೀವಕ್ಕೆ ಯಾವುದೇ ಕುತ್ತು ಬಂದರೂ ನಾನೆ ಹೊಣೆ ಎಂದು. ಮತ್ತೇನು ಯೋಚಿಸದೆ ನಿಮ್ಮ ಪ್ರಯತ್ನ ನೀವು ಮುಂದುವರೆಸಿ."

ಡಾಕ್ಟರ್ ಹೇಮಂತರನ್ನು ಬಿಡದೇ ತನ್ನ ಕಥೆಗಾಗಿ ಬಹು ವ್ಯಕ್ತಿತ್ವದ ರೋಗಿಯಾಗಲು ಬಯಸಿದ್ದರು ಆರ್.ವಿ. "ಪ್ರತಿಯೊಂದರಲ್ಲೂ ನೈಜತೆ ಹುಡುಕುವವರು ನೈಜತೆಯ ಜೀವನದಲ್ಲಿ ಎಂದಿಗೂ ನೆಮ್ಮದಿಯಾಗಿ ಬದುಕಲಾರರು"

ವಾರ್ಡ್ ಹೊರಗೆ ನಿಂತು ಇವರಿಬ್ಬರ ಮಾತನ್ನು ಪೂರ್ತಿಯಾಗಿ ಕೇಳಿಸಿಕೊಳ್ಳುತ್ತಿದ್ದ ಡಾಕ್ಟರ್ ನವೀನ್.

"ಇವನನ್ನು ಹೇಗೆ ಸದೆಬಡೆಯಬೇಕು ಎಂದು ಆಲೋಚಿಸಿ ತಲೆ ಕೆಡಿಸಿಕೊಂಡಿದ್ದೆ. ಆದರೆ ಈಗ ಇವನಾಗಿ ಇವನೇ ತನ್ನ ಸಾವನ್ನು ಹತ್ತಿರ ಕರೆಯುತ್ತಿದ್ದಾನೆ. ಡಾಕ್ಟರ್ ಹೇಮಂತ್ ಇವನ ಸಹಾಯಕ್ಕೆ ನಿಲ್ಲಲಿ ಪರ್ವಾಗಿಲ್ಲ, ನಾನು ಮಾಡುವ ಕೆಲಸ ಬಹಳ ಸುಲಭ ಮಾಡಿಕೊಟ್ಟಿದ್ದಾನೆ ಈ ಆರ್.ವಿ. ನೈಜತೆಯಲ್ಲಿ ಅನುಭವಿಸಿ ಬರೆಯಬೇಕಾ ಮಿಸ್ಟರ್ ಆರ್.ವಿ. ನಿನ್ನನ್ನು ನರಕದಲ್ಲಿ ಸತ್ತವರ ಕಷ್ಟ ಸುಖ ಹೇಗಿರುತ್ತೆ ಅಂತ ಅನುಭವಿಸೋಕೆ ಅಲ್ಲಿಗೇ ಕಳಿಸುವೆ ಅಲ್ಲೇ ಕೂತು ವಾಪಸ್ ಬರದಂತೆ ಕಥೆ ಬರಿ ಹ ಹ ಹ ಹ" ತನ್ನಲ್ಲೇ ಸಣ್ಣದಾಗಿ ಉಸುರಿ ಅಲ್ಲಿಂದ ಹೊರಟುಹೋದ.

* * *

"ಅಲ್ವೊ ಪರಶು, ಆ ಬುಕ್ ಮತ್ತೆ ಹೇಗೆ ನಿಮ್ಮನೆಗೆ ಬರೋಕೆ ಸಾಧ್ಯ? ಅದನ್ನ ನಿಮ್ಮಪ್ಪ ಆ ಗುಜರಿ ಅಂಗಡಿಗೆ ಕೊಟ್ಟದ್ದು ನಿನಗೆ ಬಿಟ್ಟು ಬೇರೆ ಯಾರಿಗೆ ಗೊತ್ತಿತ್ತೊ? ನಿನ್ನ ಹೆದರಿಸಬೇಕು ಅಂತ ಯಾರೋ ಬೇಕಂತಲೇ ಅವತ್ತು ಆ ಗುಜರಿ ಅಂಗಡಿಗೆ ಕಳ್ಳತನದಲ್ಲಿ ನುಗ್ಗಿ ದ್ವೈತ ಪುಸ್ತಕ ಕದ್ದು ತಂದು ನಿನ್ನ ಟೇಬಲ್ ಮೇಲೆ ಇಟ್ಟಿರಬಹುದು ಅಲ್ವ?" ಪ್ರಶ್ನೆ ಮಾಡಿದ ಗೌರವ್.

ಪರಶು ತರುಣ್ ಕಡೆ ನೋಡಿದ್ದನ್ನು ಗಮನಿಸಿದರು ಆರೂ ಜನ. "ಕಳ್ಳ ಸಿಕ್ಕಿ ಬಿದ್ದ, ಪಾಪ ಪರಶು ಇಷ್ಟು ದಿನ ನೆಮ್ಮದಿ ಇಲ್ಲದೆ ಒದ್ದಾಡಿದ್ದು

ನಿನ್ನಿಂದ ಅಂತ ಆಯ್ತು. ಅವನ ಜೊತೆಯಲ್ಲೇ ಇದ್ದು ಅವನ ಹಿಂದೆನೇ ಈ ಕೆಲಸ ಮಾಡಿದ್ದೀಯಾ" ಎನ್ನುತ್ತ ಅವನನ್ನು ಹೊಡೆಯಲು ಮುಂದಾದ ತೇಜ್.

"ತೇಜ್ ಬರಿ ಹೊಡೆದರೆ ಸಾಲದು ಇವನನ್ನ ನಮ್ಮ ಗ್ರೂಪ್‌ನಿಂದಲೇ ಹೊರಗೆ ಇಡೋಣ. ಮತ್ತೆ ಯಾವತ್ತು ನಮ್ಮ ಜೊತೆ ಬರೋದು ಬೇಡ. ಪರಶುಗೆ ಇಷ್ಟೆಲ್ಲ ಮಾಡಿರೋನು ಮುಂದೆ ನಮಗೆ ಏನೇನು ಮಾಡ್ತಾನೆ ಅಂತ ಹೇಳೋಕಾಗಲ್ಲ" ಎಂದಳು ಕವನ. ಆವೇಶದಲ್ಲಿ ಧವನ್ ತರುಣ್ ಕಪಾಳಕ್ಕೆ ಹೊಡೆದೆ ಬಿಟ್ಟ. ತಕ್ಷಣ ಅವನನ್ನು ಹಿಂದಕ್ಕೆ ಎಳೆದ ಪರಶು.

"ಎಲ್ರೂ ಸುಮ್ನೆ ಇರಿ, ಇದರಲ್ಲಿ ತರುಣ್ ತಪ್ಪಿಲ್ಲಾ. ಅವತ್ತು ಅಪ್ಪ ಗುಜರಿ ಅಂಗಡಿಗೆ ಬುಕ್ ಹಾಕೋಕೆ ಹೋಗಿದ್ದು ಅವನಿಗೂ ಗೊತ್ತಿರಲಿಲ್ಲ. ಅವತ್ತು ರಾತ್ರಿ ಅಮೇರರನ್ನು ಭೇಟಿಯಾದ ನಂತರ ಅಲ್ಲಿಂದ ನೇರವಾಗಿ ನನ್ನನ್ನು ಮನೆಗೆ ಬಿಟ್ಟು ಅವನು ಹೊರಟುಹೋದ. ನಾನೊಬ್ಬನೇ ಮನೆ ಒಳಗೆ ಬಂದದ್ದು. ಅವನಿಗೆ ಈ ವಿಷಯ ತಿಳಿದಿಲ್ಲ. ಮಾರನೇ ದಿನ ನಾನು ನಿಮ್ಮೆಲ್ಲರಿಗೂ ಈ ವಿಷಯ ಹೇಳಿದ ಮೇಲೆಯೇ ನಿಮ್ಮೆಲ್ಲರಿಗೂ ಗೊತ್ತಾಗಿರೋದು."

"ಪರಶು ಆ ವಿಷಯ ಕೇಳಿದ ಮೇಲೆ ಇವನು ಕಳ್ಳತನ ಮಾಡಿರಬಹುದು ಅಲ್ವ?" ಪ್ರಶ್ನೆ ಮಾಡಿದಳು ಪೃಥ್ವಿ.

"ಲೇ ದಡ್ಡಿ ಕಳ್ಳತನ ಆಗಿರೋದು ರಾತ್ರಿ, ಪರಶು ನಮಗೆಲ್ಲ ಬಂದು ಬುಕ್ ಗುಜರಿ ಅಂಗಡಿ ಸೇರಿದೆ ಅಂತ ಹೇಳಿದ್ದು ಮಾರನೇ ದಿನ ಬೆಳಗ್ಗೆ" ಸರಿಯಾಗಿ ಅರ್ಥವಾಗುವಂತೆ ಹೇಳಿದ ಧವನ್.

"ಕರೆಕ್ಟ್ ಧವನ್, ಅಂದ್ರೆ ನನ್ನ ಹಾಗೂ ನನ್ನ ಮನೆಯವರನ್ನ ಯಾರೋ ಫಾಲೋ ಮಾಡುತ್ತಾ ಇದ್ದಾರೆ ಅನ್ನಿಸುತ್ತಿದೆ! ದ್ವೈತ ಪುಸ್ತಕ ನನ್ನ ಮನೆಯಲ್ಲಿ ಇರೋದು ಅಲ್ಲಿಂದ ಹೊರಗೆ ಹೋಗಿದ್ದು ಪ್ರತಿಯೊಂದು ಯಾರೋ ಗಮನಿಸುತ್ತ ಇದ್ದಾರೆ"

"ನನಗೆ ಈಗಲೂ ಈ ತರುಣ್ ಮೇಲೆ ಅನುಮಾನ. ದೆವ್ವ ಭೂತ ಅಂತ ಅದ್ಯಾರೊ ಅಮೇರ ಅಂತ ಮಂತ್ರವಾದಿ ಹತ್ರ ಕರ್ಕೊಂಡು ಹೋಗಿದ್ದ ಅಲ್ವ. ಆ ಮಂತ್ರವಾದಿನೆ ಬುಕ್ ಮಾಯ ಆಗೋ ತರ ಮಾಡಿದ್ರು ಮಾಡಿರಬಹುದು ಅಲ್ವ?" ಗೌರವ್ ತಟ್ಟನೆ ಅನುಮಾನ ವ್ಯಕ್ತಪಡಿಸಿದ.

"ಅಮೇರರಿಗೆ ದ್ವೈತ ಪುಸ್ತಕ ನನ್ನ ಮನೆಯಲ್ಲಿ ಇಲ್ಲಾ ಅನ್ನೋದು ತಿಳಿದಿದೆ ಅಂದ್ರೆ ಅದು ಅವರ ಮಂತ್ರಶಕ್ತಿಯ ಪ್ರಭಾವ. ಅಕಸ್ಮಾತ್ ಅವರು ಆ ಬುಕ್‌ನ ಗುಜರಿ ಅಂಗಡಿಯಿಂದ ವಾಪಸ್ ನನ್ನ ಮನೆಗೆ ತಂದು ಇಡುವ ಪ್ರಯತ್ನ ಮಾಡಿದ್ರೆ ಮಾಯ ಮಂತ್ರ ಮಾಡಿ ಯಾರಿಗೂ ಯಾವುದೇ ಸುಳಿವು ಸಿಗದಂತೆ ತಂದು ವಾಪಸ್ ಮನೆಗೆ ಆ ಬುಕ್ ಸೇರುವಂತೆ ಮಾಡಬಹುದಿತ್ತು

ಆದ್ರೆ ಅಲ್ಲಿ ಆಗಿರುವುದು ಕಳ್ಳತನ. ಅಂದ್ರೆ ಯಾವುದೋ ಮನುಷ್ಯನ ಕೈಚಳಕ. ಇದಂತೂ ಪಕ್ಕಾ" ಎಂದು ಸೂಕ್ಷ್ಮವಾಗಿ ವಿವರಿಸಿದ ಪರಶು.

"ಅವರ್ಬಿಟ್ಟು ಇವರ್ಬಿಟ್ಟು ಇವರು ಯಾರು ಅನ್ನೊ ಹಾಗಾಯ್ತು ಕಥೆ. ನಾವೆಲ್ಲಾ ಜೊತೆಗೇ ಇರ್ತೀವಿ ತಾನೇ ಯಾವಾಗಲೂ. ನಮಗೆ ತಿಳಿದಂತೆ ಪರಶು ಮೇಲೆ ಯಾರಿಗೆ ದ್ವೇಷ ಇರಬಹುದು?" ಪೃಥ್ವಿ ಯೋಚನೆಗೆ ಬಿದ್ದಳು

ಊದಿದ ಕೆನ್ನೆ ಮೇಲೆ ಕೈ ಇಟ್ಟುಕೊಂಡು ನೋವಿನಿಂದ ನರಳುತ್ತ ತರುಣ್ "ಅಪ್ಪ ಪರಶು, ಮತ್ತೊಮ್ಮೆ ನನ್ನ ಕಡೆ ನೋಡಬೇಡ ತಂದೆ. ಆಮೇಲೆ ಉಳಿದಿರುವ ಇನ್ನೊಂದು ಕೆನ್ನೆ ಕೂಡ ಊದುತ್ತದೆ ನಂದು" ಎನ್ನುತ್ತ ತನ್ನ ಎಡಗೈನಿಂದ ಇನ್ನೊಂದು ಕೆನ್ನೆಯನ್ನು ಮುಚ್ಚಿಕೊಂಡ ತರುಣ್.

"ಇದೆಲ್ಲಾ ಶುರುವಾಗಿದ್ದು ಆ ಸಮಾಧಿ ಹತ್ರ ಹೋದಾಗಿನಿಂದ ಅಲ್ಲಲ್ಲಾ ಆ ದ್ವೈತ ಬುಕ್ ತೆಗೆದುಕೊಂಡು ಬಂದಾಗಿನಿಂದ" ಎಂದಳು ಕವನ.

"ಈಗಲಾದರೂ ಸತ್ಯ ಹೇಳಿ, ಇಲ್ಲಾ ಅಂದ್ರೆ ನಾನೆ ಪೋಲೀಸರನ್ನ ಕರೆಸಿ ನಿಮ್ಮೆಲ್ಲರನ್ನು ಕಂಬಿ ಎಣಿಸುವಂತೆ ಮಾಡುತ್ತೇನೆ" ಎನ್ನುತ್ತ ಪ್ರಿನ್ಸಿಪಾಲ್ ಫರ್ನಾಂಡಿಸ್ ಅಲ್ಲಿಗೆ ಬಂದರು. ಪ್ರಿನ್ಸಿಪಾಲರನ್ನು ಅಲ್ಲಿ ನೋಡಿ ಎಲ್ಲರೂ ಗಾಬರಿಯಾದರು.

"ಸರ್ ನನಗೆ ಏನೂ ಗೊತ್ತಿಲ್ಲ, ನಾನೇನು ಮಾಡಿಲ್ಲ, ಅಲ್ಲಿ ಅದು ಇರಲೇ ಇಲ್ಲಾ ಸರ್. ನಾನು ಏನೂ ನೋಡಿಯೆ ಇಲ್ಲಾ" ಎನ್ನುತ್ತ ಹಿಂದೆ ಸರಿದ ತರುಣ್.

"ಏನೂ ಇರಲಿಲ್ಲ, ನೀನು ನೋಡಿಲ್ಲ ಅಂದ್ರೆ ಏನು? ನಿಜಾ ಹೇಳು ತರುಣ್?" ಎಂದು ಗದರಿದರು ಫರ್ನಾಂಡಿಸ್. ಅವನಿಗೆ ಏನೂ ಹೇಳಬೇಡ ಎಂದು ಕಣ್ಣಲ್ಲಿ ಸನ್ನೆ ಮಾಡಿದ ತೇಜ್. ಆದರೆ ಫರ್ನಾಂಡಿಸ್ ಕೋಪಕ್ಕೆ ಹೆದರಿ ಈ ಸಮಸ್ಯೆ ಇಲ್ಲಿಗೆ ಮುಗಿದರೆ ಸಾಕು ಎನ್ನುವ ಧೈರ್ಯ ಮಾಡಿ ತರುಣ್ ನಿಜವನ್ನು ಹೇಳಿಬಿಟ್ಟ.

"ಸರ್ ಆರ್.ವಿ.ಯವರ ಶವ ಆ ಸಮಾಧಿಯಲ್ಲಿ ಇಲ್ಲಾ!"

"ವಾಟ್!" ಪ್ರಿನ್ಸಿಪಾಲ್ ಫರ್ನಾಂಡಿಸ್ ಆಘಾತಕ್ಕೊಳಗಾಗಿ ನಿಂತಲ್ಲೇ ಅಲ್ಲಾಡದೆ ನಿಂತುಬಿಟ್ಟರು.

"ಸರ್ ಸಮಾಧಿಯಲ್ಲಿ ಆರ್.ವಿ.ಯವರ ಮೃತ ದೇಹ ಇರಲಿಲ್ಲ" ನಡುಗುತ್ತ ನುಡಿದುಬಿಟ್ಟ ತರುಣ್. ಅವನು ಹೇಳಿದ ವಿಚಾರ ಕೇಳಿ ಪ್ರಿನ್ಸಿಪಾಲ್ ಫರ್ನಾಂಡಿಸ್ ಗಾಬರಿಯಾದರು.

"ಕಾಲೇಜಿನ ವಾತಾವರಣದಲ್ಲಿ ಈ ವಿಷಯದ ಬಗ್ಗೆ ಹೆಚ್ಚಿಗೆ ಮಾತನಾಡುವುದು ಸರಿಯಲ್ಲ ಎಲ್ಲರೂ ಈಗಲೇ ನನ್ನ ಮನೆಗೆ ನಡೆಯಿರಿ. ಮುಂದಿನ ವಿವರ ಅಲ್ಲಿಯೇ ಹೇಳುವಿರಂತೆ" ಕ್ಷಣ ಕೂಡ ಅಲ್ಲಿ ನಿಲ್ಲದೆ ತನ್ನ

ಹಿಂದೆಯೇ ಬರುವಂತೆ ಎಂಟೂ ಜನಕ್ಕೆ ತಿಳಿಸಿ ಅಲ್ಲಿಂದ ಕಾರನ್ನೇರಿ ಸ್ವತಃ ಡ್ರೈವ್ ಮಾಡುತ್ತಾ ಮುನ್ನಡೆದರು ಫರ್ನಾಂಡಿಸ್.

ತರುಣ್ ಮಾಡಿದ ಕೆಲಸಕ್ಕೆ ಎಲ್ಲರೂ ಸಿಕ್ಕಿಬಿದ್ದೆವು ಎಂದು ಪೇಚಾಡುತ್ತ ಅಲ್ಲಿಂದ ಬೈಕ್ ಏರಿ ಪ್ರಿನ್ಸಿಪಾಲ್ ಕಾರನ್ನೇ ಹಿಂಬಾಲಿಸಿದರು.

"ಎಲ್ಲರೂ ಕುಳಿತುಕೊಳ್ಳಿ, ನಾನು ನಿಮಗೆ ಬಯ್ಯುವುದಕ್ಕಾಗಲಿ ಅಥವಾ ಶಿಕ್ಷೆ ಕೊಡಿಸುವುದಕ್ಕಾಗಲಿ ಈ ವಿಚಾರವನ್ನು ಕೆದಕಿ ಕೇಳುತ್ತಿಲ್ಲ. ನಿಮ್ಮೆಲ್ಲರ ಭವಿಷ್ಯ ಚೆನ್ನಾಗಿರಲಿ ಎನ್ನುವ ಕಾರಣಕ್ಕೆ ಕೇಳುತ್ತಿದ್ದೇನೆ. ನನ್ನ ಮೇಲೆ ಗೌರವ ಹಾಗೂ ನಂಬಿಕೆ ಇದ್ದರೆ ಅಂದು ಏನೇನಾಯ್ತು ಅಂತ ಯಾವುದೇ ಮುಚ್ಚು ಮರೆ ಇಲ್ಲದೆ ಹೇಳಿ" ಪ್ರಿನ್ಸಿಪಾಲರ ಮಾತಿನಲ್ಲಿ ಯಾವುದೇ ಕುತಂತ್ರದ ಉದ್ದೇಶವಿರಲಿಲ್ಲ. ಅವರಿಂದ ಸಹಾಯವಾದರೂ ಆಗಬಹುದು ಎಂದು ಇರುವ ಸತ್ಯವನ್ನು ಹೇಳಲು ಮುಂದಾದ ಪರಶು.

"ಸತ್ಯ ಏನು ಅಂತ ನಾನು ಹೇಳುತ್ತೇನೆ" ಎನ್ನುತ್ತ ಮುಂದೆ ಬಂದ ಪರಶುನನ್ನು ತಡೆಯುವ ಪ್ರಯತ್ನ ಕೂಡ ಮಾಡಲಿಲ್ಲ ಯಾರೂ. ಬಹುಶಃ ಮುಚ್ಚಿಟ್ಟು ಏನೂ ಪ್ರಯೋಜನ ಇಲ್ಲವೆಂದು ಮನಗಂಡಿದ್ದರು.

"ಸರ್ ನಾನು ಆರ್.ವಿ.ಯವರ ಅಪ್ಪಟ ಅಭಿಮಾನಿ. ಅವರ ಪ್ರತಿಯೊಂದು ಪುಸ್ತಕವೂ ನನ್ನ ರೂಮಿನಲ್ಲಿ ಸ್ಥಾನ ಪಡೆದಿದೆ. ಬರಿ ಪುಸ್ತಕದ ಬರಹದಲ್ಲಷ್ಟೆ ಅಲ್ಲದೆ ನನ್ನ ಮಸ್ತಿಷ್ಕದಲ್ಲಿ ಅಚ್ಚೊತ್ತಿದೆ. ಅವರ ಸಂದರ್ಶನವೆಂದರೆ ಕಣ್ಣು ಮಿಟುಕಿಸದೆ ನೋಡುವವ. ಅವರ ಮೇಲಿನ ಅಗಾಧ ಅಭಿಮಾನ ನನ್ನನ್ನು ಅವರ ಅಭಿಮಾನಿಗಳ ಸ್ಥಾನದಲ್ಲಿ ಮೊದಲಿಗನಾಗಿ ಇರಬೇಕೆಂದು ಪ್ರೇರೇಪಿಸುತ್ತಿತ್ತು. ಅವರನ್ನು ಕಾಣಲು ಅವರ ಮನೆಯ ವಿಳಾಸ ತಿಳಿದು ನನ್ನ ಏಳು ಜನ ಸ್ನೇಹಿತರನ್ನೂ ಕರೆದುಕೊಂಡು ಹೋಗಿದ್ದೆ. ಆದರೆ ಆರ್.ವಿ.ಯವರು ನಿಂತ ನೀರಲ್ಲ, ಯಾವಾಗಲೂ ಧುಮ್ಮಿಕ್ಕಿ ಹರಿಯುವ ಗಂಗೆಯಂತೆ ಹೊಸ ಹೊಸ ಆಲೋಚನೆ, ನೈಜತೆ ವಿಚಾರಗಳಿಗೆ ಒತ್ತು ಕೊಡುವವರು. ಮನೆಗಿಂತ ಹೊರಗೆ ಅವರ ವಾಸ ಹೆಚ್ಚಾದ ಕಾರಣ ಪ್ರತಿ ಸಾರಿ ಅವರನ್ನು ಕಾಣುವ ನನ್ನ ಹಂಬಲ ನಿರಾಸೆಯಾಗುತ್ತಿತ್ತು. ಅದೊಂದು ದಿನ ಪುಸ್ತಕ ಬಿಡುಗಡೆ ಸಮಾರಂಭಕ್ಕೆ ಆರ್.ವಿ.ಯವರು ಬರುತ್ತಾರೆ ಎಂದು ತಿಳಿದು ಅಲ್ಲಿಗೂ ಹೋಗಿದ್ದೆ. ಅವರ ಹಸ್ತಾಕ್ಷರ ಕೂಡ ಪಡೆದೆ. ಅವರನ್ನು ಮಾತನಾಡಿಸಲು ಪ್ರಯತ್ನ ಪಟ್ಟಾಗ ಆ ಜನಜಂಗುಳಿಯಲ್ಲಿ ಸಾಧ್ಯವಾಗದೆ ಹೋಯಿತು. ಅಷ್ಟರಲ್ಲಿ ಅವರು ಕಾರನ್ನೇರಿ ಹೊರಟು ಹೋದರು.

"ಮತ್ತೆ ಅವರನ್ನು ಕಾಣುವ ದಿನ ಯಾವಾಗ ಬರುತ್ತದೋ ಎಂದು ಕಾದು ಕುಳಿತಿದ್ದ ನನಗೆ ಅವರ ಸಾವಿನ ಸುದ್ದಿ ಕೇಳಿ ತುಂಬಾ ಆಶ್ಚರ್ಯವಾಗಿತ್ತು ಜೊತೆಗೆ ನನ್ನ ಆರಾಧ್ಯ ದೈವವನ್ನು ಕಂಡು ಮಾತನಾಡಿಸುವ ಭಾಗ್ಯ ಕೂಡ ಕಿತ್ತುಕೊಂಡೆಯ

ದೇವರೆ ಎಂದು ಆ ಭಗವಂತನನ್ನು ಮನಸೋ ಇಚ್ಛೆ ಬಾಯಿಗೆ ಬಂದಂತೆ ಬೈದಿದ್ದೆ" ಇಷ್ಟನ್ನೂ ಹೇಳುತ್ತ ಕಣ್ಣೀರು ಹಾಕುತ್ತ ನೆಲದ ಮೇಲೆ ಕುಸಿದು ಕೂತ ಪರಶು. ಅವನನ್ನು ಸಮಾಧಾನ ಮಾಡಲು ಮುಂದಾದ ಗೌರವ್.

"ಮುಂದೆ ಏನಾಯ್ತು ಅಂತ ನಾನು ಹೇಳ್ತಿನಿ ಸರ್" ಎನ್ನುತ್ತ ಮಾತು ಪ್ರಾರಂಭಿಸಿದ ತೇಜ್.

"ಆರ್.ವಿ. ಸತ್ತ ಸುದ್ದಿ ನಮ್ಮೆಲ್ಲರಿಗೂ ತಿಳಿದು ನಾವೆಲ್ಲಾ ಪರಶು ಸಮೇತ ಆರ್.ವಿ.ಯವರನ್ನು ಮಣ್ಣು ಮಾಡಿದ ಜಾಗಕ್ಕೆ ಹೋದೆವು. ಅವರ ಮುಖವನ್ನು ನೋಡುವ ಭಾಗ್ಯವಿಲ್ಲದೆ ಅವರ ಸಮಾಧಿ ಮೇಲೆ ಹೂಗುಚ್ಛವಿಟ್ಟು ಅವರ ಆತ್ಮಕ್ಕೆ ಶಾಂತಿ ಕರುಣಿಸಿ ಎಂದು ದೇವರಲ್ಲಿ ಪ್ರಾರ್ಥನೆ ಮಾಡಿ ಅಲ್ಲಿಂದ ವಾಪಸ್ಸಾದೆವು.

"ಆದರೆ ಪರಶು ಮಾತ್ರ ದಿನದಿಂದ ದಿನಕ್ಕೆ ಅದೇ ಕೊರಗಿನಲ್ಲಿ ಕ್ಲಾಸಿನಲ್ಲಿ ಪಾಠ ಕೂಡ ಸರಿಯಾಗಿ ಕೇಳದೆ, ನಮ್ಮ ಜೊತೆ ಕೂಡ ಸರಿಯಾಗಿ ಮಾತನಾಡದೆ ಒಬ್ಬನೇ ತನ್ನ ರೂಮಿನಲ್ಲಿ ಆರ್.ವಿ.ಯವರು ಬರೆದ ಪುಸ್ತಕವನ್ನು ಓದುತ್ತಿದ್ದ. ಅವನನ್ನು ಹೇಗೆ ಬದಲಾಯಿಸಬೇಕು ಎಂದು ತಿಳಿಯದೇ ನಾನೆ ಅವನ ಮನಸ್ಸನ್ನು ಪರಿವರ್ತಿಸುವ ನೆಪದಲ್ಲಿ ಮತ್ತೊಮ್ಮೆ ಆರ್.ವಿ.ಯವರ ಸಮಾಧಿ ಬಳಿ ಕರೆದುಕೊಂಡು ಹೋಗಿ ಇವನ ನೋವನ್ನು ಅಲ್ಲೆ ಹೇಳಿಕೊಂಡು ಇನ್ನೆಂದೂ ಅವರ ನೆನಪಿನಲ್ಲಿ ಕೊರಗಲ್ಲಾ ಅಂತ ಭಾಷೆ ತೆಗೆದುಕೊಳ್ಳಬೇಕು ಎಂಬೆಲ್ಲ ಯೋಚನೆ ಮಾಡಿ ಆರ್.ವಿ.ಯವರ ಸಮಾಧಿ ಬಳಿಗೆ ಕರೆದುಕೊಂಡು ಹೋದೆವು.

"ಅವರ ಸಮಾಧಿ ಮೇಲೆ ಹೂಗುಚ್ಛ ಇಟ್ಟು ಪ್ರಾರ್ಥನೆ ಮಾಡಿದ ಮೇಲೆ ಪರಶುಗೊಂದು ಯೋಚನೆ ಬಂತು. ಆರ್.ವಿ.ಯವರು ಕೊನೆಯದಾಗಿ ಬರೆದ ದ್ವೈತ ಪುಸ್ತಕವನ್ನು ಸಹ ಅವರ ಜೊತೆಯಲ್ಲೇ ಪೆಟ್ಟಿಗೆಯೊಳಗಿಟ್ಟು ಮಣ್ಣು ಮುಚ್ಚಿದ್ದರು. ಅವರ ಕೊನೆಯ ನೆನಪಿಗಾಗಿ ಆ ಪುಸ್ತಕವನ್ನಾದರೂ ತೆಗೆದುಕೊಂಡು ಹೋಗೋಣ ಎಂದುಕೊಂಡೆವು. ಅಷ್ಟರಲ್ಲಿ ಕತ್ತಲಾದ ಕಾರಣ ನಮ್ಮ ಕೆಲಸ ಮತ್ತಷ್ಟು ಸುಲಭವಾಯಿತು ಎಂದುಕೊಂಡು ಸಮಾಧಿ ಅಗೆದು ಪೆಟ್ಟಿಗೆ ತೆಗೆದು ಅಲ್ಲಿದ್ದ ಪುಸ್ತಕವನ್ನು ತೆಗೆದುಕೊಂಡು ಬಂದೆವು.

"ಅಷ್ಟರಲ್ಲಿ ಅಲ್ಲಿನ ಕಾವಲುಗಾರ ಅತ್ತ ಕಡೆ ಬರುವುದು ಕಂಡು ಸರಿಯಾಗಿ ಸಮಾಧಿ ಮೇಲಿನ ಮಣ್ಣು ಮುಚ್ಚಲು ಸಾಧ್ಯವಾಗದೆ ಅಲ್ಲಿಂದ ಹೊರಟು ಬಂದೆವು.

"ಆ ದ್ವೈತ ಪುಸ್ತಕ ಪರಶು ಮನೆ ಸೇರಿದ ಮೇಲೆ ಯಾರೋ ಅವನನ್ನೇ ಹಿಂಬಾಲಿಸಿದಂತೆ. ಮಲಗಿದ್ದಾಗ ತನ್ನ ಪಕ್ಕದಲ್ಲೇ ಮಲಗಿದಂತೆ ಭಾಸವಾಗುತ್ತಿತ್ತಂತೆ. ಅದರಿಂದ ತೊಂದರೆ ಅಂತ ತಿಳಿದ ಮೇಲೆ ಅದನ್ನು

ಹರಿದು ಬಿಸಾಕು ಅಂತ ಹೇಳಿದರೂ 'ನನ್ನ ಗುರುಗಳ ಕೊನೆಯ ಕಾಣಿಕೆ ಇದು' ಎನ್ನುತ್ತ ಪರಶು ಆ ಪುಸ್ತಕವನ್ನು ತನ್ನ ಜೊತೆಯಲ್ಲೇ ಇಟ್ಟುಕೊಂಡ. ಆದರೆ ದಿನದಿಂದ ದಿನಕ್ಕೆ ಆ ಪುಸ್ತಕ ಸಮಸ್ಯೆ ಹೆಚ್ಚಾಗಿದೆ. ಅದರಲ್ಲೂ ಅದನ್ನು ಮನೆಯಲ್ಲಿ ದೂರ ಇಟ್ಟರೂ ಪರಶುನನ್ನೇ ಅರಸಿ ಮರಳಿ ಮನೆಗೆ ಬರುತ್ತಿದೆ.

"ಈ ಸಮಸ್ಯೆಗೆ ಪರಿಹಾರ ಹೇಗೆ ಕಂಡು ಹಿಡಿಯುವುದು ಅಂತ ಯೋಚಿಸುವಷ್ಟರಲ್ಲಿ ಆರ್.ವಿ. ಸಮಾಧಿ ಧ್ವಂಸವಾಗಿದೆ ಎನ್ನುವ ಕೇಸ್ ನಲ್ಲಿ ಪೋಲೀಸ್ ಸಬ್ ಇನ್ಸ್‌ಪೆಕ್ಟರ್ ಗೌರೀಶ್ ಕಾಲೇಜಿಗೆ ಬಂದ್ರು. ಆರ್.ವಿ. ಸಮಾಧಿ ಧ್ವಂಸವಾದ ಸಂದರ್ಭದಲ್ಲಿ ಆ ಮಾರ್ಗದಲ್ಲಿ ಕಾಣಿಸಿಕೊಂಡ ನಮ್ಮ ಕಾರನ್ನು ನೋಡಿರುವ ಕಾರಣಕ್ಕಾಗಿ ಮಾಹಿತಿ ಪಡೆಯಲು ನಿಮ್ಮ ಬಳಿ ಬಂದು ನಮ್ಮೆಲ್ಲರ ಬಗ್ಗೆ ವಿಚಾರಿಸಿದರು. ಇಷ್ಟೆ ಸರ್ ಆಗಿದ್ದು ಮತ್ತೇನು ಇಲ್ಲಾ"

ತೇಜ್ ಹೇಳಿದ ಪ್ರತಿಯೊಂದು ವಿಷಯವನ್ನು ಕೇಳಿದ ಫರ್ನಾಂಡಿಸ್. "ಇಲ್ಲಿಂದ ನೀವು ನಿಶ್ಚಿಂತೆಯಿಂದಿರಿ. ಈ ವಿಷಯವನ್ನು ಮೊದಲೇ ನನಗೆ ಹೇಳಿದ್ದರೆ ನಾನೇ ಇದಕ್ಕೊಂದು ಉಪಾಯ ಹೇಳುತ್ತಿದ್ದೆ. ಸುಮ್ಮನೇ ಅನುಮಾನ ಬರುವಂತೆ ನೀವೆಲ್ಲ ನಡೆದುಕೊಂಡಿರಿ. ಮತ್ತೆ ಪೋಲೀಸರು ಕಾಲೇಜಿಗೆ ಬಂದರೆ ನಾನು ನೋಡಿಕೊಳ್ಳುತ್ತೇನೆ. ನೀವೆಲ್ಲ ಮನೆಗೆ ಹೊರಡಿ" ಎಂದರು. ಅಲ್ಲಿಂದ ತೇಜ್ ಎಲ್ಲರನ್ನೂ ಕರೆದುಕೊಂಡು ಅಲ್ಲಿಂದ ಹೊರಟು ಬಾಗಿಲಿನವರೆಗೂ ಬಂದ.

"ಒಂದು ನಿಮಿಷ ತಾಳಿ" ಪ್ರಿನ್ಸಿಪಾಲ್ ಎಲ್ಲರನ್ನು ತಡೆದರು. "ಆಗಲೇ ತರುಣ್ ಹೇಳಿದ್ದು ಆರ್.ವಿ.ಯವರ ಮೃತದೇಹ ಸಮಾಧಿ ಒಳಗೆ ಇರಲಿಲ್ಲ ಅಂತ ಅಲ್ವ? ಅದೇನು? ಆದರ ಬಗ್ಗೆ ಹೇಳಿ" ಎಂದರು.

"ಅವತ್ತು ಸಮಾಧಿ ಅಗೆಯುವ ಸಮಯದಲ್ಲಿ ತರುಣ್ ಸ್ವಲ್ಪ ದೂರದಲ್ಲಿ ನಿಂತಿದ್ದ. ಅವನಿಗೆ ಸತ್ತ ಶವಗಳನ್ನು ನೋಡಿದರೆ ಜ್ವರ ಬಂದು ಮಲಗಿ ಬಿಡುತ್ತಾನೆ ಸರ್. ಅದಕ್ಕೆ ಅಲ್ಲಿ ಆರ್.ವಿ.ಯವರ ಪುಸ್ತಕ ಮಾತ್ರ ಇದೆ ಅವರ ದೇಹ ಇಲ್ಲ ಅಂತ ಹೇಳಿ ಕರೆದುಕೊಂಡು ಹೋಗಿದ್ವಿ. ಅವನನ್ನು ದೂರದಲ್ಲಿ ನಿಲ್ಲಿಸಿ ನಮ್ಮ ಕಡೆ ಯಾರೂ ಬರದಂತೆ ನೋಡಿಕೊಳ್ಳುವುದಕ್ಕೆ ಹೇಳಿದ್ವಿ. ಅದಕ್ಕೆ ಅವನು ಅಲ್ಲಿ ಆರ್.ವಿ.ಯವರ ಶವ ಇಲ್ಲಾ ಅಂತಾನೇ ತಿಳಿದುಕೊಂಡು ನಿಮಗೂ ಹಾಗೇ ಹೇಳಿದ"

ತೇಜ್ ಮಾತಿಗೆ ತಲೆದೂಗಿದ ಫರ್ನಾಂಡಿಸ್ "ಸರಿ ನಾಳೆ ಬೆಳಗ್ಗೆಯೆ ನೀವೆಲ್ಲರು ಮತ್ತೆ ಇಲ್ಲಿಗೆ ಬನ್ನಿ. ನಾನು ಕಾಲೇಜಿಗೆ ರಜೆ ಹಾಕುತ್ತೀನಿ. ಹಾಗೇ ಬರುವಾಗ ಆ ದ್ವೈತ ಪುಸ್ತಕವನ್ನು ತನ್ನಿ. ಅದರಲ್ಲಿ ಏನಿದೆ ಅಂತ ನಾನು ನೋಡಬೇಕು" ಎಂದರು.

ಇವರು ಯಾಕೋ ಈ ವಿಷಯವನ್ನು ಇಲ್ಲಿಗೆ ಬಿಡುವಂತಿಲ್ಲ ಎಂದು ಗೊಣಗಿಕೊಂಡು ಅಲ್ಲಿಂದ ಹೊರಟರು ಎಂಟೂ ಜನ ಸ್ನೇಹಿತರು. ಹೊರಗೆ ಬಂದ ಸ್ನೇಹಿತರ ಗುಂಪು ತೇಜ್ ಮುಖವನ್ನೇ ನೋಡುತ್ತ ನಿಂತರು.

"ಪರಶು ನಿಜ ಹೇಳುತ್ತಿದ್ದ ಆದರೆ ನೀನು ಮಧ್ಯೆ ಬಂದು ಮತ್ತೆ ಯಾಕೋ ಸುಳ್ಳು ಹೇಳಿದೆ?" ಗೌರವ್ ಪ್ರಶ್ನೆ ಮಾಡಿದ.

"ಕೆಲವೊಂದು ವಿಚಾರ ಪ್ರಿನ್ಸಿಪಾಲರಿಗೆ ತಿಳಿಯದೆ ಇದ್ದರೇನೆ ಒಳ್ಳೆಯದು. ಈ ತರುಣ್ ಮಾಡಿದ ಎಡವಟ್ಟು ಕೆಲಸಕ್ಕೆ ನಮ್ಮ ಮಧ್ಯೆ ಇದ್ದ ಈ ವಿಷಯ ಅವರಿಗೂ ತಿಳಿಯುವಂತಾಯ್ತು. ನೋಡುವ, ನಾಳೆ ಮತ್ತೆ ಬರೋಕೆ ಹೇಳಿದ್ದಾರಲ್ಲ ಮತ್ತೆ ಅದೆಷ್ಟು ಪ್ರಶ್ನೆ ಕೇಳ್ತಾರೆ ಅಂತ ಎಲ್ಲಾದಕ್ಕೂ ನಾನು ಉತ್ತರ ಕೊಡ್ತೀನಿ. ನೀವೆಲ್ಲ ನಾನು ಹೇಳಿದ್ದಕ್ಕೆ ಸರಿ ಅಂತ ತಲೆ ಅಲ್ಲಾಡಿಸಿ" ಎಂದು ಎಚ್ಚರಿಕೆ ನೀಡಿದ ತೇಜ್. ಸರಿ ಎನ್ನುತ್ತ ಎಲ್ಲರೂ ಅಲ್ಲಿಂದ ಹೊರಟು ಹೋದರು.

ರಾತ್ರಿಯೆಲ್ಲ ಈ ವಿಷಯವಾಗಿಯೆ ಯೋಚಿಸಿದ ಫರ್ನಾಂಡಿಸ್‌ಗೆ ಮತ್ತೊಂದು ಮಹತ್ತರ ಪ್ರಶ್ನೆ ಕಾಡಿತು. ಬೆಳಗ್ಗೆ ಯಾವಾಗ ಆಗುವುದೊ ಎಂದು ಕಾಯುತ್ತ ಹಾಗೇನೇ ಕಣ್ಣು ಮುಚ್ಚಿ ನಿದ್ರೆಗೆ ಜಾರಿದರು.

ಮಾರನೇ ದಿನ ಬೆಳಗ್ಗೆ ಎಂಟೂ ಜನ ಸ್ನೇಹಿತರು ಫರ್ನಾಂಡಿಸ್ ಮನೆಗೆ ಬಂದರು. ಕೆಲಸದವರು ಎಲ್ಲರಿಗೂ ಕಾಫೀ ಕೊಟ್ಟ ನಂತರ ಕೆಲಸದವರನ್ನು ಅಲ್ಲಿಂದ ಹೊರಗೆ ಹೋಗುವಂತೆ ಹೇಳಿದರು ಫರ್ನಾಂಡಿಸ್. ತಮ್ಮ ಕನ್ನಡಕವನ್ನು ಸರಿ ಮಾಡಿಕೊಳ್ಳುತ್ತ "ತೇಜ್ ನೀವು ಆರ್.ವಿ.ಯವರ ಸಮಾಧಿ ಬಳಿಗೆ ಹೋಗುವಷ್ಟರಲ್ಲಿ ಅವರನ್ನು ಮಣ್ಣು ಮಾಡಿದ್ರು ಅಂತ ಹೇಳಿದೆ ಅಲ್ವ?"

"ಹೌದು ಸರ್ ಮಣ್ಣಾಗಿತ್ತು"

"ಹಾಂ ಆಮೇಲೆ ಅವರ ಜೊತೆಯಲ್ಲೇ ಅವರು ಬರೆದ ಕೊನೆ ಪುಸ್ತಕ ದ್ವೈತ ಕೂಡ ಇಟ್ಟು ಮಣ್ಣು ಮಾಡಿದ್ರು ತಾನೇ?"

"ಹೌದು ಸರ್"

"ಪರಶು ಮನಸ್ಸು ಸರಿಯಾಗಲಿ ಅಂತ ಎಲ್ಲಾ ಮಾತಾಡಿಕೊಂಡು ಅವತ್ತು ರಾತ್ರಿ ಹೋದವರು ಮಣ್ಣು ಅಗೆದು ಆ ಪುಸ್ತಕ ತೆಗೆದುಕೊಂಡು ಬಂದ್ರಿ?"

"ಹೌದು ಸರ್ ಇದನ್ನೆಲ್ಲ ನಾನು ನೆನ್ನೆ ಸಂಜೆನೆ ಹೇಳಿದೆನಲ್ಲಾ! ಮತ್ತೆ ಏಕೆ ಪ್ರಶ್ನೆ ಮಾಡುತ್ತಾ ಇದ್ದೀರಾ?"

"ವಿಷಯ ಇದೆ ತೇಜ್. ನನಗೆ ಇನ್ನೊಂದು ವಿಷಯ ಸರಿಯಾಗಿ ಹೇಳು ಆರ್.ವಿ.ಯವರು ಯಾವ ಧರ್ಮಕ್ಕೆ ಸೇರಿದವರು?"

"ಆರ್.ವಿ. ಅಂದ್ರೆ ರಾಜೀವ್ ವರ್ಮಾ ಅಂತ ಸರ್. ಅವರು ಹಿಂದೂ!"

"ಹೌದಲ್ವ, ಯಾವ ಹಿಂದೂ ಧರ್ಮದ ವ್ಯಕ್ತಿನ ಕ್ರಿಶ್ಚಿಯನ್ ಧರ್ಮದ ರೀತಿಯಲ್ಲಿ ಪೆಟ್ಟಿಗೆಯಲ್ಲಿ ಹಾಕಿ ಮಣ್ಣು ಮಾಡ್ತಾರೆ? ಒಂದು ಅವರನ್ನು ಅಗ್ನಿಗೆ

ಅರ್ಪಿಸಬೇಕು ಇಲ್ಲವಾದಲ್ಲಿ ಹಿಂದೂ ಪದ್ಧತಿಯಂತೆ ಅವರನ್ನು ಹಾಗೆಯೇ ಮಣ್ಣು ಮಾಡುತ್ತಾರೆ. ಇದರಲ್ಲಿ ಅನುಮಾನ ಬರಲ್ವ?"

"ಅದೆಲ್ಲ ನಮಗೇನು ಗೊತ್ತು ಸರ್. ಆರ್.ವಿ.ಯವರಿಗೆ ಸಂಬಂಧಿಕರಾರೂ ಇರಲಿಲ್ಲ. ಹೆಂಡತಿ ಕೂಡ ಸತ್ತು ಹೋಗಿದ್ದರಂತೆ. ಅದಕ್ಕೇ ಯಾರೋ ಪುಣ್ಯಾತ್ಮರು ಅವರನ್ನು ತಮಗೆ ತಿಳಿದ ರೀತಿಯಲ್ಲಿ ಮಣ್ಣು ಮಾಡಿದ್ದಾರೆ" ನಯವಾಗಿ ಉತ್ತರ ಕೊಟ್ಟ ತೇಜ್.

"ಸರಿ ಹಾಗೇ ಅಂದುಕೊಳ್ಳೋಣ ಆದ್ರೆ ಆರ್.ವಿ.ಯವರ ಬಗ್ಗೆ ನಾನು ಕೇಳಿದ್ದೇನೆ. ನೈಜತೆಗೆ ಬೆಲೆ ಕೊಡುವ ವ್ಯಕ್ತಿ ಅವರ ಕೊನೆಯ ಪುಸ್ತಕ ದ್ವೈತ ಬಗ್ಗೆ ಸಾಕಷ್ಟು ಮಾಹಿತಿ ಕಲೆ ಹಾಕಿ ಬರೆದಿರುತ್ತಾರೆ ಅಂಥದ್ದರಲ್ಲಿ ಅದನ್ನು ಪಬ್ಲಿಶ್ ಮಾಡದೆ ಯಾಕೆ ಅವರ ಸಮೇತ ಸಮಾಧಿ ಮಾಡ್ತಾರೆ?"

"ಸರ್ ಇವೆಲ್ಲಾ ಪ್ರಶ್ನೆ ನಮಗೆ ಕೇಳಿದರೆ ನಾವೇನು ಉತ್ತರ ಕೊಡಬೇಕು. ಅದನ್ನೆಲ್ಲ ತಿಳಿದುಕೊಂಡು ನಮಗೇನು ಸರ್ ಉಪಯೋಗ. ನಮಗೆ ಗೊತ್ತಿರುವ ವಿಷಯ ಅಷ್ಟೂ ಹೇಳಿದ್ದೇವೆ. ಉಳಿದದ್ದು ದೇವರಿಗೆ ಬಿಟ್ಟದ್ದು" ಎನ್ನುತ್ತ ಕೈಮುಗಿದು ನಿಂತ ತೇಜ್.

"ಅದು ಸರಿನೆ ಬಿಡಿ. ನಿಮಗೆ ಯಾಕೆ ಬೇಕು ಇದೆಲ್ಲಾ ವಿಷಯ. ಆ ದ್ವೈತ ಪುಸ್ತಕ ತರುವುದಕ್ಕೆ ಹೇಳಿದ್ನಲ್ಲಾ ಅದನ್ನ ತಂದ್ರ?"

"ಹೌದು ಸರ್ ಇಲ್ಲಿಗೆ ತಗೊಳ್ಳಿ" ಎಂದು ಪರಶು ಬ್ಯಾಗ್ ನಲ್ಲಿದ್ದ ದ್ವೈತ ಪುಸ್ತಕವನ್ನು ಫರ್ನಾಂಡಿಸ್ ಕೈಗೆ ಕೊಟ್ಟನು.

ಇದರಲ್ಲಿ ಅಂತದ್ದೇನಿದೆ ಎಂದು ಒಂದಷ್ಟು ಪುಟಗಳನ್ನು ತಿರುವಿ ಹಾಕಿದರೂ ಯಾವುದೇ ಗುಪ್ತ ಮಾಹಿತಿ ಅದರಲ್ಲಿ ಇರಲಿಲ್ಲ. ಪುಸ್ತಕ ಕೂಡ ಅರ್ಧಕ್ಕೆ ಭರ್ತಿಯಾಗಿತ್ತು. ಉಳಿದ ವಿಷಯ ಬರೆಯುವಷ್ಟರಲ್ಲಿ ಆರ್.ವಿ. ದೈವಾಧೀನರಾಗಿದ್ದರು ಎನ್ನುತ್ತ ಪುಸ್ತಕ ಮಡಿಚಿದ ಫರ್ನಾಂಡಿಸ್. "ಇದರಿಂದ ನಿಮಗೆ ತೊಂದರೆ ಅನ್ನೋದಾದರೆ ಇದನ್ನ ನನ್ನ ಜೊತೆ ಇಟ್ಕೊತೀನಿ. ಅಕಸ್ಮಾತ್ ನನಗೂ ಇದರಿಂದ ತೊಂದರೆ ಆಗುತ್ತೆ ಅನ್ನೊದಾದರೆ ಬೆಂಕಿಗೊ, ಕಸಕ್ಕೊ ಹಾಕುತ್ತೇನೆ" ಎಂದರು.

ಅಲ್ಲಿವರೆಗೂ ಮೌನವಾಗಿದ್ದ ಸನ್ನಿವೇಶ ಕ್ಷಣದಲ್ಲಿ ರೌದ್ರರೂಪ ತಾಳಿತ್ತು. "ನನ್ನ ಪುಸ್ತಕವನ್ನ ಬೆಂಕಿಗೊ, ಕಸಕ್ಕೊ ಹಾಕೋಕೆ ನೀನು ಯಾರೋ?" ಎನ್ನುತ್ತ ಫರ್ನಾಂಡಿಸರ ಕತ್ತು ಹಿಸುಕುತ್ತ ನಿಂತ ಪರಶು. ಆ ಕ್ಷಣದಲ್ಲಿ ಅವನು ಪರಶುವಾಗಿ ಉಳಿದಿರಲಿಲ್ಲ, ಅವನಲ್ಲಿ ಮತ್ತೊಬ್ಬರ ದರ್ಶನವಾಗಿತ್ತು ಎಲ್ಲರಿಗೂ.

ಪರಶು, ಫರ್ನಾಂಡಿಸ್‌ರವರ ಕುತ್ತಿಗೆಗೆ ಕೈ ಹಾಕಿದಾಗ ಅಲ್ಲಿದ್ದ ಮಿಕ್ಕ ಏಳೂ ಜನರು ಅವರನ್ನು ಬಿಡಿಸಿಕೊಳ್ಳಲು ಪ್ರಯತ್ನಿಸಿದರು, ಆದರೆ ಅವನೆಷ್ಟು ಬಲವಾಗಿ ಫರ್ನಾಂಡಿಸ್ ಅವರ ಕುತ್ತಿಗೆ ಹಿಡಿದಿದ್ದನೆಂದರೆ ಆ ಏಳು ಮಂದಿ

ಎಳೆದಾಗ ಫರ್ನಾಂಡಿಸ್ ಸಮೇತ ಎಳೆದಾಡುತ್ತಿದ್ದಾರೇ ವಿನಃ ಅವನ ಕೈಯಿಂದ ಇವರ ಕುತ್ತಿಗೆಯನ್ನು ಸ್ವಲ್ಪವೂ ಬಿಡಿಸಲಾಗಲಿಲ್ಲ. ಅವರ ಜಗಳ ಹೀಗೆ ತಳ್ಳಾಟದ ನಡುವೆ ಮುಂದುವರೆದಾಗ ಎಲ್ಲರಿಗೂ ಗಾಬರಿಯಾಯಿತು.

ಆಗ ಸಮಯ ಸಾಧಿಸಿದ ಪೃಥ್ವಿ ಅಲ್ಲಿರುವ ಬೈಬಲ್ಲನ್ನು ತೆಗೆದುಕೊಂಡವಳೇ ಫರ್ನಾಂಡಿಸ್ ಅವರ ಮುಖದ ಮುಂದೆ ಹಿಡಿದಳು. ಈ ಬೈಬಲ್ ಮೇಲಿರುವ ಪ್ಲಸ್ ಚಿಹ್ನೆಯನ್ನು ನೋಡಿದ ಕೂಡಲೇ ಪರಶು ತನಗೇ ಅರಿವಿಲ್ಲದೆ ಹಿಂದೆ ಸರಿದು ಕೆಳಗೆ ಬಿದ್ದ. ತಕ್ಷಣ ಅವನಿಗೆ ಮೂರ್ಛೆ ತಪ್ಪಿತು.

ಫರ್ನಾಂಡಿಸ್ ಹಿಂದೆ ಬಂದವರೇ ಅಲ್ಲೇ ಕುಳಿತರು. ಪರಶುವಿನ ಹಿಡಿತದಿಂದ ಅವರ ಕುತ್ತಿಗೆಯೆಲ್ಲ ಕೆಂಪುವರ್ಣಕ್ಕೆ ತಿರುಗಿ ಅವರಿಗೆ ಉಸಿರಾಡಲು ಕಷ್ಟವಾಗುತ್ತಿತ್ತು. ಆ ಹಿಡಿತದಿಂದ ಉಸಿರುಗಟ್ಟಿದಂತಾಗಿ ಕೆಮ್ಮಲು ಶುರುಮಾಡಿದರು. ಅದರಿಂದ ಸುಧಾರಿಸಿಕೊಳ್ಳಲು ಕೊಂಚ ಸಮಯ ಹಿಡಿಯಿತು. ತರುಣ್ ಫರ್ನಾಂಡಿಸ್ ಅವರಿಗೆ ನೀರು ಕೊಟ್ಟಾಗ ಅವರು ನೀರು ಕುಡಿದು ಸುಧಾರಿಸಿಕೊಂಡರು.

ಇತ್ತ ಎಲ್ಲರು ಪರಶುವನ್ನು ಎಬ್ಬಿಸಲು ಪ್ರಯತ್ನಿಸಿದರು. ಅವನನ್ನು ಎಷ್ಟೇ ಅಲುಗಾಡಿಸಿದರೂ ತಕ್ಷಣ ಪ್ರಜ್ಞೆ ಬರಲಿಲ್ಲ. ಅವನ ಮುಖದ ಮೇಲೆ ನೀರು ಚಿಮುಕಿಸಿದಾಗ ನಿಧಾನವಾಗಿ ಎದ್ದು ಕುಳಿತನು. ಇಷ್ಟು ಹೊತ್ತೂ ಏನಾಯ್ತು ಎನ್ನುವುದು ಸ್ವತಃ ಅವನಿಗೆ ತಿಳಿಯಲಿಲ್ಲ. ಅವನಿಗೆ ಅಷ್ಟು ಹೊತ್ತೂ ಅಲ್ಲಿ ನಡೆದದ್ದೇನೂ ತಿಳಿಯಲಿಲ್ಲ. ಅವನ ಗೆಳೆಯರೆಲ್ಲ ಪ್ರಿನ್ಸಿಪಾಲರೊಂದಿಗೆ ಏನೋ ಮಾತನಾಡುತ್ತಿದ್ದರು. ಅದನ್ನು ಕೇಳುವಾಗ ನಿದ್ದೆ ಬಂದು ಮಲಗಿದ್ದೇನೆಂದು ತಿಳಿದುಕೊಂಡ ಅವನು.

“ನಾನು ನಿಮ್ಮ ಮಾತನ್ನು ಕೇಳುತ್ತಾ ಹಾಗೆ ತಿಳಿಯದೇ ಮಲಗಿಬಿಟ್ಟೆ. ಪ್ರಿನ್ಸಿಪಾಲ್ ಸರ್ ಏನೋ ಕೇಳುತ್ತಿದ್ದರು, ನೀವೆಲ್ಲಾ ನಡೆದದ್ದೇನೆಂದು ವಿವರಿಸುತ್ತಾ ಇದ್ದಾಗ, ನಾನು ಹೇಳಬೇಕೆನ್ನುವಷ್ಟರಲ್ಲಿ ನನಗೇನಾಯ್ತು ಅನ್ನೋದೇ ಗೊತ್ತಿಲ್ಲ ನನ್ನ ತಲೆ ಸಿಡಿದು ಹೋಗುವಂತೆ ನೋವು ಬಂತು ಅಷ್ಟೇ ನನಗೆ ತಿಳಿದದ್ದು” ಎಂದು ಎಲ್ಲರ ಮುಂದೆ ಕ್ಷಮೆ ಕೇಳಿದಾಗ ಅಲ್ಲಿದ್ದವರೆಲ್ಲ ಆಘಾತದಿಂದ ನಿಂತರು.

ಅಲ್ಲಿದ್ದವರಿಗೆಲ್ಲ ಕಾಡುತ್ತಿದ್ದ ಒಂದೇ ಪ್ರಶ್ನೆ ಇಷ್ಟು ಹೊತ್ತೂ ಇಲ್ಲಿ ನಡೆದದ್ದು ಏನು? ನಿಜವಾಗಿಯೂ ಇವನಿಗೆ ಗೊತ್ತಿಲ್ಲವಾ? ಇದನ್ನು ಕೇಳಿಸಿಕೊಂಡ ಪ್ರಿನ್ಸಿಪಾಲ್ ಸಹ ದಂಗಾಗಿ ಹೋದರು. ಈ ಸಂದರ್ಭವನ್ನು ಸಂಬಾಳಿಸಲು ಅವನ ಗೆಳೆಯರು “ಸರಿ ಇದರ ಬಗ್ಗೆ ನಾವು ನಾಳೆ ಮಾತನಾಡಬಹುದು ಮೊದಲು ಇಲ್ಲಿಂದ ಹೊರಡುವ” ಎಂದಾಗ ಪ್ರಿನ್ಸಿಪಾಲ್ ಸಹ ಇದಕ್ಕೆ ಒಪ್ಪಿಗೆ ಸೂಚಿಸಿದರು.

ಫರ್ನಾಂಡಿಸ್ ರವರು ಈ ಘಟನೆಯಿಂದ ನಿಜವಾಗಿಯೂ ಗಾಬರಿಯಾಗಿ ಆಲೋಚನೆಗೆ ಬಿದ್ದರು. 'ಅಂದುಕೊಂಡಷ್ಟು ಸುಲಭವಾಗಿಲ್ಲ ಇದು. ಸಂಥಿಂಗ್ ಇಸ್ ರಾಂಗ್ ಹಿಯರ್. ಅದೇನು ಅಂತ ಮೊದಲು ತಿಳಿದುಕೊಳ್ಳಬೇಕು' ಎಂದು ನಿರ್ಧರಿಸಿದರು.

ಇವರಿಬ್ಬರ ತಳ್ಳಾಟದ ನಡುವೆ ದ್ವೈತ ಪುಸ್ತಕ ಕೆಳಗೆ ಬಿದ್ದಿತ್ತು. ಅದನ್ನು ಹೊರಡುವಾಗ ಗಮನಿಸಿದ ಪರಶು ಆ ಪುಸ್ತಕವನ್ನೆತ್ತಿ ಪ್ರಿನ್ಸಿಪಾಲರ ಕೈಗೆ ಕೊಡಲು ಮುಂದಾದಾಗ ಅವರ ಕೈ ನಡುಗುತ್ತಿತ್ತು.

'ಆ ಪುಸ್ತಕ ಬೆಂಕಿಗೆ ಹಾಕುತ್ತೇನೆ ಎಂದಿದ್ದಕ್ಕೇ ಅಲ್ಲವೇ ಅವನು ಇಷ್ಟು ಭಯಂಕರವಾಗಿ ವರ್ತಿಸಿದ್ದು, ಆದರೆ ಈಗ ಆ ಪುಸ್ತಕವನ್ನು ನನಗೆ ಮರಳಿ ಕೊಡುತ್ತಿದ್ದಾನೆ!' ಚಿಂತಿಸುತ್ತಲೆ ಅವನ ಮುಖವನ್ನು ನೋಡಿದರು. ಅದು ಪ್ರಶಾಂತತೆಯಿಂದ ಕೂಡಿತ್ತು.

ಏನನ್ನೋ ನಿರ್ಧರಿಸಿದ ಫರ್ನಾಂಡಿಸ್ ಆ ಪುಸ್ತಕವನ್ನು ಪಡೆಯಲು ಹಿಂಜರಿದರು. "ಪರವಾಗಿಲ್ಲ ಈ ಪುಸ್ತಕ ನಿನ್ನ ಬಳಿಯೇ ಇರಲಿ, ನನಗೆ ಬೇಕೆಂದಾಗ ಕೇಳಿ ಪಡೆಯುತ್ತೇನೆ" ಎಂದರು. ಏಕೆಂದರೆ ಆ ಪುಸ್ತಕ ಅವನ ಬಳಿಯಿದ್ದರೆ ಇನ್ನೂ ಯಾವ ರೀತಿಯ ಸಮಸ್ಯೆಗಳು ಬರುತ್ತವೆಂದು ಅವರು ತಿಳಿದುಕೊಳ್ಳಬೇಕಿತ್ತು ಅನ್ನಿಸುತ್ತದೆ. ಅದಕ್ಕೆ ಆ ಪುಸ್ತಕವನ್ನು ಅವನಿಗೆ ಮರಳಿಸಿದರು.

"ಸರಿ ಸರ್, ಈ ಪುಸ್ತಕವನ್ನ ನೀವೇ ಕೇಳಿದ್ರಿ ಅದಕ್ಕೆ ತಂದಿದ್ದೆ ಈಗ ನೀವೇ ಬೇಡ ಅಂತಿದ್ದೀರಾ, ಪರವಾಗಿಲ್ಲ, ನನ್ನ ಬಳಿಯೇ ಇಟ್ಟುಕೊಳ್ಳುತ್ತೇನೆ" ಎಂದು ಹೇಳಿ ಅಲ್ಲಿಂದ ಪರಶು ಸ್ನೇಹಿತರ ಜೊತೆಗೂಡಿ ಹೊರಟನು.

ಪರಶುವನ್ನು ಹೊರಗೆ ಕರೆದುಕೊಂಡು ಬಂದ ನಂತರ ಗೌರವ್ ಪ್ರಶ್ನೆ ಮಾಡಿದ "ಪರಶು, ನಿನಗೆ ನಿಜಕ್ಕೂ ಅಲ್ಲಿ ಏನಾಯ್ತು ಅಂತ ಗೊತ್ತಿಲ್ವ?"

"ಇಲ್ಲಾ ಕಣೋ ಗೌರವ್! ತಲೆ ಸಿಡಿದು ಹೋಗೋ ಹಾಗೇ ಆಯ್ತು ತಕ್ಷಣ ನಿದ್ದೆ ಬಂದು ಮಲಗಿ ಬಿಟ್ಟೆ. ಹಾಗಾದ್ರೆ ನನಗೆ ತಿಳಿಯದೇ ಏನಾದ್ರೂ ಆಯ್ತ ಅಲ್ಲಿ? ದಯವಿಟ್ಟು ಏನಾದ್ರು ಆಗಿದ್ರೆ ಮುಚ್ಚಿಡದೆ ಹೇಳ್ರೋ?"

"ಪರಶು, ಅಂತದ್ದೇನಿಲ್ಲ ನೀನು ಮನೆಗೆ ಹೋಗು. ಗೌರವ್ ನೀನೆ ಅವನನ್ನು ಮನೆಗೆ ಬಿಡು, ಉಳಿದವರು ಕೂಡ ಮನೆಗೆ ಹೋಗಿ. ಅಲ್ಲಿ ಏನೇನು ಆಯ್ತು ಅನ್ನೋದು ನಮ್ಮಲ್ಲಿ ಮಾತ್ರ ಇರಲಿ ಬೇರೆ ಎಲ್ಲೂ ಮಾತಾಡೋದು ಬೇಡ" ಎಚ್ಚರಿಸಿದನು ತೇಜ್.

"ಆದರೆ ತೇಜ್ ನೀನು ಮತ್ತೇಕೆ ಸುಳ್ಳು ಹೇಳಿದೆ? ಇದನ್ನು ಮುಚ್ಚಿಟ್ಟು ಏನು ಪ್ರಯೋಜನ? ಪ್ರಿನ್ಸಿಪಾಲ್ ಹೇಳಿದ್ದಾರೆ ತಾನೇ ಸಹಾಯ ಮಾಡ್ತೀನಿ ಅಂತ. ನಿಜಾ ಹೇಳೋದು ಬಿಟ್ಟು ಮತ್ತಷ್ಟು ಸಮಸ್ಯೆ ನೀನೆ ಮೈಮೇಲೆ

ಬರುವ ಹಾಗೆ ಮಾಡ್ತಿದ್ದೀಯಾ?" ತನ್ನ ಅಸಮಾಧಾನ ಹೊರ ಹಾಕಿದನು ತರುಣ್.

"ಏನಂತ ಹೇಳಬೇಕೊ? ಅಲ್ಲಿ ಆರ್.ವಿ. ಶವ ಇರಲಿಲ್ಲ ಬರಿ ಬುಕ್ ಮಾತ್ರ ಇತ್ತು. ನಾವು ಸಮಾಧಿ ಬಗೆದಾಗ ಸಿಕ್ಕಿದ್ದು ಆ ಪುಸ್ತಕ ಮಾತ್ರ ಅದು ಬಿಟ್ಟು ಬೇರೆ ಏನೂ ಗೊತ್ತಿಲ್ಲ ಅಂದ್ರೆ. ಅನುಮಾನ ಇನ್ನೂ ಜಾಸ್ತಿ ಆಗುತ್ತದೆ. ಆಗ ಪ್ರಿನ್ಸಿಪಾಲ್ ನಮ್ಮೆಲ್ಲರನ್ನು ನೇರವಾಗಿ ಸ್ಟೇಷನ್‌ಗೆ ಕರ್ಕೊಂಡು ಹೋಗಿ ಪೋಲೀಸಿನವರ ಮುಂದೆ ನಿಲ್ಲಿಸುತ್ತಾರೆ. ಮೊದಲೆ ಸತ್ಯ ಹೇಳಿ ಅಂತ ನ್ಯಾಯಕ್ಕೆ ತದ್ರೂಪಿ ತರ ಅಡ್ತಾರೆ. ಆಗ ಅವರ ಶವ ಸಿಗಲಿಲ್ಲ ಅಂದುಕೋ ನಾವೆಲ್ಲಾ ಜೈಲಲ್ಲಿ ಮುದ್ದೆ ಮುರಿಬೇಕಾಗುತ್ತೆ. "ಪೃಥ್ವಿ ಧವನ್ ಮದ್ವೆ ಆಗೋದು, ಗೌರವ್ ಐ.ಎ.ಎಸ್ ಮಾಡ್ಬೇಕು ಅನ್ನೋದು, ಕವನ ಸಿಂಗರ್ ಆಗೋದು, ಓಂಕಾರ್ ಹೈಯರ್ ಸ್ಟಡಿಸ್, ನಾನು ಫಾರಿನ್‌ಗೆ ಹೋಗಿ ಬ್ಯುಸಿನೆಸ್ ನೋಡಿಕೊಳ್ಳೊದು ಎಲ್ಲ ಕನಸಾಗಿ ಉಳಿಯುತ್ತೆ" ತೇಜ್ ವಿವರಿಸಿದ. ಎಲ್ಲರು ತೇಜ್ ಮಾತಿಗೆ ಸಮ್ಮತಿಸಿ ಅಲ್ಲಿಂದ ಮನೆಗೆ ತೆರಳಿದರು.

* * *

ಮರು ನಿರ್ಮಾಣವಾದ ಆರ್.ವಿ. ಸಮಾಧಿ ಮೇಲೆ ಹೂಗುಚ್ಛವನಿಡುತ್ತ ಸುಮ್ಮನೆ ಕುಳಿತರು ಡಾಕ್ಟರ್ ಹೇಮಂತ್. ಅಂದು ಹಾಸ್ಪಿಟಲಿನಲ್ಲಿ ಆರ್.ವಿ.ಯವರು ಹೇಳಿದ ಎಲ್ಲಾ ಮಾತುಗಳನ್ನೂ ನೆನಪಿಸಿಕೊಂಡರು ಅವರು.

"ಡಾಕ್ಟರ್, ನಾನು ಈ ಪ್ರಯತ್ನದಲ್ಲಿ ಸೋಲು ಅನುಭವಿಸೋಕೆ ಇಷ್ಟಪಡಲ್ಲಾ. ಹಿಂದಿನ ನನ್ನ ಎಲ್ಲಾ ಕಥೆಯಲ್ಲೂ ಗೆಲುವನ್ನೇ ಕಂಡಿದ್ದೇನೆ. ಇದರಲ್ಲೂ ಜಯ ಸಾಧಿಸಿಯೆ ತೀರುತ್ತೇನೆ. ನನ್ನ ಆಸೆಗಳಿಗೆ ಜೀವವಿದೆ. ನಾನು ಸತ್ತರೂ ಸರಿ ನನ್ನ ಆಸೆ ಕೊನೆಯಾಗುವವರೆಗೂ ನನಗೆ ಮುಕ್ತಿ ದೊರಕುವುದಿಲ್ಲ. ಇದನ್ನು ಪೂರ್ಣ ಮಾಡಲು ವಾಪಸ್ಸು ಬಂದೆ ಬರುತ್ತೇನೆ" ಎನ್ನುವ ಆರ್.ವಿ.ಯವರ ಸಂಪೂರ್ಣ ಚಿತ್ರಣ ಕಣ್ಣ ಮುಂದೆ ಬಂತು.

ಅಂದು ಅವರೊಂದಿಗೆ ಮಾತನಾಡುವಾಗ ಆರ್.ವಿ.ಯವರು ಹೇಳಿದ ಮಾತು ಮತ್ತೆ ಮತ್ತೆ ಇವರ ಸ್ಮೃತಿಪಟಲದಲ್ಲಿ ಹಾಗೆ ಹಾದು ಹೋಗುತ್ತಿತ್ತು. "ಅಕಸ್ಮಾತ್ ನಾನು ಸತ್ತರೂ ಸಹ ನನ್ನ ಆಸೆಯನ್ನು ಪೂರ್ಣಗೊಳಿಸಿಕೊಳ್ಳಲು ಖಂಡಿತ ನಾನು ಮತ್ತೆ ಬಂದೆ ಬರುತ್ತೇನೆ" ಈ ಮಾತನ್ನು ನೆನಪಿಸಿಕೊಳ್ಳುವಾಗ ಅಲ್ಲಿಗೆ ಪ್ರಿನ್ಸಿಪಾಲ್ ಫರ್ನಾಂಡಿಸ್ ಬಂದರು.

ಆರ್.ವಿ.ಯವರ ಸಮಾಧಿ ಧ್ವಂಸವಾಗಿತ್ತು ಎಂದು ಪೊಲೀಸಿನವರು ಹೇಳಿದ್ದರಿಂದ ಅದು ಈಗಲೂ ಹಾಗೆ ಇದೆಯಾ ಅಥವಾ ಅದನ್ನು ಮೊದಲಿದ್ದ

ಸ್ಥಿತಿಗೆ ತಂದಿದ್ದಾರೋ ಇಲ್ಲವೋ ಎಂದು ನೋಡಲು ಪ್ರಿನ್ಸಿಪಾಲ್ ಫರ್ನಾಂಡಿಸ್ ಆ ಸಮಾಧಿಯಿರುವ ಜಾಗಕ್ಕೆ ಬಂದಿದ್ದರು.

ಅದೇ ಸಮಯದಲ್ಲಿ ಆರ್.ವಿ.ಯವರ ಸಮಾಧಿಯ ಮುಂದೆ ಕೂತದ್ದ ಡಾಕ್ಟರ್ ಹೇಮಂತ್ ಅವರನ್ನು ಫರ್ನಾಂಡಿಸ್ ನೋಡಿದರು. ಆದರೆ ಡಾಕ್ಟರ್ ಹೇಮಂತ್ ಯಾರೆಂದು ಫರ್ನಾಂಡಿಸ್ ಅವರಿಗೆ ತಿಳಿದಿರಲಿಲ್ಲವಾದ ಕಾರಣ ಅವರು ಸಮಾಧಿಯ ಮುಂದೆ ಕೂತಿರುವುದನ್ನು ನೋಡಿ ಫರ್ನಾಂಡಿಸ್ ಹಾಗೇ ನಿಂತರು.

ಯೋಚನೆಗಳಿಂದ ಹೊರಬಂದ ಡಾಕ್ಟರ್ ಹೇಮಂತ್ ಅಲ್ಲಿಂದ ಎದ್ದು ಹಿಂದೆ ತಿರುಗಿದಾಗ ಅಲ್ಲಿ ಫಾದರ್ ಫರ್ನಾಂಡಿಸ್ ನಿಂತಿರುವುದನ್ನು ಪ್ರಶ್ನಾರ್ಥಕವಾಗಿ ನೋಡಿದರು. ಏಕೆಂದರೆ ಅವರಿಗೂ ಸಹ ಫಾದರ್ ಫರ್ನಾಂಡಿಸ್ ಯಾರೆಂದು ತಿಳಿದಿರಲಿಲ್ಲ.

ಫರ್ನಾಂಡಿಸ್ ತಮ್ಮ ಕೈಯಲ್ಲಿ ಒಂದು ಗುಲಾಬಿನ ಹೂಹಿಡಿದು ಅದನ್ನು ಆರ್.ವಿ.ಯವರ ಸಮಾಧಿಯ ಮೇಲಿಡಲು ತಂದಿದ್ದರು. ಡಾಕ್ಟರ್ ಹೇಮಂತ್ ಎದ್ದು ಬಂದು ಫರ್ನಾಂಡಿಸ್ ಅವರ ಮುಂದೆ ನಿಂತಾಗ ಇಬ್ಬರು ಕೆಲಕ್ಷಣ ಸುಮ್ಮನೆ ನಿಂತರು. ಹೇಗೆ ಮಾತನ್ನಾರಂಭಿಸುವುದೆಂದು ಇಬ್ಬರಿಗೂ ತೋಚದಾಯಿತು.

ಆ ಕ್ಷಣ ಇಬ್ಬರೂ ಒಂದೇ ಪಥದಲ್ಲಿ ಯೋಚಿಸಿದರು. ಆರ್.ವಿ.ಯವರಿಗೆ ಇವರೊಂದಿಗೆ ಒಡನಾಟವಿದೆಯಾ? ಕೇಳಬೇಕೆಂದರೂ ಇಬ್ಬರೂ ಕೇಳದೆ ಹಾಗೆ ನಿಂತುಬಿಟ್ಟರು.

ಕೆಲವು ಕ್ಷಣಗಳ ಬಳಿಕ ಡಾಕ್ಟರ್ ಹೇಮಂತ್ ಮಾತಾಡದೆ ಸುಮ್ಮನೆ ಬದಿಯಿಂದ ಸರಿದು ಹೋಗುವಾಗ ಫರ್ನಾಂಡಿಸ್ ಅವರು ಡಾಕ್ಟರ್ ಹೇಮಂತ್ ಕಡೆಗೆ ತಿರುಗಿ "ಒಂದು ನಿಮಿಷ ನಿಮ್ಮ ಬಳಿ ಮಾತನಾಡುವುದಿದೆ" ಎಂದವರೇ ಸಮಾಧಿಯ ಬಳಿ ಸರಿದು ಸಮಾಧಿಯ ಮೇಲೆ ಅವರು ತಂದಿದ್ದ ಹೂವನ್ನಿಟ್ಟರು.

ಹೇಮಂತ್ ಆಚೆ ಈಚೆ ನೋಡಿದವರೇ ಅಲ್ಲಿ ಯಾರೂ ಇಲ್ಲವೆನ್ನುವುದನ್ನು ಖಚಿತಪಡಿಸಿಕೊಂಡು ಅವರು ನನ್ನ ಬಳಿಯೇ ಮಾತನಾಡಬೇಕೆಂದು ಹೇಳಿದ್ದೆಂದುಕೊಂಡು ಅಲ್ಲಿಯೇ ನಿಂತರು.

ಹೂವನ್ನಿಟ್ಟ ಮೇಲೆ ಕೊಂಚ ಸಮಯ. "ಮೇ ಹಿಸ್ ಸೋಲ್ ರೆಸ್ಟ್ ಇನ್ ಪೀಸ್" ಎಂದು ಅವರ ಸಂಪ್ರದಾಯದ ಪ್ರಕಾರ ಪ್ರಾರ್ಥಿಸಿದವರೇ ಸರಿದು ಹಿಂದೆ ಬಂದರು ಫಾದರ್ ಫರ್ನಾಂಡಿಸ್.

ಫರ್ನಾಂಡಿಸ್ ಅವರು ಡಾಕ್ಟರ್ ಹೇಮಂತ್ ಬಳಿ ಬಂದವರೇ ಮಾತನ್ನು ಆರಂಭಿಸಿದರು. "ನೀವು ಆರ್.ವಿ.ಯವರ ಸಮಾಧಿಗೆ ಹೂವನ್ನಿಡಲು

ಬಂದಿದ್ದೀರಲ್ಲ? ನೀವು ಅವರ ಸ್ನೇಹಿತರಾ? ಸಂಬಂಧಿಗಳಾ? ಪರಿಚಯದವರಾ? ಅಥವಾ ಅಭಿಮಾನಿಯಾ?" ಎಂದು ಕೇಳಿದಾಗ ಡಾಕ್ಟರ್ ಹೇಮಂತ್ "ನಾನು ಅವರ ಅಭಿಮಾನಿಯೂ ಹೌದು ಒಂದು ರೀತಿಯ ಬಂಧುವೂ ಹೌದು, ಇವತ್ತಿನ ಅವರ ಸ್ಥಿತಿಗೆ ನಾನು ಒಂದು ರೀತಿಯಲ್ಲಿ ಕಾರಣವೂ ಹೌದು" ಎಂದು ಹೇಳಿದಾಗ ಫರ್ನಾಂಡಿಸ್ ಅವರಿಗೆ ಕೊಂಚ ಗೊಂದಲವಾಯಿತು.

"ಆರ್.ವಿ. ಸಾಯಲು ಕಾರಣ ನೀವಾ?" ಎಂದು ಫರ್ನಾಂಡಿಸ್ ಅವರು ಮತ್ತೆ ಕೇಳಿದಾಗ "ಹೌದು ಒಂದು ರೀತಿಯಲ್ಲಿ ನಾನೇ ಅವರ ಸಾವಿಗೆ ಕಾರಣ" ಎಂದರು ಡಾಕ್ಟರ್ ಹೇಮಂತ್.

ಫರ್ನಾಂಡಿಸ್ ಅವರಿಗೆ ಹೇಮಂತ್ ಮಾತುಗಳಿಂದ ದಿಗಿಲಾಯಿತು. "ನೀವು ಹೇಗೆ ಅವರ ಸಾವಿಗೆ ಕಾರಣವಾಗುತ್ತೀರಾ? ಇದರ ಬಗ್ಗೆ ನಾನು ತಿಳಿದುಕೊಳ್ಳಬೇಕು ದಯವಿಟ್ಟು ಹೇಳಿ" ಎಂದು ಫರ್ನಾಂಡಿಸ್ ಕೇಳಿಕೊಂಡಾಗ ಹೇಮಂತ್ ಕಡೆಯಿಂದ ಬಂದ ಉತ್ತರ "ಅದನ್ನೆಲ್ಲ ತಿಳಿದುಕೊಂಡು ನೀವೇನು ಮಾಡುತ್ತೀರಾ? ನೀವ್ಯಾರು ಅನ್ನೋದೇ ನಂಗೆ ಗೊತ್ತಿಲ್ಲದಿರುವಾಗ ನಾನ್ಯಾಕೆ ನಿಮಗೆ ಹೇಳ್ಬೇಕು. ಅದು ಅಲ್ಲದೇ ಈಗ ಅದೆಲ್ಲಾ ಮುಗಿದು ಹೋಗಿರುವ ವಿಚಾರ. ಮತ್ತೆ ಇದನ್ನು ಕೆದಕುವ ಆವಶ್ಯಕತೆ ಇಲ್ಲ. ಆ ವ್ಯಕ್ತಿಯೇ ಇಲ್ಲದಿರುವಾಗ ಅದೆಲ್ಲಾ ಏತಕ್ಕೆ?" ಎಂದು ಕೇಳಿ ಡಾಕ್ಟರ್ ಮುಂದೆ ಹೋದರು.

ಆದರೆ ಫರ್ನಾಂಡಿಸ್ ಅವರು ಹೇಮಂತ್ ಅವರನ್ನು ಅಡ್ಡಗಟ್ಟಿದರು. "ಇಲ್ಲ ನನಗೆ ಈ ವಿಚಾರದಲ್ಲಿ ಗೊಂದಲಗಳಿವೆ. ಈ ವಿಚಾರ ನಾನು ಪೂರ್ತಿಯಾಗಿ ತಿಳಿದುಕೊಳ್ಳಬೇಕು; ಹಾಗಾದರೆ ಮಾತ್ರ ಈಗ ಆಗುತ್ತಿರುವ ಸಮಸ್ಯೆಗಳಿಗೆ ಶಾಶ್ವತ ಪರಿಹಾರವನ್ನು ನೀಡಲು ಸಾಧ್ಯ" ಎಂದರು.

ಫರ್ನಾಂಡಿಸ್ ಹೇಳುವ ಮಾತಿನ ಮೇಲೆ ಹೇಮಂತ್ ಅವರಿಗೆ ಅಷ್ಟಾಗಿ ನಂಬಿಕೆ ಬಂದಂತೆ ಕಾಣಲಿಲ್ಲ. "ಆರ್.ವಿ.ನೇ ಇಲ್ಲದಿರುವಾಗ ಸಮಸ್ಯೆ ಎಲ್ಲಿಂದ ಆಗುತ್ತೆ? ಏನು ಹೇಳ್ತಾ ಇದ್ದೀರಾ ನೀವು?" ಎಂದು ಹೇಮಂತ್ ಕೇಳಿದರು.

"ಇಲ್ಲ ಸಮಸ್ಯೆ ಖಂಡಿತ ಇದೆ. ನೀವು ಹೇಳುವ ಹಾಗೆ ಆರ್.ವಿ. ಇಲ್ಲದೆ ಹೋಗಿರಬಹುದು. ಆದರೆ ಆರ್.ವಿ. ಆತ್ಮ ಇನ್ನು ಇದೆ. ಅದು ಪರಶು ಎನ್ನುವ ಹುಡುಗನ ದೇಹದಲ್ಲಿ ಸೇರಿದೆ" ಎಂದು ಫರ್ನಾಂಡಿಸ್‌ರವರು ಹೇಳಿದಾಗ ಡಾಕ್ಟರ್ ಹೇಮಂತ್ ಅವರಿಗೆ ಆ ಕ್ಷಣಕ್ಕೆ ಆಶ್ಚರ್ಯವಾಯಿತು. ಆಗ ಅವರ ತಲೆಯಲ್ಲಿ ಮತ್ತೆ ಆರ್.ವಿ.ಯವರು ಹೇಳಿದ್ದ ಮಾತು, "ನನಗೆ ಏನಾದರೂ ಆದರೆ ನಾನು ಮತ್ತೆ ಬಂದೇ ಬರುತ್ತೇನೆ. ನನ್ನ ಆಸೆ ಕನಸುಗಳನ್ನು ಈಡೇರಿಸಿಕೊಳ್ಳುತ್ತೇನೆ" ನೆನಪಾಯಿತು.

ಇವೆಲ್ಲಾ ಮಾತುಗಳು ಅವರ ಮಸ್ತಕದಲ್ಲಿ ಹಾದುಹೋದಾಗ ಎಲ್ಲೋ ಏನೋ ಆಗಿದೆಯೆಂದು ತಿಳಿಯುತ್ತಿತ್ತು. ಡಾಕ್ಟರ್ ಹೇಮಂತ್ ಯೋಚನೆಗಳಿಂದ

ಹೊರಬಂದವರೇ ಫರ್ನಾಂಡಿಸ್ ಅವರ ಕಡೆ ನೋಡಿ "ನಂಗೆ ನೀವು ಏನು ಹೇಳುತ್ತಿದ್ದೀರಾ ಅರ್ಥವಾಗುತ್ತಿಲ್ಲ. ಈ ಪರಶು ಯಾರು? ಆರ್.ವಿ.ಯವರು ಯಾಕೆ ಆ ಹುಡುಗನಲ್ಲಿ ಸೇರಿಕೊಂಡಿದ್ದಾರೆ. ನನಗೆ ಎಲ್ಲಾ ಗೊಂದಲವಾಗುತ್ತಿದೆ, ಸ್ವಲ್ಪ ಬಿಡಿಸಿ ಹೇಳಿ" ಎಂದು ಕೇಳಿದರು.

ಆಗ ಫರ್ನಾಂಡಿಸ್ "ಪರಶು ನನ್ನ ಸ್ಟೂಡೆಂಟ್, ಆತ ಆರ್.ವಿ.ಯವರ ಅಭಿಮಾನಿ. ಅವರ ಎಲ್ಲಾ ಕಥೆಗಳನ್ನು ಇವನು ಓದಿದ್ದಾನೆ. ಅವನ ಬಳಿ ಆರ್.ವಿ.ಯವರು ಬರೆದ ಒಂದು ಪುಸ್ತಕವಿತ್ತು. ಅದನ್ನು ನಾನು ತೆಗೆದುಕೊಂಡಿದ್ದೆ. ಆ ಪುಸ್ತಕವನ್ನು ನಾನು ಹರಿಯಲು ಪ್ರಯತ್ನ ಮಾಡಿದಾಗ ಕೊನೆ ಗಳಿಗೆಯಲ್ಲಿ ಅವನಿಗೇನಾಯಿತೋ ಗೊತ್ತಿಲ್ಲ. ಅವನ ಮೈಯಲ್ಲಿ ಆರ್.ವಿ.ಯವರು ಬಂದಿದ್ದನ್ನು ನಾನು ಕಣ್ಣಾರೆ ಕಂಡಿದ್ದೇನೆ. ಆ ಕ್ಷಣ ಅವನು ಪರಶುವಾಗಿರಲಿಲ್ಲ. ನನ್ನ ಕತ್ತು ಹಿಸುಕಿದ" ಎಂದು ಎಲ್ಲವನ್ನೂ ವಿವರವಾಗಿ ಹೇಳಿದರು. ಆದರೆ ಸಮಾಧಿ ಧ್ವಂಸದ ವಿಷಯವಾಗಿ ಪೊಲೀಸ್ ಅವರು ಬಂದದ್ದು ಆಮೇಲೆ ಇವರು ತಮ್ಮ ಸ್ಟೂಡೆಂಟ್ಸ್‌ಗಳನ್ನು ವಿಚಾರಣೆಗೆ ತೆಗೆದುಕೊಂಡ ವಿಷಯವನ್ನು ಮಾತ್ರ ಹೇಳಲಿಲ್ಲ.

ಅದನ್ನೆಲ್ಲ ಕೇಳಿಸಿಕೊಂಡ ಡಾಕ್ಟರ್ ಹೇಮಂತ್ ದಿಗ್ಭ್ರಾಂತರಾಗಿ ಹಾಗೇ ನಿಂತರು. ಸತ್ಯವನ್ನು ಹೇಳದೆ ಮುಚ್ಚಿಟ್ಟ ಪ್ರಿನ್ಸಿಪಾಲ್ ಫರ್ನಾಂಡಿಸ್ ಅವರಿಗೆ ಆರ್.ವಿ. ಆತ್ಮ ಪರಶು ದೇಹವನ್ನು ಸೇರಿದೆ ಎಂದು ಕಂಡುಹಿಡಿಯುವಲ್ಲಿ ಬಹಳ ಸಮಯ ಬೇಕಾಗಿರಲಿಲ್ಲ.

ಅಂದು ಪರಶು ಫರ್ನಾಂಡಿಸ್‌ರವರ ಕುತ್ತಿಗೆ ಹಿಡಿದು ಅವರನ್ನು ಸಾಯಿಸಲು ಮುಂದಾಗಿದ್ದು ಕಂಡು ಅವನಲ್ಲಿ ಉಂಟಾದ ವಿಚಿತ್ರ ಸ್ವಭಾವವನ್ನು ಇಂದಿಗೂ ಮರೆಯುವಂತಿರಲಿಲ್ಲ. ಆ ಘಟನೆ ನಡೆದು ಕೆಲವೇ ಕ್ಷಣದಲ್ಲಿ ಅವನು ಮೊದಲಿನಂತೆ ಏನೂ ನಡೆದೇ ಇಲ್ಲವೆನ್ನುವಂತೆ ನಡೆದುಕೊಂಡದ್ದು ನೆನೆಸಿಕೊಂಡರೆ ಮೈ ಜುಮ್ ಎನಿಸುತ್ತಿತ್ತು. ಫರ್ನಾಂಡಿಸ್ ಅವರ ಅಂತರಾತ್ಮ ಎಚ್ಚರಿಸಿತ್ತು.

"ಹೇಳಿ ಫಾದರ್, ಆರ್.ವಿ. ಬಗ್ಗೆ ಆತ್ಮ ಅಂತೆಲ್ಲ ಮಾತಾಡುತ್ತಿದ್ದೀರಲ್ಲ ಅಂತಹ ಒಳ್ಳೆಯ ವ್ಯಕ್ತಿ ಸತ್ತದ್ದು ಸಾಹಿತ್ಯ ಲೋಕಕ್ಕೆ ತುಂಬಲಾರದ ನಷ್ಟ. ಅಂಥದ್ದರಲ್ಲಿ ಸ್ವರ್ಗಸ್ಥರಾದ ಅವರ ಬಗ್ಗೆ ಆತ್ಮ/ಪ್ರೇತ ಎಂದೆಲ್ಲ ಹೇಳುತ್ತಿದ್ದೀರಲ್ಲ ಇದು ನಿಮಗೆ ಸರಿ ಎನಿಸುತ್ತದೆಯೆ?"

"ಡಾಕ್ಟರ್, ನಾನು ಆರ್.ವಿ.ಯವರ ಮೇಲೆ ಯಾವುದೋ ಹಳೆಯ ದ್ವೇಷ ಇಟ್ಟುಕೊಂಡು ಮಾತನಾಡುತ್ತಿಲ್ಲ. ಅಷ್ಟಕ್ಕೂ ಅವರಿಗೂ ನನಗೂ ಯಾವುದೇ ಸ್ನೇಹ ಸಂಬಂಧ ಇಲ್ಲವೇ ಇಲ್ಲ. ಹಾಗೆಂದ ಮೇಲೆ ಅವರ ಹೆಸರಿಗೆ ಅಪಪ್ರಚಾರ ಮಾಡುವ ಉದ್ದೇಶ ನನಗೇನಿದೆ ಹೇಳಿ?"

"ಅವರಿಗೂ ನಿಮಗೂ ಸಂಬಂಧ ಇಲ್ಲ ಎಂದ ಮೇಲೆ ಆರ್.ವಿ.ಯವರ ವಿಷಯ ಈಗ್ಯಾಕೆ? ಅದರ ಬಗ್ಗೆ ಚರ್ಚೆ ಮಾಡುವುದೇ ತಪ್ಪು ಅದರಲ್ಲೂ ನೀವು ಅವರಿಗೆ ಸಂಬಂಧಪಡದ ವ್ಯಕ್ತಿ. ನಿಮಗೆ ಅವರ ಬಗ್ಗೆ ಹೇಳಲು ಏನೂ ಇಲ್ಲ. ನೀವು ಹೊರಡಬಹುದು ಫಾದರ್"

'ಪೂರ್ತಿ ವಿಷಯ ನಾನು ಹೇಳುವಂತಿಲ್ಲ. ಹೇಳದೆ ಹೋದರೆ ಉಳಿದ ವಿಚಾರ ತಿಳಿಯುವಂತಿಲ್ಲ. ಇದೆಂತಹ ಸಂದಿಗ್ಧ ಪರಿಸ್ಥಿತಿ ತಂದೊಡ್ಡಿದೆ ಜೀಸಸ್, ಸರಿ ಆದದ್ದಾಗಲಿ ಸತ್ಯ ಹೇಳುವ' ಎಂದು ಒಳ ಮನಸ್ಸು ಹೇಳಿದರೂ ಇದು ಗಂಭೀರವಾದ ವಿಚಾರ ಇದನ್ನು ಪೋಲೀಸಿನವರಿಗೆ ಹೇಳಿದರೆ ಉತ್ತಮ ಎನಿಸಿದರೂ ಅದರಿಂದ ಆ ಎಂಟೂ ಜನರ ಭವಿಷ್ಯ ಕಣ್ಣು ಮುಂದೆ ಬಂದು ಮಾತು ಹೊರಡಲಿಲ್ಲ ಅವರಿಗೆ.

"ಸರಿ ನಾನಿನ್ನು ಬರುತ್ತೇನೆ" ಎಂದು ಅಲ್ಲಿಂದ ಪ್ರಿನ್ಸಿಪಾಲ್ ಫರ್ನಾಂಡಿಸ್ ಅಲ್ಲಿಂದ ಹೊರಟು ಹೋದರು.

ಇತ್ತ ಅಂದು ಆರ್.ವಿ.ಯ ಕೊನೆ ಹೇಗಾಯಿತು ಎಂದು ನೆನೆಸಿಕೊಂಡು ಗತಕ್ಕೆ ಜಾರಿದರು ಡಾಕ್ಟರ್ ಹೇಮಂತ್.

"ನನಗೆ ಎರಡನೇ ಅಂತಸ್ತಿನ ಕೊನೆಯ ಕೋಣೆ ಬೇಕು. ರೂಮ್ ಒಳಗೆ ಹಾಗೂ ಹೊರಗೆ ಸಿ.ಸಿ. ಟಿ.ವಿ. ಹಾಕಿಸಿ. ನನ್ನ ವಿನಃ ಯಾರೂ ಇತ್ತ ಕಡೆ ಬರಬಾರದು. ನಿಮ್ಮ ಕಂಪ್ಯೂಟರ್‌ನಲ್ಲಿ ಇಲ್ಲಿನ ನನ್ನ ಪ್ರತಿಯೊಂದು ವರ್ತನೆಯನ್ನು ನೀವು ನೋಡಬಹುದು ಅಂತಹ ಅಪಾಯದ ಸೂಚನೆ ಕಂಡರೆ ತಕ್ಷಣ ಬಂದು ಕಾಪಾಡುವ ಪ್ರಯತ್ನ ಮಾಡಿ. ಮುಂದೆ ಏನಾದರೂ ಅಚಾತುರ್ಯ ನಡೆದರೆ ಅದನ್ನ ದೇವರ ಇಚ್ಛೆ ಎಂದು ಸುಮ್ಮನಾಗಿ ಬಿಡಿ" ಆರ್.ವಿ.ಯವರ ಮೊದಲ ಹಾಗೂ ಕೊನೆಯ ಷರತ್ತುಗಳು ಡಾಕ್ಟರ್ ಹೇಮಂತರಿಗೆ.

"ಅಂದು ರಾತ್ರಿ ಡ್ಯೂಟಿ ಇರುವ ಕಾರಣ ಮನೆಯಲ್ಲಿ ಊಟ ಮುಗಿಸಿ ಆರ್.ವಿ.ಯವರಿಗೂ ಸಹ ಊಟ ತುಂಬಿಕೊಂಡು ಆಸ್ಪತ್ರೆಗೆ ಬಂದರು. ಅಷ್ಟರಲ್ಲಿ ಅವರ ಕಣ್ಣ ಮುಂದೆಯೇ ಆರ್.ವಿ. ಎರಡನೆ ಅಂತಸ್ತಿನ ಮಹಡಿಯ ಮೇಲಿಂದ ಕೆಳಗೆ ಬಿದ್ದರು. ತನ್ನ ಕಣ್ಣ ಮುಂದೆಯೇ ಆರ್.ವಿ.ಯವರ ಪ್ರಾಣ ಪಕ್ಷಿ ಹಾರಿ ಹೋದದ್ದು ಕಂಡು ಇಂದಿಗೂ ಮನ ಮಿಡಿಯುತ್ತಿತ್ತು ಡಾಕ್ಟರ್ ಹೇಮಂತರಿಗೆ.

* * *

"ಡಾಕ್ಟರ್ ಹೇಮಂತ್ ಜೊತೆ ಯಾರೋ ಕ್ರಿಶ್ಚಿಯನ್ ಫಾದರ್ ಮಾತಾಡುತ್ತಿದ್ದರು. ಅವರು ಯಾರು ಅಂತ ನಿನಗೆ ಗೊತ್ತಾ?" ಡಾಕ್ಟರ್ ನವೀನ್ ಅವರನ್ನು ಕೇಳಿದನಾತ.

“ಯಾರೋ ಇರಲಿ ಬಿಡು. ಅದರಿಂದ ನಮಗೇನಾಗ್ಬೇಕು?” ತಾತ್ಸಾರ ತೋರಿದ ನವೀನ್.

“ಅವರು ಮಾತನಾಡುತ್ತ ಇದ್ದದ್ದು ಆರ್.ವಿ. ಸಮಾಧಿ ಬಳಿ ಅದಕ್ಕೇ ಅನುಮಾನ ಬಂತು ನಿನಗೆ ಹೇಳಿದೆ. ಸ್ವಲ್ಪ ಗಂಭೀರವಾಗಿ ತೆಗೆದುಕೊ ಈ ವಿಷಯವನ್ನು” ಬುದ್ಧಿ ಹೇಳಲು ಮುಂದಾದ ಆತ.

“ನಿನ್ನ ಕೆಲಸ ಆ ಡಾಕ್ಟರ್ ಹೇಮಂತ್ ಎಲ್ಲಿಗೆ ಹೋಗ್ತಾನೆ, ಬಗುತ್ತಾನೆ ಮುಖ್ಯವಾಗಿ ಆರ್.ವಿ. ಬಗ್ಗೆ ಏನಾದರೂ ಮಾತಾಡುತ್ತಾನಾ ಅಂತ ತಿಳಿದು ಕೊಂಡು ಬಂದು ನನಗೆ ಹೇಳೋದು. ಅದನ್ನ ಬಿಟ್ಟು ಸಿಕ್ಕ ಸಿಕ್ಕವರ ಜೊತೆ ಆ ಹೇಮಂತ್ ಏನನ್ನೇ ಮಾತಾಡಿದ್ರೂ ಅದನ್ನ ತಂದು ಆರ್.ವಿ. ಬಗ್ಗೆನೇ ಮಾತಾಡಿದರು ಅಂತ ಹೇಳಬೇಡ. ಇನ್ನೊಮ್ಮೆ ಆ ತರಹ ಅನುಮಾನ ಬಂದರೆ ಹತ್ತಿರ ಹೋಗಿ ಕೇಳಿಸಿಕೊ. ಆಮೇಲೆ ಬಂದು ನನಗೆ ಹೇಳು. ಸುಮ್ಮ ಸುಮ್ಮನೇ ಬೇಕಿಲ್ಲದ ವಿಷಯವನ್ನು ಹೇಳಿ ನನ್ನತ್ರ ದುಡ್ಡು ತಗೋಳ್ಳೊಕೆ ಬರಬೇಡ” ಎಂದು ಎಚ್ಚರಿಕೆ ನೀಡಿ ಅಲ್ಲಿಂದ ಹೊರಟು ಹೋದ ಡಾಕ್ಟರ್ ನವೀನ್.

* * *

“ಅಲ್ವೊ ನಿನ್ನೆ ಪರಶು ಆಥರ ಆಡಿದ್ದು ನೋಡಿ ಎಷ್ಟು ಭಯ ಆಗಿತ್ತು ಗೊತ್ತಾ? ಅಕಸ್ಮಾತ್ ಆರ್.ವಿ. ಆತ್ಮ ಅವನ ಮೈಮೇಲೆ ಬಂದು ಅಷ್ಟೆಲ್ಲ ಮಾಡಿತೇನೋ ಅನ್ಕೊಂಡು ಗಾಬರಿಯಾಗಿಬಿಟ್ಟಿದ್ದೆ” ಎಂದಳು ಪೃಥ್ವಿ.

“ಲೇ ಕೋತಿ ಬರೀ ಇದೇ ಆಯ್ತು ನಿಂದು, ಪರಶುಗೆ ಹಾರರ್ ಫಿಲ್ಮ್ ಅಂದ್ರೆ ತುಂಬಾ ಇಷ್ಟ. ದಿನಾ ಫಿಲ್ಮ್ ನೋಡಿ ಅದನ್ನೇ ಅಭಿನಯ ಮಾಡ್ಬೇಕು ಅಂತ ಕಾಯ್ತಿದ್ದ ಅದಕ್ಕೆ ಸರಿಯಾಗಿ ತಗಲಾಕಿಕೊಂಡದ್ದು ಪ್ರಿನ್ಸಿಪಾಲ್. ಒಟ್ಟಿನಲ್ಲಿ ಏನಾದ್ರೂ ಇನ್ಮೇಲೆ ಪ್ರಿನ್ಸಿಪಾಲ್ ನಮ್ ತಂಟೆಗೆ ಬರಲ್ಲ” ಎಂದನು ಧವನ್.

“ಇಬ್ಬರೂ ಸ್ವಲ್ಪ ಹೊತ್ತು ಸುಮ್ನೆ ಇರಿ. ನಿನ್ನೆ ಪರಶು ಆ ರೀತಿ ಆಡಿದ್ದು ನೋಡಿದರೆ ನನಗೂ ನಂಬೋಕೆ ಆಗುತ್ತಿಲ್ಲ. ಪೃಥ್ವಿ ಹೇಳಿದ ಹಾಗೇ ಆರ್.ವಿ. ಆತ್ಮ ನಿಜಕ್ಕೂ ಅವನ ದೇಹ ಸೇರಿದೆಯಾ?” ಗೌರವ್ ಸಂದೇಹದಿಂದ ಕೇಳಿದ.

“ಆರ್.ವಿ. ಆತ್ಮ ಪರಶು ದೇಹ ಸೇರಿದೆ ಅಂತಾನೆ ಅಂದುಕೊಳ್ಳೋಣ. ಆ ತರಹ ಏನಾದ್ರು ಆಗಿದ್ರೆ ಆ ದ್ವೈತ ಬುಕ್ ಯಾಕೆ ಪರಶುಗೆ ತೊಂದರೆ ಕೊಡುತ್ತೆ. ಮನೆಯಿಂದ ಹೊರಗೆ ಹಾಕಿದರೂ ಅವನನ್ನೆ ಹುಡುಕಿಕೊಂಡು ಯಾಕೆ ಬರುತ್ತೆ ಹೇಳು” ಓಂಕಾರ್ ಕೂಡ ಸಮಜಾಯಿಷಿ ನೀಡಿದ.

“ತೊಂದರೆ ಕೊಡುತ್ತಾ ಇರೋದು ಪರಶುಗೆ ಮಾತ್ರ. ಅದೇ ಆರ್.ವಿ. ಹಸ್ತಾಕ್ಷರ ಇರುವ ಪುಸ್ತಕ ನನ್ನ ಹತ್ರಾನೆ ಇದೆ, ನನಗೆ ಇಲ್ಲಿವರೆಗೂ ಏನೂ ಆಗಿಲ್ಲ. ಅದು ಪರಶು ಬಿಟ್ಟು ಬೇರೆ ಯಾರದ್ದೇ ಹತ್ರ ಹೋದರೂ ಯಾರಿಗೂ

ತೊಂದರೆ ಆಗಲ್ಲ. ಸಮಸ್ಯೆ ಇರೋದು ಪರಶುನಲ್ಲಿ ಮಾತ್ರ" ತೇಜ್ ಗಂಭೀರವಾಗಿ ನುಡಿದ.

"ಹಾಗಾದರೆ ಇದಕ್ಕೆಲ್ಲ ಒಂದೇ ಉಪಾಯ! ನನ್ನ ಮಾವ ಅಮೇರರ ಹತ್ರ ಮತ್ತೊಮ್ಮೆ ಪರಶುನ ಕರ್ಕೊಂಡು ಹೋಗಿ ಅವನ ಒಳಗಿರುವ ಆರ್.ವಿ. ಆತ್ಮನ ಹೊರಗೆ ತೆಗೆಸಬೇಕು. ಪಾಪ ಪರಶುಗೆ ಏನಾಗುತ್ತಿದೆ ಅಂತ ಅವನಿಗೆ ತಿಳಿಯುತ್ತಿಲ್ಲ. ನೀವೆಲ್ಲ ಏನಂತೀರಾ?" ತರುಣ್ ತನಗೆ ತಿಳಿದ ಉಪಾಯ ಅರುಹಿದ.

"ಇವನೊಬ್ಬ ಮಾತೆತ್ತಿದರೆ ದೆವ್ವ, ಭೂತ, ಮಾಟ, ಮಂತ್ರ ಅಂತಾನೆ, ಮೊದಲು ಇವನನ್ನೇ ಸಾಯಿಸಿ ಇವನ ಆತ್ಮನ ಯಾವುದಾದರು ಹುಣಿಸೆ ಮರಕ್ಕೆ ನೇತು ಹಾಕಬೇಕು" ಎನ್ನುವ ಕವನಳ ಮಾತಿಗೆ ಎಲ್ಲರೂ ನಕ್ಕರು. ಏಳು ಜನರ ಡಾಬಾದಲ್ಲಿನ ಮಾತುಕತೆ ಪರಶು ಬಗ್ಗೆಯೇ ನಡೆದಿದ್ದು, ಆದರೆ ಪರಶು ಮಾತ್ರ ಅಲ್ಲಿರಲಿಲ್ಲ.

ಮತ್ತೊಂದು ಕಡೆ ತನ್ನ ಮನೆಯಲ್ಲಿ ಪರಶು ವಿಚಿತ್ರವಾಗಿ ಆಡಲು ಶುರು ಮಾಡಿದ್ದ, ಬಿಳಿ ಹಾಳೆಯಲ್ಲಿ ದ್ವೈತ ಎನ್ನುವ ಪದವನ್ನು ಗೀಚುತ್ತ ಒಂದೊಂದು ಹಾಳೆಯನ್ನೂ ರೂಮಿನ ತುಂಬ ಹರಡಿಕೊಂಡಿದ್ದ. ರೂಮನ್ನು ಒಳಗಡೆಯಿಂದ ಭಧ್ರಪಡಿಸಿ ಫ್ಯಾನ್ ಹಾಕಿಕೊಂಡು ಒಬ್ಬನೇ ಗೀಚುತ್ತಾ ಕೂತಿದ್ದ. ಏನು ಗೀಚುತ್ತಿದ್ದಾನೆ ಎನ್ನುವುದು ಸ್ವತಃ ಅವನ ಪರಿವೆಗೂ ಬಂದಂತಿಲ್ಲ. ಕಿಟಕಿಯ ಕದಗಳು ಮಾತ್ರ ತೆರೆದುಕೊಂಡಿದ್ದವು ಮತ್ತು ಆ ಕಿಟಕಿಯಿಂದ ಅವನು ಬರೆದಿರುವ ಹಾಳೆಗಳು ಬೀಸುತ್ತಿರುವ ಫ್ಯಾನ್ ಗಾಳಿಯಿಂದ ಹೊರಬರುದ್ದವು.

ಹೊರಗೆ ಹೋದ ಪರಶುವಿನ ತಂದೆ ನಡೆದು ಬರುವಾಗ ಮನೆಯ ಅಂಗಳದಲ್ಲಿ ಬಿದ್ದ ಹಾಳೆಗಳನ್ನು ನೋಡುತ್ತಾ ಮಡದಿಯನ್ನು ಕರೆದು ಹೇಳಿದರು "ಇದೇನಿದು ಇಷ್ಟು ಹಾಳೆಗಳು ಅಂಗಳದಲ್ಲಿ ಬಿದ್ದಿವೆ? ಏನಿರಬಹುದು ಈ ಹಾಳೆಗಳಲ್ಲಿ ತೆರೆದು ನೋಡು" ಎಂದರು ಮಡದಿಗೆ.

ಅವರು ನೋಡಿದಾಗ "ಪರಶು ಏನೋ ಗೀಚುತ್ತಿದ್ದಾನೆ, ನಾನು ಹೋಗಿ ಅದೇನೆಂದು ನೋಡುತ್ತೇನೆ" ಎಂದು ಅವನ ರೂಮ್ ಬಳಿ ಬಂದು ಎಷ್ಟೇ ಬಾಗಿಲು ಬಡಿದರೂ ಅವನು ಪ್ರತಿಕ್ರಿಯಿಸಲಿಲ್ಲ.

ಬಾಗಿಲು ಎಷ್ಟು ಬಡಿದರೂ ಮಗ ತೆರೆಯದಾದಾಗ 'ಯಾಕೆ ಬಾಗಿಲು ಎಷ್ಟೇ ತಟ್ಟಿದರೂ ತೆಗೆಯುತ್ತಿಲ್ಲಾ ಇವನು? ಮಲಗಿರಬಹುದಾ. ಸರಿ ಹೋಗಿ ಕಿಟಕಿಯ ಬಳಿ ಕೂಗಿದರೆ ಏಳುತ್ತಾನೆ' ಎಂದುಕೊಂಡು ಕಿಟಕಿಯ ಬಳಿ ಹೋಗಿ ನೋಡಿದವರು ಮಂತ್ರಮುಗ್ಧನಾಗಿ ಹಾಳೆಯ ಮೇಲೆ ಏನೋ ಗೀಚುತ್ತಾ, ಗೀಚಿದ್ದನ್ನು ಮಡಚಿ ಎಸೆಯುತ್ತಾ ಕುಳಿತಿರುವವನನ್ನು ನೋಡಿ ಗಾಬರಿಯಾದರು.

ಎಷ್ಟು ಬಾರಿ “ಪರಶು, ಪರಶು” ಎಂದು ಕೂಗಿದರೂ ಅವನ ಪ್ರತಿಕ್ರಿಯೆ ಮಾತ್ರ ಶೂನ್ಯ. ಅಸಲಿಗೆ ಅವರ ತಾಯಿ ಕೂಗುತ್ತಿರುವ ಸಂಗತಿಯೇ ಅವನ ಕರ್ಣಗಳಿಗೆ ತಲುಪುತ್ತಿಲ್ಲ. ಎಷ್ಟೋ ಬಾರಿ ಕೂಗಿದವರು, ಕೊನೆಗೆ “ಪರಶು ನೋಡೋ ಇಲ್ಲಿ” ಎಂದು ಕೈಯಲ್ಲಿದ್ದ ಹಾಳೆಯನ್ನು ಮಡಚಿ ಉಂಡೆ ಕಟ್ಟಿ ಪರಶುವಿನೆಡೆಗೆ ಬೀಸಿದರು.

ಅವನು ತಿರುಗಿ ನೋಡಿದಾಗ ಅವನ ಮುಖದಲ್ಲಾದ ಬದಲಾವಣೆ ಕಂಡು ಆತಂಕಕ್ಕೀಡಾದರು ಪರಶುವಿನ ತಾಯಿ. ಅವನ ಕಣ್ಣುಗಳು ರಕ್ತವರ್ಣಕ್ಕೆ ತಿರುಗಿದ್ದವು. ವಿಚಿತ್ರ ರೀತಿಯ ಮುಖಭಾವವನ್ನು ಹೊತ್ತು ಅವನು ಕುಳಿತಿದ್ದ ಅಲ್ಲಿ. ಅವನ ಆ ಅವತಾರ ಕಂಡವರು ತಕ್ಷಣ ಜೋರಾಗಿ ಕಿರಿಚಿಬಿಟ್ಟರು.

ಮಡದಿಯ ಜೋರು ಧ್ವನಿ ಕೇಳಿದ ಪರಶುವಿನ ತಂದೆ ಏನಾಯಿತೆಂದು ನೋಡಲು ಅವರಿದ್ದೆಡೆಗೆ ಧಾವಿಸಿ ಬಂದಾಗ ಅವರು ಕಿಟಕಿಯ ಬಳಿ ನಿಂತು ಮಗನನ್ನು ಕಾಣುತ್ತಾ ಇನ್ನು ಭಯದಲ್ಲೇ ಇದ್ದರು. ‘ಯಾಕೆ ಹೀಗೆ ಹೆದರುತ್ತಿದ್ದಾಳೆ’ ಎಂದು ನೋಡಿದಾಗ ಪರಶು ಇನ್ನು ಅದೇ ಭಂಗಿಯಲ್ಲೇ ಕೂತು ಇವರೆಡೆಗೆ ನೋಡುತ್ತಿದ್ದ. ಅವನನ್ನು ಕಂಡವರಲ್ಲಿ ನಡುಕ ಶುರುವಾಗಿತ್ತು.

ತಕ್ಷಣ ಅವರು ಬೇರೊಂದು ದಿಕ್ಕಿನಲ್ಲಿ ಯೋಚಿಸಿದ್ದರು. ಯಾವಾಗಲೂ ಬರಿ ದೆವ್ವದ ಸಿನೆಮಾ ನೋಡಿ ಹೆದರಿಸಲು ಹೀಗೆ ಆಡುತ್ತಿರಬಹುದು ಅಥವಾ ಜ್ವರವೇನಾದರೂ ನೆತ್ತಿಗೇರಿರಬಹುದೆ ಎಂದು ಯೋಚಿಸಿ ಕಳೆದ ಬಾರಿ ಅವನಿಗೆ ಹುಷಾರಿಲ್ಲವೆಂದು ನೋಡಲು ಬಂದ ವೈದ್ಯರಿಗೆ ಪುನಃ ಕರೆ ಮಾಡಿದ್ದರು ಪರಶುವಿನ ತಂದೆ.

ವೈದ್ಯರು ಬಂದ ಮೇಲೂ ಬಾಗಿಲು ತೆಗೆಸಲು ಪ್ರಯತ್ನಿಸಿ ಸೋತರು. ಎಷ್ಟೇ ಹೇಳಿದರು ಅವನು ಬಾಗಿಲು ತೆಗೆಯಲಿಲ್ಲ. ಆಗ ಇವರೇ ಆ ಬಾಗಿಲನ್ನು ಬಲವಾಗಿ ದಬ್ಬಿ ಬಾಗಿಲು ಮುರಿದು ಒಳಗಡೆ ಹೋದಾಗ ಅವರಿಗೆ ಕಂಡದ್ದು ಅವನ ಮುಂದೆ ಹರಡಿರುವ ಪುಸ್ತಕಗಳು, ಮತ್ತು ಆ ಕೋಣೆ ತುಂಬಾ ಅವನು ಬರೆದು ಎಸೆದಿರುವ ಹಾಳೆಗಳು.

ಡಾಕ್ಟರ್ ಮುಂದೆ ಬಂದವರೇ ಅದನ್ನೆಲ್ಲ ನೋಡಿದಾಗ, ಮುಂದೆ ಹೋಗಲು ಜಾಗವಿಲ್ಲದಂತೆ ಹಾಳೆಗಳನ್ನು ಹರಡಿದ್ದನವನು. ಆಗ ಡಾಕ್ಟರ್ ಅವನ ಹತ್ತಿರ ಹೋಗಲು ಹಾಳೆಯ ಮೇಲೆ ಕಾಲಿಟ್ಟಾಗ ಆ ಹಾಳೆಯಿಂದ ಬಂದ ಶಬ್ದಕ್ಕೆ ತಿರುಗಿ ನೋಡಿದವನಿಗೆ ಕೋಪವುಕ್ಕಿ ಬಂದಿತ್ತು.

ಅಲ್ಲಿಂದ ಒಂದೇ ನೆಗೆತಕ್ಕೆ ಬಂದವನೇ ಆ ಡಾಕ್ಟರ್ ಕಾಲು ಹಿಡಿದು ಒಂದೇ ಬಾರಿಗೆ ಎಳೆದುಬಿಟ್ಟಿದ್ದ. ಅವನು ಎಳೆದದ್ದಕ್ಕೆ ಡಾಕ್ಟರ್ ಹಿಂದೆ ಬಿದ್ದುಬಿಟ್ಟರು. ಹಿಂದಿರುವ ಹೊಸ್ತಿಲು ಅವರ ತಲೆಗೆ ಬಡಿದು ರಕ್ತ ಸೋರಲು ಶುರುವಾಗಿತ್ತು.

ಡಾಕ್ಟರ್ ಹಾಗೆ ಕೆಳಗೆ ಬಿದ್ದಿದ್ದರೂ ಅವರನ್ನು ನೋಡುವ ತಾಳ್ಮೆಯಿಲ್ಲ ಅವನಿಗೆ, ಅವನ ಚಿತ್ತ ಕೆಳಗೆ ಬಿದ್ದಿರುವ ಹಾಳೆಗಳತ್ತ ಹೊರಳಿದಾಗ ಅವುಗಳನ್ನು ಎತ್ತಿಕೊಳ್ಳಲು ಮುಂದಾದನವ. ಆ ಹಾಳೆಯನ್ನು ಯಾರೂ ಮುಟ್ಟಬಾರದು, ಯಾರಿಂದಲೂ ಆ ಪುಸ್ತಕಕ್ಕೆ ಹಾನಿಯಾಗಬಾರದೆನ್ನುವುದು ಮಾತ್ರ ಅವನ ಮಸ್ತಕದಲ್ಲಿದ್ದದ್ದು.

ಅವನ ಹಠಾತ್ ಚರ್ಯೆ ಕಂಡವರು ದಂಗಾಗಿದ್ದರು. ಪರಶುವಿನ ತಂದೆಯೇ ಆ ಡಾಕ್ಟರ್ ಅವರನ್ನು ಹೊರಗಡೆ ಕರೆದುಕೊಂಡು ಪುನಃ ಅವನ ಕೋಣೆಯ ಬಾಗಿಲು ಹಾಕಿ ಆ ಡಾಕ್ಟರ್ ಅನ್ನು ಆಸ್ಪತ್ರೆಗೆ ಸೇರಿಸಿದರು.

ಈ ವಿಷಯ ಆಸ್ಪತ್ರೆಯಲ್ಲಿರುವವರಿಗೆ ತಿಳಿದಾಗ ಎಲ್ಲೆಡೆ ಈ ಸುದ್ದಿ ಹಬ್ಬಿತ್ತು. ಅವನ ವಿಷಯ ತಿಳಿದ ಸ್ನೇಹಿತರು ಅವನ ಮನೆಯ ಬಳಿ ಧಾವಿಸಿ ಬಂದರು. ಅವರುಗಳ ಸಹಾಯದಿಂದ ಪರಶುವಿನ ತಂದೆ ಪರಶುವಿನ ಕೈಕಾಲುಗಳನ್ನು ಭದ್ರವಾಗಿ ಕಟ್ಟಿ ಮನೋವೈಜ್ಞಾನಿಕ ಆಸ್ಪತ್ರೆಗೆ ಕರೆದೊಯ್ದರು. ಅವನನ್ನು ಯಾರು ಎಷ್ಟೇ ಮಾತನಾಡಿಸಲು ಪ್ರಯತ್ನಪಟ್ಟರೂ ಅದರಲ್ಲಿ ಸಫಲವಾಗಲಿಲ್ಲ. ಅವನ ಮಸ್ತಕದ ತುಂಬಾ ಬರಿ ದ್ವೈತ ಎನ್ನುವ ಹೆಸರೇ ಅಚ್ಚಾಗಿ ಕುಳಿತಿತ್ತೇ ಹೊರತು ಯಾರು ಏನು ಹೇಳಿದರೂ ಕೇಳುತ್ತಿರಲಿಲ್ಲ ಅವನು.

ಆಸ್ಪತ್ರೆಗೆ ಬಂದಾಗ ಅಲ್ಲಿದ್ದದ್ದು ಡಾಕ್ಟರ್ ಹೇಮಂತ್. ಮನೋವಿಜ್ಞಾನಕ್ಕೆ ಸಂಬಂಧ ಪಟ್ಟ ಡಾಕ್ಟರ್ ಅವರೇ ಅಲ್ಲವೇ. ಪರಶು ಆಸ್ಪತ್ರೆಗೆ ಸೇರಿದ ವಿಚಾರ ಪ್ರಿನ್ಸಿಪಾಲ್ ಫರ್ನಾಂಡಿಸ್ ಅವರಿಗೂ ತಲುಪಿ, ಅವರು ಸಹ ಅಲ್ಲಿಗೆ ಬಂದರು.

ವಾರ್ಡ್ ಹೊರಗೆ ಫರ್ನಾಂಡಿಸ್ ಅವರನ್ನು ಕಂಡ ಡಾಕ್ಟರ್ ಹೇಮಂತ್ 'ಈ ವ್ಯಕ್ತಿ ಮತ್ತೇಕೆ ಬಂದರು?' ಎನ್ನುವ ಅನುಮಾನದಿಂದ ನೋಡುತ್ತಿರುವಾಗ "ಹಲೋ ಡಾಕ್ಟರ್ ಅವತ್ತು ಹೇಳಿದ್ದೇನಲ್ಲ ನನ್ನ ಸ್ಟೂಡೆಂಟ್ ಪರಶು ಅಂತ, ಈಗ ಅವನ ಸಲುವಾಗಿ ನಿಮ್ಮನ್ನು ಕಾಣಲು ಬಂದಿದ್ದೇನೆ. ಒಳಗೆ ವಾರ್ಡ್ ಬಾಯ್ ಅವನೊಬ್ಬನನ್ನು ಸುಧಾರಿಸುವಲ್ಲಿ ಹರಸಾಹಸ ಪಡುತ್ತಿದ್ದಾರೆ. ಈಗ ನೀವೇ ಸಹಾಯ ಮಾಡಬೇಕು" ಎಂದು ಆರ್.ವಿ.ಯವರಿಗೆ ಸಂಬಂಧಪಟ್ಟ ವಿಷಯವಿದು ಎನ್ನುವ ಸೂಚನೆ ಕೊಡುತ್ತಾ ಮಾತನಾಡಿದರು ಫರ್ನಾಂಡಿಸ್.

ಕಿಟಕಿಯ ಬಳಿ ನಿಂತು ಕೋಣೆಯ ಒಳಗಡೆ ನಡೆಯುತ್ತಿದ್ದ ಮಗನ ವಿಚಿತ್ರ ವರ್ತನೆ ಕಂಡು ತಂದೆ ತಾಯಿಗಳು ಕಣ್ಣೀರು ಹಾಕುತ್ತಿದ್ದರು. ಪರಶು ಸ್ನೇಹಿತರು ಗಾಬರಿಯಾಗಿ ಇದೆಲ್ಲಾ ಎಲ್ಲಿಗೆ ಮುಟ್ಟುವುದೊ ಎನ್ನುವ ಚಿಂತೆಯಲ್ಲಿ ನಿಂತಿದ್ದರು.

ವಾರ್ಡ್ ಒಳಗೆ ಹೋದ ಡಾಕ್ಟರ್ ಹೇಮಂತ್ ಮತ್ತೆ ಹೊರಗೆ ಬಂದು "ಫಾದರ್, ನೀವು ಕೂಡ ನನ್ನ ಜೊತೆ ಬನ್ನಿ" ಎಂದು ಫರ್ನಾಂಡಿಸ್ ಅವರನ್ನು ಕರೆದುಕೊಂಡು ಹೋದರು. ಬಹುಶಃ ಹೇಮಂತ್ ಅವರಿಗೂ ಈ

ಸಮಸ್ಯೆಯ ಮೂಲ ಫರ್ನಾಂಡಿಸ್ ಮೂಲಕ ತಿಳಿದರೆ ಬಗೆಹರಿಸಲು ಬಲು ಸುಲಭವಾಗುತ್ತದೆ ಅನ್ನಿಸಿತೊ ಏನೋ.

ಅಷ್ಟರಲ್ಲಿ ವಾರ್ಡ್ ಬಾಯ್ಸ್ ಪರಶುವಿನ ಕೈ ಕಾಲುಗಳನ್ನು ಕುರ್ಚಿಗೆ ಕಟ್ಟಿ ಭದ್ರವಾಗಿ ಬಿಗಿದಿದ್ದರು. "ಅವನನ್ನು ಬಿಟ್ಟು ನೀವೆಲ್ಲ ಹೊರಡಿ" ಎನ್ನುವ ಹೇಮಂತ್ ಆದೇಶದ ಮೇರೆಗೆ ವಾರ್ಡ್ ಬಾಯ್ಸ್ ಹೊರಗೆ ಹೋದರು. ಬಾಗಿಲು ಹಾಗೂ ಕಿಟಕಿಗಳನ್ನು ಮುಚ್ಚಿ ಹೊರಗಿನ ಜನಕ್ಕೆ ಇಲ್ಲಿ ನಡೆಯುವ ಯಾವುದೇ ಸನ್ನಿವೇಶ ತಿಳಿಯಬಾರದೆಂದು ಪ್ರಿನ್ಸಿಪಾಲ್ ಫರ್ನಾಂಡಿಸ್ ಹೇಮಂತ್ ಬಳಿ ಕೇಳಿಕೊಂಡರು.

ಪರಶುವಿನ ಬಳಿ ಹೆಜ್ಜೆ ಹಾಕಿದ ಡಾಕ್ಟರ್ ಹೇಮಂತ್ "ಹಾಯ್ ಮಿಸ್ಟರ್ ನನಗೆ ನಿನ್ನ ಹೆಸರು ಗೊತ್ತಾಗಲಿಲ್ಲ? ಏನು ಅಂತ ಹೇಳ್ತಿಯ?"

ಪರಶುವಿನಿಂದ ಉತ್ತರ ಬರದಿದ್ದಾಗ ಫರ್ನಾಂಡಿಸ್ "ಅವನ ಹೆಸರು ಪರಶು" ಎಂದರು.

"ಅದನ್ನ ಈ ಹುಡುಗನೇ ಹೇಳಲಿ ಬಿಡಿ ಫಾದರ್" ಎಂದು ಅವನೆಡೆ ತಿರುಗಿ "ಪರಶು ಪರಶು" ಎಂದು ಕರೆದ ಡಾಕ್ಟರ್ ಹೇಮಂತ್ ಮಾತಿಗೆ ಪರಶುವಿನಿಂದ ಯಾವುದೇ ಪ್ರತಿಕ್ರಿಯೆ ಬರಲಿಲ್ಲ.

"ಆರ್.ವಿ." ಎಂದು ದೃಢವಾದ ದನಿಯಲ್ಲಿ ಹೇಳಿದ ಪರಶುವಿನ ಮಾತು ಕೇಳಿದ ತಕ್ಷಣ ಡಾಕ್ಟರ್ ಹೇಮಂತ್ ಕಣ್ಣಲ್ಲಿ ಬೆಂಕಿಯ ಸಂಚಲನವಾಯಿತು. ಪರಶು ಜೋರಾಗಿ ಕೂಗಲು ಮುಂದಾದ.

ಇದ್ದಕ್ಕಿದ್ದಂತೆ ಆ ಕೋಣೆಯ ಒಳಗಿನ ಎಲ್ಲ ಬಲ್ಬ್ ಒಡೆದುಹೋಯಿತು. ಕಿಟಕಿ ಬಾಗಿಲು ಮುಚ್ಚಿದ ಪರಿಣಾಮ ಅಲ್ಲಿ ಕತ್ತಲು ಆವರಿಸಿತ್ತು. ಹೀಗಾಗಬಹುದು ಎಂದು ಮೊದಲೇ ಊಹಿಸಿದ್ದ ಫರ್ನಾಂಡಿಸ್ ಏಸುವಿನ ಪವಿತ್ರ ಜಲ ಮತ್ತು ಬೈಬಲನ್ನು ಕೂಡ ತಮ್ಮ ಜೊತೆ ತಂದಿದ್ದರು. ಅದನ್ನು ಹೊರಗೆ ತೆಗೆಯುತ್ತಿದ್ದಂತೆ ಪರಶುವಿನ ಕಿರಿಚಾಟ ನಿಂತು ಹೋಯಿತು. ಡಾಕ್ಟರ್ ಹೇಮಂತ್ ತಮ್ಮ ಜೇಬಿನಿಂದ ಮೊಬೈಲ್ ತೆಗೆದು ಟಾರ್ಚ್ ಆನ್ ಮಾಡಿ ನೋಡಿದರೆ ಕುರ್ಚಿ ಮೇಲೆ ಕಟ್ಟಿ ಹಾಕಿದ್ದ ಪರಶು ಮಾಯವಾಗಿದ್ದ.

ಇವನು ಎಲ್ಲಿ ಹೋದ ಎಂದು ಸುತ್ತಲು ಬೆಳಕು ಹರಿಸಿ ನೋಡಿದರೆ ಗೋಡೆಯ ಮೇಲೆ ದ್ವೈತ ಎನ್ನುವ ಪದವನ್ನು ತನ್ನ ಗಾಯಗೊಂಡ ಕೈ ಬೆರಳಿನ ರಕ್ತದ ಮೂಲಕ ಗೀಚುತ್ತಿದ್ದ ಅವನು. ಅದರಲ್ಲಿ ಆಶ್ಚರ್ಯಪಡುವ ವಿಷಯವೇನೆಂದರೆ ಯಾವುದೇ ಆಧಾರವಿಲ್ಲದೆ ಅವನು ಗೋಡೆ ಮೇಲೆ ನಿಂತದ್ದು ಕಂಡ ಇವರಿಬ್ಬರಿಗೂ ದಿಗ್ಭ್ರಮೆಯಾಗಿತ್ತು.

ತಕ್ಷಣ ಮುಂಬಾಗಿಲನ್ನು ಯಾರೋ ಬಲವಾಗಿ ಬಡಿದರು. ಹೇಮಂತ್ ಹೋಗಿ ಬಾಗಿಲು ತೆಗೆದರೆ ಸಬ್ ಇನ್ಸ್‌ಪೆಕ್ಟರ್ ಗೌರೀಶ್ ಬಂದಿದ್ದ. "ಸರ್

ನೀವೇನು ಇಲ್ಲಿ? ಒಬ್ಬ ಪೇಷಂಟ್ ಸ್ಥಿತಿ ತುಂಬಾ ಗಂಭೀರವಾಗಿದೆ. ಅವನಿಗೆ ಚಿಕಿತ್ಸೆ ನೀಡುತ್ತಿದ್ದೇನೆ. ನೀವು ಆಮೇಲೆ ಬನ್ನಿ ಮಾತನಾಡೋಣ" ಎಂದರು.

"ಡಾಕ್ಟರ್ ಆ ಪೇಷಂಟ್ ಈಗ ಹೇಗಿದ್ದಾನೆ. ಅವನ ಮೇಲೆ ಪೋಲೀಸ್ ಕೇಸ್ ಆಗಿದೆ. ಟ್ರೀಟ್ ಮಾಡೋಕೆ ಬಂದ ಡಾಕ್ಟರ್ ಮೇಲೆ ಹಲ್ಲೆ ಮಾಡಿದ್ದಾನೆ ಎಂದು. ನಿಜಕ್ಕೂ ಅವನು ಮಾನಸಿಕ ಅಸ್ವಸ್ಥನಾ?" ಎಂದು ಮಾತನಾಡುತ್ತ ಒಳಗಡೆ ಹೆಜ್ಜೆ ಇಟ್ಟ ಗೌರೀಶ್ ಗೋಡೆ ಮೇಲೆ ಗೀಚುತ್ತ ನಿಂತಿದ್ದ ಪರಶುವನ್ನು ಕಂಡು ಕೈ ಕಾಲು ನಡುಕ ಶುರುವಾಗಿತ್ತು.

ಆ ಕ್ಷಣದಲ್ಲಿ ಗೌರೀಶ್ ಅವರನ್ನು ಕಂಡ ಪರಶು ಗೋಡೆ ಮೇಲಿಂದ ಹಾರಿಬಿಟ್ಟ. ತನ್ನ ಉಗುರಿನಿಂದ ಗೌರೀಶ್ ಮುಖವನ್ನು ಬಲವಾಗಿ ಪರಚಿಬಿಟ್ಟ. ನೋವಿನಿಂದ ಚೀರಾಡಿದ ಗೌರೀಶ್ ಧ್ವನಿ ಕೇಳಿ ಹೊರಗಿದ್ದ ಕಾನ್ಸ್‌ಟೇಬಲ್‌ಗಳು ಓಡಿ ಬಂದರು. ಜೊತೆಗೆ ಪರಶು ತಂದೆ, ತಾಯಿ ಹಾಗೂ ಸ್ನೇಹಿತರು ಬಂದರು. ಇಲ್ಲಿ ಪರಶುವನ್ನು ಹಿಂದಕ್ಕೆ ಎಳೆಯಲು ಫರ್ನಾಂಡಿಸ್ ಹಾಗು ಹೇಮಂತ್ ಪ್ರಯತ್ನಪಟ್ಟು ಸೋತಿದ್ದರು. ಈ ಗಲಾಟೆಯಲ್ಲಿ ತಿಳಿಯದೇ ಹೇಮಂತ್ ಅವರಿಗೆ ಪೆಟ್ಟು ಬಿದ್ದು ದೂರಕ್ಕೆ ಬಿದ್ದರು. ಅವರನ್ನು ಸಂಬಾಳಿಸಲು ಫರ್ನಾಂಡಿಸ್ ಮುಂದಾದರು.

ಕಾನ್ಸ್‌ಟೇಬಲ್ಸ್ ಹಾಗು ಪರಶು ಸ್ನೇಹಿತರು ಹೇಗೊ ಕಷ್ಟಪಟ್ಟು ಪರಶುವನ್ನು ದೂರಕ್ಕೆ ಎಳೆದುಕೊಂಡು ಬಂದರು. ಆದರೆ ಗೌರೀಶ್ ಮುಖ ರಕ್ತದಿಂದ ತುಂಬಿ ಹೋಗಿತ್ತು. ತನಗಾದ ನೋವನ್ನು ಅನುಭವಿಸುತ್ತ ಗಾಯವನ್ನು ಮುಟ್ಟಿ ನೋಡಿಕೊಂಡು ಕೋಪದಿಂದ "ಇವನನ್ನು ಸ್ಟೇಷನ್‌ಗೆ ಎಳೆದುಕೊಂಡು ಹೋಗಿ" ಎಂದು ಕಾನ್ಸ್‌ಟೇಬಲ್‌ಗೆ ಆದೇಶ ಮಾಡಿದನು ಗೌರೀಶ್.

ಅಷ್ಟರಲ್ಲಾಗಲೇ ಟಿವಿ ಮಾಧ್ಯಮದವರಿಗೆ ವಿಷಯ ಮುಟ್ಟಿತ್ತು. ಆಸ್ಪತ್ರೆ ಮುಂದೆ ಅವರೆಲ್ಲ ಮೈಕ್ ಹಿಡಿದು ಜಮಾಯಿಸಿದ್ದರು.

ಗೌರೀಶ್ ಹೇಳಿದಂತೆ ಕಾನ್ಸ್‌ಟೇಬಲ್ ಪರಶುವಿನ ಕೈಗೆ ಕೋಳ ಹಾಕಲು ಬಂದಾಗ ಪರಶು ಸ್ನೇಹಿತರು ಅಡ್ಡ ಬಂದರು. ಅದಲ್ಲದೆ ಇಬ್ಬರು ಕಾನ್ಸ್‌ಟೇಬಲ್ಸ್ ಪರಶುನನ್ನು ಸಂಬಾಳಿಸುವುದು ಕಷ್ಟಕರ ಎನ್ನುವುದು ಅಲ್ಲಿನ ಸನ್ನಿವೇಶ ಕಣ್ಣಾರೆ ಕಂಡವರೆಲ್ಲರಿಗೂ ಗೊತ್ತಿತ್ತು.

ಅಷ್ಟರಲ್ಲಿ ಕ್ಯಾಮೆರಾ ಹಿಡಿದು ಟಿವಿ ಚಾನೆಲ್ ನವರು ಒಳಗೆ ಬಂದಾಗಿತ್ತು. ಗೋಡೆಯ ಮೇಲೆ ರಾರಾಜಿಸುತ್ತಿದ್ದ "ದ್ವೈತ" ಮುಖ್ಯ ಚಿತ್ರಣದಲ್ಲಿ ಪರದೆಯ ಮೇಲೆ ಬರಲು ಶುರುವಾಗಿತ್ತು.

'ಈ ಚಾನೆಲ್ ನವರು ಇಲ್ಲಿಗೇಕೆ ಬಂದ್ರು? ಇದು ಈಗ ದೊಡ್ಡ ಮಟ್ಟದಲ್ಲಿ ಸುದ್ದಿಯಾಗುವುದರಲ್ಲಿ ಸಂಶಯವೇ ಇಲ್ಲಾ. ಈಗ ಪರಶುನನ್ನು ಸುಮ್ಮನಾಗಿಸುವುದೇ ಇದೆಲ್ಲ ಸಮಸ್ಯೆಗೆ ಪರಿಹಾರ' ಎಂದು ಯೋಚಿಸಿದ

ಫರ್ನಾಂಡಿಸ್ ಡಾಕ್ಟರ್ ಹೇಮಂತ್ ಅವರನ್ನು ನೋಡಿ "ಪರಶುಗೆ ಮತ್ತು ಬರುವ ಇಂಜೆಕ್ಷನ್ ಮಾಡಿ ಅವನನ್ನು ಮಲಗುವಂತೆ ಮಾಡಿ. ಉಳಿದದ್ದು ನಾನು ನೋಡಿಕೊಳ್ಳುತ್ತೇನೆ" ಎಂದರು. ಸ್ನೇಹಿತರ ಬಿಗಿ ಹಿಡಿತದಲ್ಲಿದ್ದ ಪರಶುವಿಗೆ ಕಾಣದಂತೆ ಇಂಜೆಕ್ಷನ್ ಮಾಡಲು ಮುಂದಾದರು ಹೇಮಂತ್.

ಇನ್ಸ್‌ಪೆಕ್ಟರ್ ಗೌರೀಶ್ ಮುಖ ರಕ್ತಸಿಕ್ತವಾಗಿದ್ದು ಕಂಡ ಚಾನೆಲ್ ಮಂದಿ ಅವರನ್ನೇ ನೇರವಾಗಿ ಪ್ರಶ್ನೆ ಮಾಡಿದರು.

"ಸರ್ ಇದೆಲ್ಲ ಏನು? ನಿಮ್ಮ ಮುಖ ಏಕೆ ಗಾಯಗೊಂಡಿದೆ? ಹಾಗು ಆ ಮೂಲೆಯಲ್ಲಿ ಎಲ್ಲರ ಬಂಧನದಲ್ಲಿರುವ ವ್ಯಕ್ತಿ ಯಾರು? ಏನಾಯ್ತು ಅಂತ ಸರಿಯಾಗಿ ಹೇಳಿ" ಎಂದು ಪ್ರಶ್ನೆ ಕೇಳಿದರು.

ಮೊದಲೇ ಕೋಪದಲ್ಲಿದ್ದ ಗೌರೀಶ್ "ಈ ಕೊಲೆಗಾರ ಇವನನ್ನು ನೋಡಲು ಬಂದ ಡಾಕ್ಟರ್ ಜೀವ ತೆಗೆಯಲು ಮುಂದಾಗಿದ್ದ. ಅವರು ಕೊಟ್ಟ ಕಂಪ್ಲೇಂಟ್ ಮೇರೆಗೆ ಅರೆಸ್ಟ್ ಮಾಡಲು ಬಂದರೆ ನನ್ನನ್ನೂ ಕೂಡ ಕೊಲೆ ಮಾಡೋಕೆ ಬಂದ. ಅಷ್ಟರಲ್ಲಿ ಎಲ್ಲರೂ ಸೇರಿ ಅವನನ್ನು ಹಿಡಿದುಕೊಂಡರು" ಎಂದು ಏಕಾಏಕಿ ಪ್ರತಿಕ್ರಿಯೆ ನೀಡಿದ. ಕ್ಯಾಮೆರಾ ಈಗ ಪರಶು ಕಡೆ ತಿರುಗಿತು.

ಇಂಜೆಕ್ಷನ್ ಮಾಡಲು ಮುಂದಾಗಿದ್ದ ಡಾಕ್ಟರ್ ಹೇಮಂತ್‌ರನ್ನು ಹಿಂದೆ ಸರಿಸಿ ಮೀಡಿಯಾ ಮುಂದೆ ನುಗ್ಗಿತ್ತು.

"ನೀವ್ಯಾಕೆ ಡಾಕ್ಟರ್ ಅವರನ್ನು ಕೊಲೆ ಮಾಡೋಕೆ ಹೋಗಿದ್ದು? ಅದನ್ನ ಕೇಳೋಕೆ ಬಂದ ಪೋಲೀಸ್ ಮೇಲೆ ಕೂಡ ಕೈ ಮಾಡಿದ್ದೀರಾ? ನಿಮಗೂ ಇದಕ್ಕೂ ಏನು ಸಂಬಂಧ? ನಿಮ್ಮ ಹೆಸರು ಏನು? ಏನು ಓದುತ್ತ ಇದ್ದೀರಾ?" ಮತ್ತಷ್ಟು ಪ್ರಶ್ನೆಗಳ ಸುರಿಮಳೆ ಶುರುವಾಗಿತ್ತು.

"ಇವನ ಹೆಸರು ಪರಶು, ನಾವೆಲ್ಲಾ ಕಾಲೇಜ್ ಸ್ಟೂಡೆಂಟ್" ಎಂದು ಹೇಳಿದ ಗೌರವ್ ಕೆನ್ನೆ ಊದಿಕೊಂಡಿತ್ತು. "ಐ ಯಾಮ್ ಆರ್.ವಿ. ರಾಜೀವ್ ವರ್ಮಾ" ಎನ್ನುತ್ತ ಕೋಪದಲ್ಲಿ ನುಡಿದು ಗೌರವ್‌ನಿಗೆ ಕೆಂಗಣ್ಣು ಬೀರಿ ನಿಂತ ಪರಶು.

ಫರ್ನಾಂಡಿಸ್ ಯಾವ ವಿಷಯ ಹೊರಗೆ ಬರಬಾರದು ಎಂದುಕೊಂಡಿದ್ದರೋ ಅದು ಹೊರಗೆ ಬಂದಿತ್ತು. ಕ್ಯಾಮೆರಾದಲ್ಲಿ ಸೆರೆಯಾದ ಈ ದೃಶ್ಯ ಇಡೀ ರಾಜ್ಯದ ಜನತೆಯನ್ನು ಬೆಚ್ಚಿ ಬೀಳುವಂತೆ ಮಾಡಿತ್ತು. ಮತ್ತಷ್ಟು ಪೋಲೀಸ್ ಪಡೆ ಬಂದ ಕಾರಣ ಪರಶುವನ್ನು ಹೆಚ್ಚಿಗೆ ಮಾತನಾಡಲು ಬಿಡದೆ ಬಲವಂತವಾಗಿ ಬಂಧಿಸಿ ಕರೆದೊಯ್ದರು ಪೋಲೀಸ್ ಠಾಣೆಗೆ.

"ಮುಂದಿನ ವಿಚಾರಣೆಯನ್ನು ನಾನು ಮಾಡುತ್ತೇನೆ, ಉಳಿದ ಸುದ್ದಿ ಆಮೇಲೆ ತಿಳಿದುಕೊಳ್ಳಿ" ಎನ್ನುತ್ತ ಮೀಡಿಯಾದವರನ್ನು ದೂರ ತಳ್ಳಿದ ಇನ್ಸ್‌ಪೆಕ್ಟರ್ ಗೌರೀಶ್.

ಮಗನಿಗೆ ಹುಷಾರಿಲ್ಲ, ವಿಚಿತ್ರ ವರ್ತನೆ ಎಂದು ಆಸ್ಪತ್ರೆಗೆ ಸೇರಿಸಲು ಬಂದ ತಂದೆ ತಾಯಿಗೆ ಆಘಾತವಾಯಿತು. ಪೊಲೀಸರು ಪರಶುವನ್ನು ಎಳೆದುಕೊಂಡು ಹೋಗುವಾಗ ತಡೆಯಲು ಬಹಳ ಪ್ರಯತ್ನಪಟ್ಟು ಸೋತರು. ಈಗ ಕ್ಯಾಮೆರಾದವರ ಮುಂದೆ ತಮ್ಮ ಅಳಲನ್ನು ತೋಡಿಕೊಳ್ಳುತ್ತಾ. "ಮಗನಿಗೆ ಹುಷಾರಿಲ್ಲದ ಕಾರಣ ಇಲ್ಲಿಗೆ ಕರೆದುಕೊಂಡು ಬಂದೆವು. ಆದರೆ ವಿನಾಕಾರಣ ಪೊಲೀಸರು ನನ್ನ ಮಗನನ್ನು ಕರೆದುಕೊಂಡು ಹೋಗಿದ್ದಾರೆ. ಇದಕ್ಕೆ ನ್ಯಾಯ ಸಿಗುವವರೆಗೂ ನಾನು ಬಿಡುವುದಿಲ್ಲ" ಎಂದು ಪರಶು ತಂದೆ ಪಟ್ಟು ಹಿಡಿದು ಕೂತರು. ತಮಗೆ ಚಿಕ್ಕಂದಿನಿಂದ ಪರಿಚಯವಿದ್ದ ಹೈಕೋರ್ಟ್ ವಕೀಲರಾದ ಉಮಾಪತಿಯವರಿಗೆ ಫೋನ್ ಸುದ್ದಿ ಮುಟ್ಟಿಸಿದರು.

ಪರಶು ಸ್ನೇಹಿತರು ಹಾಗೂ ಫರ್ನಾಂಡಿಸ್ ಈ ಸಮಸ್ಯೆಗೆ ಪರಿಹಾರ ಕಾಣದೆ ಕಂಗಾಲಾಗಿ ನಿಂತಿದ್ದರೆ ಸುದ್ದಿವಾಹಿನಿ ಮತ್ತೊಂದು ಪ್ರಚಾರದಲ್ಲಿ ತೊಡಗಿತ್ತು. ಪತ್ರಿಕೆಗಳು ಊಹಾಪೋಹಗಳ ಸರಮಾಲೆ ಹೊತ್ತು ಮುದ್ರಣಗೊಂಡು ಜನರ ಬಾಯಲ್ಲಿ ಹರಿದಾಡುವಂತೆ ಮಾಡಿತ್ತು.

"ಸತ್ತ ಆರ್.ವಿ.ಯವರು ಆತ್ಮದ ರೂಪದಲ್ಲಿ ಮತ್ತೆ ಬಂದಿದ್ದಾರೆ! ಮೊದಲು ಡಾಕ್ಟರ್ ಮೇಲೆ ಹಲ್ಲೆ ಮಾಡಿದ್ದರು ಎನ್ನುವ ಕಾರಣಕ್ಕೆ ವಿಚಾರಣೆಗೆ ಬಂದ ಪೋಲೀಸ್ ಸಬ್ ಇನ್ಸ್‌ಪೆಕ್ಟರ್ ಗೌರೀಶ್ ಮೇಲೆ ಕೂಡ ಕೊಲೆ ಯತ್ನ ನಡೆದು ಅವರು ಈಗ ಚಿಕಿತ್ಸೆ ಪಡೆಯುತ್ತಿದ್ದಾರೆ. ಇವೆಲ್ಲದರ ಹಿಂದೆ ಸೂಕ್ಷ್ಮವಾಗಿ ಗಮನಿಸಿದರೆ ಆರ್.ವಿ.ಯವರದು ಸಹಜ ಸಾವಲ್ಲಾ ಎನ್ನುವ ಅನುಮಾನ ಮೂಡಿಸುತ್ತಿದೆ.

"ತಮಗೆ ಆದ ಅನ್ಯಾಯಕ್ಕೆ ನ್ಯಾಯ ದೊರಕಿಸಿಕೊಳ್ಳಲು ಸ್ವತಃ ಆರ್.ವಿ.ಯವರು ಆತ್ಮ ರೂಪದಲ್ಲಿ ಕಾಲೇಜ್ ವಿದ್ಯಾರ್ಥಿ ಪರಶು ದೇಹ ಸೇರಿದ್ದಾರೆ. ಪೋಲೀಸರ ಮೇಲೆ ಆಕ್ರಮಣ ಮಾಡಿದ್ದಾರೆಂದರೆ ಸಬ್ ಇನ್ಸ್‌ಪೆಕ್ಟರ್ ಗೌರೀಶ್‌ಗೂ ಆರ್.ವಿ.ಯವರಿಗೂ ಯಾವ ತರಹದ ನಂಟಿತ್ತು. ಅವರ ಕೊನೆಯ ಪುಸ್ತಕ "ದ್ವೈತ" ಅಪೂರ್ಣವಾಗಿದ್ದು ತಿಳಿದ ವಿಚಾರ. ಅದರಲ್ಲಿ ಏನಾದರೂ ಮಹತ್ವಪೂರ್ಣ ಮಾಹಿತಿ ಇತ್ತ? ಅದೇ ಕಾರಣಕ್ಕೆ ಅವರ ಕೊಲೆಯಾಯಿತ? ಇವೆಲ್ಲ ಪ್ರಶ್ನೆಗೂ ಉತ್ತರ ಪೋಲೀಸರ ತನಿಖೆಯಲ್ಲೇ ತಿಳಿಯಬೇಕು. ಆಕ್ರಮಣಕ್ಕೆ ಒಳಗಾದ ಗೌರೀಶ್‌ರವರ ಸ್ಟೇಷನ್ನಿನಲ್ಲೇ ಪರಶುನನ್ನು ಬಂಧಿಸಿ ಇಟ್ಟಿರುವ ಕಾರಣ ಆ ಹುಡುಗನಿಗೆ ಏನಾದರೂ ಚಿತ್ರಹಿಂಸೆ ಕೊಡುವ ಸಾಧ್ಯತೆ ಇದೆಯಾ?. ಬರಿ ಪ್ರಶ್ನೆಗಳೇ ತುಂಬಿವೆ" ಪ್ರತಿ ಪತ್ರಿಕೆಯಲ್ಲೂ ಆರ್.ವಿ. ಸಾವಿನ ಬಗ್ಗೆ ಆತ್ಮದ ಬಗ್ಗೆ ಲೇಖನಗಳು ಹರಿದಾಡಿದವು.

ಹೈಕೋರ್ಟ್ ವಕೀಲ ಉಮಾಪತಿ ಪರಶು ತಂದೆಯಿಂದ ಬಂದ ಕರೆಯನ್ನು ಸ್ವೀಕರಿಸಿ ಸ್ನೇಹಿತನ ಅಳಲನ್ನು ಕಂಡು ತಮ್ಮ ಕಾಣದ ಕೈ ಬಳಸಿ

ಈ ಕೇಸ್ ಎಸ್.ಪಿ. ಆಫೀಸ್‌ನಲ್ಲೇ ವಿಚಾರಣೆ ನಡೆಯಲಿ ಎಂದು ಸಬ್ ಇನ್ಸ್‌ಪೆಕ್ಟರ್ ಗೌರೀಶ್ ಸ್ಟೇಷನ್‌ನಿಂದ ಎಸ್.ಪಿ. ಆಫೀಸ್‌ಗೆ ಪರಶುನನ್ನು ಬದಲಾಯಿಸಿದರು. ಅವನ ಮೇಲೆ ಒಂದೇ ಒಂದು ಏಟು ಬೀಳದಂತೆ ಜಾಗ್ರತೆ ವಹಿಸಿದ್ದರು.

ಅಲ್ಲಿಂದ ವಿಚಾರಣೆ ಶುರುವಾಯಿತು.

ನಂಬಲಸಾಧ್ಯವೆಂದುಕೊಂಡಿದ್ದ ಡಾಕ್ಟರ್ ಹೇಮಂತ್ ಗೂ ಕೂಡ ಪರಶು ವರ್ತನ ಕಂಡು ಆರ್.ವಿ. ಆತ್ಮದ ಅರಿವು ಮೂಡಿತು. ಅವರು ಫರ್ನಾಂಡಿಸ್ ರವರ ಜೊತೆ ಮಾತುಕತೆಗೆ ನಿಂತರು. ಜೊತೆಗೆ ಪರಶು ಸ್ನೇಹಿತರನ್ನು ಕರೆಸಿಕೊಂಡರು.

"ಹೇಳಿ ಪರಶು ಮನಸ್ಥಿತಿ ಹೇಗಿತ್ತು? ಅವನು ಯಾವಾಗಿನಿಂದ ಈ ತರ ವಿಚಿತ್ರವಾಗಿ ಆಡೋಕೆ ಶುರು ಮಾಡಿದ್ದು?" ಡಾಕ್ಟರ್ ಹೇಮಂತ್ ಕೇಳಿದರು.

"ಪರಶು ಮೊದಲಿಂದ ಚೆನ್ನಾಗಿಯೇ ಇದ್ದ. ಅವನಿಗೇನೂ ಸಮಸ್ಯೆ ಇರಲಿಲ್ಲ. ಆದರೆ ಯಾವಾಗ ಪ್ರಿನ್ಸಿಪಾಲ್ ಫರ್ನಾಂಡಿಸ್ ಸರ್ ಹತ್ರ ನಾವೊಂದಿಷ್ಟು ಜನ ಹೋಗಿ ಆ ಪುಸ್ತಕದ ಬಗ್ಗೆ ಮಾತುಕತೆ ನಡೆಸಿದಾಗ ಪ್ರಿನ್ಸಿಪಾಲ್ ಒಂದು ಮಾತು ಹೇಳಿದರು. 'ಈ ದ್ವೈತ ಪುಸ್ತಕದಿಂದ ಏನಾದ್ರೂ ಕೆಡುಕಾಯ್ತು ಅಂದರೆ ಅದನ್ನ ಹರಿದು ಬೆಂಕಿಗೆ ಹಾಕ್ತೀನಿ ಇಲ್ಲಾ ಕಸಕ್ಕೊ ಬಿಸಾಕ್ತಿನಿ' ಅಂತ ಫರ್ನಾಂಡಿಸ್ ಸರ್ ಹೇಳಿದರು. ಆ ಒಂದು ಕಾರಣದಿಂದ ಮೊದಲ ಬಾರಿಗೆ ಅವನು ವಿಚಿತ್ರವಾಗಿ ಆಡಿದ್ದು. ಆಗ ಫರ್ನಾಂಡಿಸ್ ಸರ್ ಕುತ್ತಿಗೆ ಹಿಡಿದುಕೊಂಡು ಸಾಯಿಸುವ ಹಂತದಲ್ಲಿದ್ದ ಆದರೆ ಹಾಗೆ ಮಾಡಲಿಲ್ಲ. ನಾವು ಅವನಲ್ಲಿ ಕಂಡ ಮೊದಲ ಬದಲಾವಣೆ ಅದು" ಗೌರವ್ ಹೇಳಿದ.

"ಓಕೆ, ದ್ವೈತ ಬುಕ್ ಅವನ ಹತ್ತಿರ ಯಾವಾಗ ಬಂತು? ಈಗ ನೀವು ಯಾವ ದ್ವೈತ ಬಗ್ಗೆ ಹೇಳ್ತಾ ಇದ್ದೀರಾ?" ಎಂದು ಡಾಕ್ಟರ್ ಹೇಮಂತ್ ಪ್ರಶ್ನಿಸಿದರು.

"ಅದೇ ಆರ್.ವಿ.ಯವರು ಬರೆದಿದ್ದರಲ್ಲ, ಕೊನೆ ಬುಕ್ ಅದೇ ದ್ವೈತ ಅಂತ" ಮತ್ತೆ ಹೇಳಿದ ಗೌರವ್.

"ಆರ್.ವಿ.ಯವರೊಂದಿಗೆ ಮಣ್ಣಾದ ಬುಕ್ ಪರಶು ಹತ್ತಿರ ಹೇಗೆ ಬಂತು?" ಎಂದು ಡಾಕ್ಟರ್ ಹೇಮಂತ್ ಮತ್ತೆ ಕೇಳಿದರು.

ಇವಾಗ ನಿಜ ಹೇಳಲೇಬೇಕಾದ ಪರಿಸ್ಥಿತಿ ಅವರಿಗಿತ್ತು. ಅವತ್ತು ಪ್ರಿನ್ಸಿಪಾಲ್ ಮುಂದೆ ಏನು ಹೇಳಿದರೋ ಅದನ್ನೇ ಹೇಳಿದ ತೇಜ್ ಆಗ ತರುಣ್ ಮುಂದೆ ಬಂದು "ಸರ್, ನಾನು ಅವತ್ತೇ ಸತ್ಯ ಹೇಳಿ ಅಂತ ಎಲ್ಲರಿಗೂ ಹೇಳಿದೆ ಬಟ್ ಯಾರೂ ಸತ್ಯ ಹೇಳಲಿಲ್ಲ ನಮ್ಮನ್ನು ಕ್ಷಮಿಸಿಬಿಡಿ. ಈಗ ನಾನು ಸತ್ಯ ಹೇಳಲೇಬೇಕು. ಯಾಕೆಂದರೆ ನನ್ನ ಸ್ನೇಹಿತ ಇಂತಹ ಪರಿಸ್ಥಿತಿಯಲ್ಲಿ ಇದ್ದಾನೆ.

ಅದು ಅಲ್ಲದೆ ಪೋಲೀಸ್ ಸ್ಟೇಷನ್ನಲ್ಲಿ ಪೊಲೀಸರ ಏಟಿನಿಂದ ನೋವು ಅನುಭವಿಸುತ್ತಿದ್ದಾನೆ. ನಾವು ಈಗಲೂ ಕೂಡ ಸತ್ಯ ಮುಚ್ಚಿಟ್ಟರೆ ತಪ್ಪಾಗುತ್ತದೆ" ಎಂದು ತರುಣ್ ಹೇಳಿದ.

ತೇಜ್ ಅವನನ್ನೇ ದುರುಗುಟ್ಟಿಕೊಂಡು ನೋಡುತ್ತಾ "ನಿನ್ನನ್ನು ಜೊತೆಗೆ ಕರೆದುಕೊಂಡು ಬಂದಿದ್ದೇ ತಪ್ಪಾಯ್ತು" ಎಂದು ಹೇಳಿದ. ಆದರೆ ತರುಣ್ ಅದಕ್ಕೆ ತಲೆ ಕೆಡಿಸಿಕೊಳ್ಳದೇ ನಿಜ ಹೇಳಲು ಮುಂದಾದ.

"ಆರ್.ವಿ.ಯವರು ಸತ್ತಾಗ ಕೂಡ ಅವನು ಚೆನ್ನಾಗಿಯೇ ಇದ್ದ. ಅವನಿಗೇನೂ ಸಮಸ್ಯೆ ಇರಲಿಲ್ಲ. ಮಾಮೂಲಿ ಆರ್.ವಿ. ಅಭಿಮಾನಿಯಾಗಿ ಅವರನ್ನ ಮೀಟ್ ಮಾಡ್ಬೇಕು ಅಂತ ಒಂದು ಹುಮ್ಮಸ್ಸು ಮತ್ತು ಆಸೆ ಅವನಿಗೆ ಬಹಳವಿತ್ತು. ಆದರೆ ಅವನಿಗೆ ಆ ಅವಕಾಶ ಸಿಗದೇ ಅವರನ್ನು ಮಾತಾಡಿಸೋಕೆ ಆಗಲಿಲ್ಲ. ಆದರೆ ಇದ್ದಕ್ಕಿದ್ದ ಹಾಗೆ ಆರ್.ವಿ. ಸತ್ತು ಹೋದರು ಅಂತ ಸುದ್ದಿ ಬಂದಾಗ ಅವರ ಸಮಾಧಿ ಹತ್ತಿರ ಹೋಗಿದ್ದೆವು. ಅಂದ್ರೆ ನಾವೆಲ್ಲಾ ಫ್ರೆಂಡ್ಸ್ ಕೂಡ ಹೋಗಿದ್ದೆವು. ನಮ್ಮೆಲ್ಲರಿಗೂ ಕೂಡ ಹೇಳಿ ಜೊತೆಗೆ ಕರೆದುಕೊಂಡು ಹೋದ.

"ನಾವು ಹೋಗುವಷ್ಟರಲ್ಲಿ ಅವರನ್ನು ಶವ ಪೆಟ್ಟಿಗೆಯ ಒಳಗೆ ಮಲಗಿಸಿ ಮಣ್ಣು ಹಾಕುತ್ತಿದ್ದರು. ಯಾರೋ ಒಬ್ಬರು ದ್ವೈತ ಪುಸ್ತಕ ಆರ್.ವಿ.ಯವರ ನೆನಪು ಅವರೇ ಇಲ್ಲಾ ಅಂದ್ಮೇಲೆ ಈ ಪುಸ್ತಕ ಏಕೆ? ಅದು ಕೂಡ ಅಪೂರ್ಣ ಬರಹ ಎಂದು ಪೆಟ್ಟಿಗೆಯ ಮೇಲೆ ಇಟ್ಟರು. ನಂತರ ಅಲ್ಲಿದ್ದ ಎಲ್ಲರೂ ಮಣ್ಣು ಹಾಕಿ ಅದನ್ನು ಮುಚ್ಚಿದರು.

"ಆಗ ಪರಶು ತುಂಬಾ ನೊಂದುಕೊಂಡ ಕೊನೆಯ ಬಾರಿ ಆರ್.ವಿ.ಯವರ ಮುಖವನ್ನು ನೋಡಲಾಗಲಿಲ್ಲವಲ್ಲ ಎಂದು. ಅದೇ ಚಿಂತೆ ಅವನನ್ನು ಕೊರೆಯಲು ಶುರು ಮಾಡಿತ್ತು. ಆರ್.ವಿ. ಕಡೆಯಿಂದ ಅವನ ಹತ್ತಿರ ಅವರ ಹಸ್ತಾಕ್ಷರ ಒಂದೇ ಇದ್ದಿದ್ದು. ಅವರ ನೆನಪಿಗೆ ಅಂತ ಏನೂ ಇರಲಿಲ್ಲ. ಪರಶು ಮನಸ್ಥಿತಿ ಸರಿ ಹೋಗ್ಬೇಕು ಅಂದರೆ ಅವರಿಗಾಗಿ ಅವನು ಏನು ಮಾಡಲೂ ತಯಾರಿದ್ದ. ಅದಕ್ಕೆ ನಾವೆಲ್ಲಾ ಮಾತಾಡ್ಕೊಂಡು ಒಂದು ಉಪಾಯ ಮಾಡಿದೆವು. ಅದಕ್ಕೆ ಮೈನ್ ಹೆಡ್ ತೇಜ್, ಅವನೇ ನಮಗೆ ಐಡಿಯಾ ಕೊಟ್ಟಿದ್ದು.

"ಅದೇನು ಅಂದ್ರೆ ಪರಶು ಆರ್.ವಿ.ಯವರು ಬದುಕಿದ್ದಾಗ ಅವರನ್ನು ಮಾತನಾಡಿಸಲು ಆಗಲಿಲ್ಲ. ಸತ್ತಾಗ ಕೊನೆ ಬಾರಿ ಅವರ ಮುಖವನ್ನು ಸಹ ನೋಡಲಾಗಲಿಲ್ಲ. ಈಗ ಒಬ್ಬನೇ ಹೋಗಿ ಹೇಗಾದರೂ ದ್ವೈತ ಪುಸ್ತಕವನ್ನು ವಾಪಸ್ಸು ತೆಗೆದುಕೊಂಡು ಬಾ, ಅದರಿಂದ ನಿನಗೆ ಸಹಾಯ ಆಗಬಹುದು ಎಂದೆವು. ನಾವೆಲ್ಲರೂ ದ್ವೈತ ಪುಸ್ತಕವನ್ನು ಸಮಾಧಿ ಮಾಡುವಾಗ ಪೆಟ್ಟಿಗೆಯ

ಮೇಲೆ ಇಟ್ಟಿದ್ದು ನೋಡಿದ್ದೆವಲ್ಲ. ಅದೊಂದು ಮಾತ್ರ ನಿನ್ನ ಕೈಯಲ್ಲಿದೆ ಉಳಿದದ್ದು ಏನೂ ಸಾಧ್ಯವಿಲ್ಲ. ಆಗೋದಾದ್ರೆ ಮಾಡು ಇಲ್ಲಾ ಅಂದ್ರೆ ಸುಮ್ಮನೆ ದೊಡ್ಡ ಅಭಿಮಾನಿ ಅಂತ ಹೇಳ್ಕೊಂಡು ಓಡಾಡ್ಬೇಡ ಎಂದು ತೇಜ್ ಪರಶುಗೆ ಹೇಳಿದ.

"ಅದನ್ನ ಗಂಭೀರವಾಗಿ ತೆಗೆದುಕೊಂಡ ಪರಶು ಅವತ್ತು ರಾತ್ರಿನೇ ಆ ಸಮಾಧಿ ಹತ್ತಿರ ಹೋದ. ಆದರೆ ಅವನು ನನಗೆ ಯಾರಿಗೂ ಈ ವಿಷಯವನ್ನು ಹೇಳಲಿಲ್ಲ. ಅವನು ಅಲ್ಲಿ ಹೋಗಿದ್ದಾಗ ಏನಾಯ್ತು ಅನ್ನೋದು ನಮಗೆ ಗೊತ್ತಿಲ್ಲ. ಮಾರನೇ ದಿನ ಅವನು ಕಾಲೇಜಿಗೆ ಬಂದಾಗ ಎಲ್ಲರಿಗೂ ಆ ಬುಕ್ ತೋರಿಸಿದ.

"ನಾನು ಅಲ್ಲಿಗೆ ಹೊದಾಗ ಸಿಕ್ಕಿದ್ದೇ ಈ ಬುಕ್ ಮತ್ತೊಂದು ಮುಖ್ಯ ವಿಷಯ ಅಂದ್ರೆ ಆರ್.ವಿ.ಯವರ ಶವ ಆ ಪೆಟ್ಟಿಗೆಯಲ್ಲಿ ಇರ್ಲಿಲ್ಲ. ಕೊನೆ ಬಾರಿ ಒಮ್ಮೆ ಆರ್.ವಿ. ಮುಖ ನೋಡೋಣ ಅಂತ ಪೆಟ್ಟಿಗೆ ಒಡೆದು ನೋಡಿದೆ, ಆಗ ನನಗೆ ಈ ವಿಷಯ ತಿಳಿಯಿತು ಅಂತ ಪರಶು ನಮ್ಮಲ್ಲಿ ಹೇಳಿದ."

"ಆದರೆ ನಾವು ಅದನ್ನ ನಂಬಲಿಲ್ಲ, 'ಓಕೆ ನೀನು ಅದೇ ಟೆನ್ಷನ್ ಅಲ್ಲಿ ಮೊದಲೇ ಏನಾದ್ರೂ ಎಣ್ಣೆ ಕುಡ್ಕೊಂಡು ಹೋಗಿದ್ದೆಯಾ ಹೇಗೆ? ನಾವೇ ನಮ್ಮ ಕಣ್ಣಾರೆ ನೋಡಿದೀವಿ ಶವವನ್ನು ಮಣ್ಣು ಮಾಡಿದ್ದು, ಆದರೆ ಈಗ ಅಲ್ಲಿ ಅವರ ಶವವೇ ಇಲ್ಲಾ ಬುಕ್ ಮಾತ್ರ ಇದೆ ಅಂದರೆ ಏನು ಅರ್ಥ' ಅಂತ ಅವನಲ್ಲಿ ಕೇಳಿದೆವು. 'ಇಲ್ಲಾ ನನ್ನ ಮಾತು ನಂಬಿ ನಿಜಾ ಹೇಳ್ತಾ ಇದ್ದೀನಿ' ಅಂತ ಪರಶು ಹೇಳಿದ. ನಾವು ಅವನು ಹೆದರಿರಬೇಕು. ಇದು ಆರ್.ವಿ. ಅವರೇ ಬರೆದ ಬುಕ್ ಅನ್ನೋಕೆ ಏನು ಗ್ಯಾರಂಟಿ. ಬೇರೆ ಯಾವುದೋ ಬುಕ್ ತಂದು ಆರ್.ವಿ. ಬರೆದಿರೋದು ಅಂತ ಸುಳ್ಳು ಹೇಳ್ತಾ ಇರಬೇಕು ಎಂದುಕೊಂಡೆವು.

"ಸರಿ ಹಾಗಾದರೆ ನಾವೆಲ್ಲಾ ಬರ್ತೀವಿ ಒಟ್ಟಿಗೆ ನಾವೆಲ್ಲಾ ಜೊತೆಗೆ ಹೋಗೋಣ. ಮಣ್ಣು ಮಾಡಿರೋದನ್ನೆಲ್ಲ ತೆಗೆಯೋಣ. ಅಲ್ಲಿ ಶವ ಇತ್ತು ಅಂದ್ರೆ ನೀನು ಹೇಳಿದ್ದು ಸುಳ್ಳು ಅಂತಾ ಆಗುತ್ತದೆ. ಆಗ ನಿನ್ನ ಕಡೆಯಿಂದ ನಮಗೆಲ್ಲ ಟ್ರೀಟ್ ಬೇಕು ಹಾಗೇ ಇನ್ಮೇಲೆ ಆರ್.ವಿ. ಅಭಿಮಾನಿ ಅಂತ ಬಡಾಯಿ ಕೊಚ್ಚಿಕೊಳ್ಳೋದು ನಿಲ್ಲಿಸಬೇಕು. ಅಕಸ್ಮಾತ್ ಅಲ್ಲಿ ಆರ್.ವಿ. ಶವ ಇಲ್ಲಾ ಅಂದ್ರೆ ನನ್ನ ಕಡೆಯಿಂದ ನೀನು ಹೇಳಿದ ಟ್ರೀಟ್ ಇರುತ್ತೆ ಅಂತ ಹೇಳಿದ್ದ ತೇಜ್. ಅವತ್ತು ಪೃಥ್ವಿ ಮತ್ತೆ ಧವನ್ ಇಬ್ಬರೂ ಬೇರೆ ಏನೋ ಪ್ರೋಗ್ರಾಮ್ ಇದ್ದಿದ್ದರಿಂದ ನಮ್ಮ ಜೊತೆ ಬರಲಿಲ್ಲ. ನಾವು ಆರು ಜನ ಮಾತ್ರ ಅಲ್ಲಿಗೆ ಹೋಗಿದ್ದೆವು. ಶವ ನೋಡೋಕೆ ಸಮಾಧಿ ಮೇಲಿನ ಮಣ್ಣನ್ನೆಲ್ಲಾ ತೆಗೆದು ಪೆಟ್ಟಿಗೆ ತೆರೆದಾಗ ಶವ ಇರಲಿಲ್ಲ.

"ಆರ್.ವಿ. ಶವ ಅಲ್ಲಿ ಇಲ್ಲದೆ ಇದ್ದದ್ದು ಕಂಡು ನಮಗೆಲ್ಲ ಭಯವಾಯಿತು. ಆಗ ತೇಜ್ 'ಆರ್.ವಿ. ಇಲ್ಲದೆ ಈ ದ್ವೈತ ಪುಸ್ತಕ ನಮ್ಮ ಹತ್ರ ಇಟ್ಟುಕೊಂಡು ಪ್ರಯೋಜನವಿಲ್ಲ ಮುಂದೆ ಏನಾದ್ರು ಈ ಪುಸ್ತಕ ನಮ್ಮ ಹತ್ರ ಇರುವುದು ಗೊತ್ತಾದರೆ ತೊಂದರೆ ಆಗುತ್ತೆ ಅದನ್ನ ಇಲ್ಲೆ ಎಸೆದು ಮಣ್ಣು ಹಾಕಿ ಮುಚ್ಚಿ' ಎಂದು ಬಲವಂತವಾಗಿ ಪರಶು ಕೈನಿಂದ ಆ ಪುಸ್ತಕವನ್ನು ಕಿತ್ತು ಆ ಪೆಟ್ಟಿಗೆಯ ಮೇಲೆ ಇಟ್ಟು ಮಣ್ಣು ಹಾಕಲು ಮುಂದಾದ ನಾವು ಅವನ ಜೊತೆ ಕೈ ಸೇರಿಸಿದೆವು. ಅಷ್ಟರಲ್ಲಿ ಯಾರೋ ನಮ್ಮತ್ತಲೇ ಬರುವುದು ಕಂಡು ನಾವೆಲ್ಲಾ ಅಲ್ಲಿಂದ ಓಡಿ ಹೋಗೋಣವೆಂದು ನಿರ್ಧರಿಸಿದೆವು. ಯಾರಿಗೂ ಕಾಣದಂತೆ ಹೊರಗೆ ಬಂದು ಕಾರನ್ನೇರಿ ಹೊರಟು ಬಿಟ್ಟೆವು" ತರುಣ್ ಚಾಚೂತಪ್ಪದೇ ಎಲ್ಲವನ್ನು ಹೇಳಿದ.

"ತೇಜ್ ನೀನು ಅವತ್ತೇ ಈ ಸತ್ಯ ಹೇಳಿದ್ದರೆ ನಾನು ಏನಾದರೂ ಪರಿಹಾರ ಹುಡುಕುತ್ತಿದ್ದೆ. ನೀನು ಸತ್ಯ ಹೇಳದೆ ನಿನ್ನ ಸ್ನೇಹಿತರಿಗೂ ಹೇಳಲು ಬಿಡದೇ ತಪ್ಪು ಮಾಡಿದೆ. ಪರಶುವಿನ ಇಂದಿನ ಪರಿಸ್ಥಿತಿಗೆ ನೀನೇ ಒಂದು ರೀತಿಯಲ್ಲಿ ಕಾರಣವಾಗಿಬಿಟ್ಟೆ. ಅದೆಲ್ಲ ಸರಿ ತರುಣ್, ನೀನು ಹೇಳಿದಂತೆ ದ್ವೈತ ಪುಸ್ತಕ ಅಂದು ಆ ಸಮಾಧಿಯಲ್ಲಿ ಮುಚ್ಚಿದ ಮೇಲೂ ನಿಮ್ಮ ಬಳಿ ಹೇಗೆ ಬಂತು? ಹಾಗಾದರೆ ಅವತ್ತು ನನಗೆ ದ್ವೈತ ಅಂತ ತೋರಿಸಿದ ಪುಸ್ತಕ ಕೂಡ ನಕಲಿನಾ? ಯಾವುದೇ ಮುಚ್ಚುಮರೆ ಇಲ್ಲದೆ ನಿಜಾ ಹೇಳಿ" ಪ್ರಿನ್ಸಿಪಾಲ್ ಫರ್ನಾಂಡಿಸ್ ಅಬ್ಬರಿಸಿದ್ದರು.

"ಏನೂ ಸಮಾಧಿಯಲ್ಲಿ ಮಣ್ಣಾದ ದ್ವೈತ ಪುಸ್ತಕ ಮತ್ತೆ ಇವರ ಕೈಸೇರಿತಾ? ಹೇಗೆ?" ಡಾಕ್ಟರ್ ಹೇಮಂತ್ ಆಶ್ಚರ್ಯದಿಂದ ಕೇಳಿದರು.

"ಅದು ಈಗಲೂ ನಿಗೂಢವಾಗಿದೆ ಸರ್, ಅವತ್ತು ಆ ಪುಸ್ತಕವನ್ನು ಸಮಾಧಿಯಲ್ಲಿ ಮುಚ್ಚುವಾಗ ನಾವೆಲ್ಲಾ ಒಟ್ಟಿಗೆ ಇದ್ದೆವು, ಹಾಗೇ ಒಟ್ಟಿಗೆ ವಾಪಸ್ ಬಂದೆವು. ಮತ್ತೆ ಆ ಕಡೆ ಹೋಗಲಿಲ್ಲ. ಆದರೂ ಅದು ವಾಪಸ್ ಪರಶು ಮನೆ ಸೇರಿದೆ. ಅವನಿಗೆ ಬಿಡದಂತೆ ಹಿಂಸೆ ಮಾಡಿದೆ. ಬಹುಶಃ ಅವನು ಆರ್.ವಿ.ಯವರ ಅಭಿಮಾನಿ ಎನ್ನುವ ಕಾರಣಕ್ಕೆ ಆರ್.ವಿ.ಯವರು ಪುಸ್ತಕದ ರೂಪದಲ್ಲಿ ಅವನ ಮನೆಯನ್ನು ಸೇರಿ ಈಗ ಪರಶು ದೇಹ ಹೊಕ್ಕಿದ್ದಾರೆ ಅನ್ನಿಸುತ್ತದೆ" ಗೌರವ್ ತನಗೆ ತಿಳಿದ ಸತ್ಯ ಹಾಗೂ ಆರ್.ವಿ. ಆತ್ಮವೇ ಪರಶು ನೆಮ್ಮದಿ ಹಾಳಾಗುವುದಕ್ಕೆ ಕಾರಣ ಎಂದು ಊಹಿಸಿ ಹೇಳಿದ.

"ಸರಿ ಪರಶು ಮನೆಗೆ ಆ ಪುಸ್ತಕ ಬಂದಮೇಲೆ ಏನೇನಾಯ್ತು ಬಿಡಿಸಿ ಹೇಳಿ" ಕೇಳಿದರು ಹೇಮಂತ್

"ಪರಶು ಎತ್ತ ನೋಡಿದರೂ ಆ ಪುಸ್ತಕ ಅವನ ಕಣ್ಣ ಮುಂದೆ ಬರುತ್ತಿತ್ತಂತೆ. ನೆಮ್ಮದಿಯಿಂದ ಮಲಗಲು ಕೂಡಾ ಸಾಧ್ಯವಾಗಲಿಲ್ಲವಂತೆ.

ಅಷ್ಟೆಲ್ಲ ಏಕೆ ಆರ್.ವಿ.ಯವರ ಹಸ್ತಾಕ್ಷರ ಇರುವ ಪುಸ್ತಕದಲ್ಲಿ ಕೂಡಾ ಆರ್.ವಿ. ಸಹಿ ಮಾಯವಾಗಿ ದ್ವೈತ ಎನ್ನುವ ಹೆಸರು ಮೂಡಿದ್ದು ಸಹ ಪರಶು ನಮಗೆ ತೋರಿಸಿದ್ದ" ಓಂಕಾರ್ ನಡೆದ ಸಂಗತಿ ಹೇಳಿದ.

"ಅಷ್ಟೇ ಅಲ್ಲ, ಪರಶು ತಂದೆ ಆ ಪುಸ್ತಕವನ್ನು ಗುಜರಿ ಅಂಗಡಿಗೆ ಹಾಕಿ ಬಂದರೂ ಸಹ ಮಾರನೇ ದಿನ ಅವನ ರೂಮಿನಲ್ಲೇ ಆ ಪುಸ್ತಕ ಪ್ರತ್ಯಕ್ಷವಾಗಿದೆ. ಅದು ಗುಜುರಿ ಅಂಗಡಿ ಕಳ್ಳತನವಾಗಿ. ನನಗೆ ಅನ್ನಿಸುವ ಪ್ರಕಾರ ಇದೆಲ್ಲಾ ಯಾರೋ ಬೇಕಂತಲೇ ಪರಶುನ ಹೆದರಿಸೋಕೆ ಮಾಡಿರುವ ಷಡ್ಯಂತ್ರ ಅಂದುಕೊಳ್ಳುತ್ತೀನಿ" ಎಂದನು ತೇಜ್.

"ಪರಶುಗೆ ಶತ್ರು ಅಂತ ಯಾರಿದ್ದಾರೆ? ನೀವೆಲ್ಲ ಅವನ ಸ್ನೇಹಿತರೆ ಅಲ್ವ ಹೇಳಿ?" ಫರ್ನಾಂಡಿಸ್ ಕೇಳಿದರು.

"ನಾವೆಲ್ಲಾ ಯಾವಾಗಲೂ ಜೊತೆಯಲ್ಲೇ ಇರುತ್ತಿದ್ದೆವು. ಅಂತಹ ಯಾವ ಶತ್ರು ಕೂಡ ಪರಶುಗೆ ಇರಲಿಲ್ಲ" ಎಂದಳು ಕವನ.

"ಇದೆಲ್ಲಾ ಮಾಡಿದ್ದು ಆರ್.ವಿ. ಆತ್ಮ ಅಂತ ನಾವು ಕೋರ್ಟಿನಲ್ಲಿ ಹೇಳಿ ಪರಶುನ ಬಿಡಿಸಿಕೊಳ್ಳೊಕೆ ಆಗಲ್ಲ. ಅದಕ್ಕೆ ಸಾಕ್ಷಿ ಕೂಡ ಇಲ್ಲಾ. ಅಂದ ಹಾಗೆ ಸಬ್ ಇನ್ಸ್‌ಪೆಕ್ಟರ್ ಗೌರೀಶ್ ನಿಮಗೆ ಅಥವಾ ಪರಶುಗೆ ಹೇಗೆ ಪರಿಚಯ?" ಡಾಕ್ಟರ್ ಕೇಳಿದರು.

"ಆರ್.ವಿ. ಸಮಾಧಿ ಧ್ವಂಸವಾಗಿದೆ ಎನ್ನುವ ಕಾರಣದಿಂದ ಅಂದಿನ ರಾತ್ರಿಯ ಸಿಸಿಟಿವಿ ಕ್ಯಾಮೆರಾದಲ್ಲಿ ನಮ್ಮ ಕಾರು ಆ ಸಮಾಧಿ ಮುಂದೆಯೇ ಹಾದು ಹೋಗಿದ್ದು ಕಂಡು ನಮಗೇನಾದರೂ ಮಾಹಿತಿ ಗೊತ್ತಾ ಎಂದು ಕೇಳೋಕೆ ಗೌರೀಶ್ ಕಾಲೇಜಿಗೆ ಬಂದಿದ್ದರು. ಈ ವಿಷಯ ಪ್ರಿನ್ಸಿಪಾಲ್ ಸರ್ ಗೂ ಗೊತ್ತು" ಎಂದಳು ಪೃಥ್ವಿ.

"ಹಾಗಾದರೆ ಪರಶು ಉದ್ದೇಶವೇ ಇಲ್ಲದೆ ಗೌರೀಶ್ ಮೇಲೆ ಹಲ್ಲೆ ಮಾಡಲು ಕಾರಣವೇನು? ಅವನಲ್ಲಿ ಆರ್.ವಿ. ಆತ್ಮ ಸೇರಿದ್ದಾದರೂ ಏಕೆ? ಅವರೇ ಆ ಪುಸ್ತಕ ಪರಶುಗೆ ಸೇರಲಿ ಅಂತ ಅವನಿಗೆ ಆತ್ಮ ರೂಪದಲ್ಲಿ ಕಾಡುತ್ತಿದ್ರ? ಇವೆಲ್ಲಾ ಪ್ರಶ್ನೆ ಸಾಮಾನ್ಯವಾಗಿ ಕಾಡುತ್ತವೆ. ಆದರೆ ಒಮ್ಮೆ ಪರಶುನ ನಾನು ತಪಾಸಣೆ ಮಾಡಿದ್ರೆ ಎಲ್ಲದಕ್ಕೂ ಸರಿಯಾದ ಉತ್ತರ ಸಿಗುತ್ತಿತ್ತು. ಈಗ ಅವನು ಪೋಲೀಸ್ ಕಾವಲಿನಲ್ಲಿದ್ದಾನೆ. ಈಗ ಅವನನ್ನು ತಪಾಸಣೆ ಮಾಡಲು ಕೋರ್ಟ್ ಅನುಮತಿ ಬೇಕು. ಕೇಸ್ ವಿಚಾರಣೆಯಾಗದೆ ಅನುಮತಿ ಪಡೆಯಲು ಸಾಧ್ಯವಿಲ್ಲ. ನೋಡುವ ಮುಂದೆ ಏನಾಗುತ್ತದೆ ಎಂದು. ನಾಳೆಯೇ ವಿಚಾರಣೆ ಇದೆ ಅಲ್ಲಿ ಏನು ವಾದ ವಿವಾದಗಳು ನಡೆಯುತ್ತವೆ ಎಂದು ತಿಳಿದು ಪರಶು ತಪಾಸಣೆಗೆ ಅನುಮತಿ ದೊರಕುವಂತೆ ನಾನು ಮಾಡುತ್ತೇನೆ" ಎಂದು ಭರವಸೆ ಕೊಟ್ಟರು ಡಾಕ್ಟರ್ ಹೇಮಂತ್.

ಇಲ್ಲಿನ ಇವರ ಸಂಭಾಷಣೆಯನ್ನು ಸೀಕ್ರೆಟ್ ಏಜೆಂಟ್ ಸಂಪೂರ್ಣವಾಗಿ ಕೇಳಿಸಿಕೊಳ್ಳುವುದರ ಜೊತೆಗೆ ರೆಕಾರ್ಡ್ ಮಾಡಿಕೊಂಡು ಬಂದು ಡಾಕ್ಟರ್ ನವೀನನಿಗೆ ವರದಿ ಒಪ್ಪಿಸಿದ. ರಾತ್ರಿ ಎಂಟೂ ಮೂವತ್ತರ ಸಮಯದಲ್ಲಿ ತನ್ನ ಗೆಸ್ಟ್ ಗೌಸ್‌ನಲ್ಲಿ ಡಾಕ್ಟರ್ ನವೀನ್ ಹಾಗು ಗೌರೀಶ್ ಮದ್ಯಪಾನದ ನಡುವೆ ಮಾತಿಗಿಳಿದರು.

"ಆರ್.ವಿ. ಶವ ಆ ಪೆಟ್ಟಿಗೆ ಒಳಗೆ ಇರಲಿಲ್ಲ ಅನ್ನೋದು ಆ ಡಾಕ್ಟರ್ ಹೇಮಂತ್, ಪ್ರಿನ್ಸಿಪಾಲ್ ಫರ್ನಾಂಡಿಸ್ ಹಾಗೇ ಅವನ ಸ್ಟೂಡೆಂಟ್ಸ್ ಏಳೆಂಟು ಜನಕ್ಕೂ ತಿಳಿದು ಹೋಗಿದೆ ಗೌರೀಶ್, ನಾನು ನಿನಗೆ ಅವತ್ತೇ ಹೇಳಿದೆ ಇದಕ್ಕೊಂದು ದಾರಿ ಹುಡುಕು ಇಲ್ಲ ಅಂದರೆ ಇದು ನಮ್ಮ ಕುತ್ತಿಗೆಗೆ ಬರುತ್ತದೆ ಅಂತ ಆದರೆ ನೀನೇ ಸರಿಯಾಗಿ ವಿಚಾರಣೆ ಮಾಡಲಿಲ್ಲ"

"ನವೀನ್, ಇಷ್ಟಕ್ಕೆ ಯಾಕೆ ಗಾಬರಿಯಾಗಿದ್ದೀರ? ಅವತ್ತು ಸಮಾಧಿ ಧ್ವಂಸ ಕೇಸ್‌ನಲ್ಲಿ ನಾನೆ ಖುದ್ದಾಗಿ ಹೋಗಿ ಆ ಎಂಟೂ ಜನರನ್ನು ವಿಚಾರಣೆ ಮಾಡಿದೆ. ಆಗ ಅವರಿಗೆಲ್ಲ ಆರ್.ವಿ.ಯವರ ಶವ ಸಮಾಧಿಯಿಂದ ಕಣ್ಮರೆಯಾಗಿರುವ ಬಗ್ಗೆ ತಿಳಿದಿದೆ ಅನ್ನಿಸಲಿಲ್ಲ, ಅದಕ್ಕೇ ಸಮಾಧಿ ಮರುನಿರ್ಮಾಣ ಮಾಡಿಸಿದೆ. ಆದರೆ ಈ ಹುಡುಗ ಪರಶು ನನ್ನ ಮೇಲೆ ಬಿದ್ದು ನನ್ನ ಮುಖವನ್ನು ಪರಚಿ ವಿಕಾರ ಮಾಡಿದ್ದಾನೆ. ಆಗ ಅವನಲ್ಲಿ ಯಾವುದೋ ಕಾಣದ ಶಕ್ತಿ ಕಂಡೆ. ನನಗೆ ಅದು ನಿಜಕ್ಕೂ ಆರ್.ವಿ. ಅನ್ನಿಸಿದ್ದು ಸುಳ್ಳಲ್ಲಾ."

"ಬದುಕಿದ್ದಾಗಲೇ ಆರ್.ವಿ. ನಮ್ಮನ್ನು ಏನೂ ಮಾಡೋಕೆ ಆಗಲಿಲ್ಲ. ಈಗ ಸತ್ತು ಏನು ಮಾಡೋಕೆ ಸಾಧ್ಯ? ಈ ದೆವ್ವ ಭೂತ ನಾನು ನಂಬಲ್ಲಾ. ನನ್ನ ಕೈಯಾರೆ ಎಷ್ಟೋ ಹೆಣಗಳನ್ನು ಕುಯ್ದಿದ್ದೇನೆ, ಬದುಕಿದ್ದವರನ್ನೂ ಕೊಂದು ಪೋಸ್ಟ್ ಮಾರ್ಟಂ ಮಾಡಿದ್ದೇನೆ. ಅಡ್ಡ ಬಂದವರನ್ನು ನಿರ್ನಾಮ ಮಾಡಿ ಫೇಕ್ ಸರ್ಟಿಫಿಕೇಟ್ ಮಾಡಿಸಿ ಉನ್ನತ ಹುದ್ದೆಗೆ ಏರಿ ಕೂತಿದ್ದೇನೆ. ಈ ಒಬ್ಬ ಹುಡುಗನನ್ನು ಮಣ್ಣು ಮುಕ್ಕಿಸೋದು ಎಷ್ಟರ ಕೆಲಸ ನನಗೆ. ನಿನ್ನ ಕೈನಲ್ಲಿ ಆಗಲಿಲ್ಲ ಅಂದ್ರೆ ಹೇಳು ನನಗೆ ತಿಳಿದವರ ಸಹಾಯ ಪಡೆದುಕೊಂಡು ಈ ಪರಶು ಜೈಲಿನಲ್ಲೇ ಸಾಯುವವರೆಗೂ ಕೊಳೆಯುವಂತೆ ಮಾಡುತ್ತೇನೆ. ಅವನ ಮೈಮೇಲೆ ಆರ್.ವಿ. ದೆವ್ವ ಬಂದರೂ ಅದನ್ನ ನಂಬೋಕೆ ಇಲ್ಲಿ ಯಾರೂ ದಡ್ಡರಿಲ್ಲ. ಇವೆಲ್ಲಾ ಸುಳ್ಳು, ಅವನು ಡ್ರಾಮ ಮಾಡುತ್ತಿದ್ದಾನೆ ಅಂತ ನಾಳೆ ಕೋರ್ಟಿನಲ್ಲಿ ನಂಬಿಸಿ ಕೇಸ್ ಕ್ಲೋಸ್ ಮಾಡಿಸುತ್ತೇನೆ ನೀನೆ ನೋಡುತ್ತಿರು." ಇಬ್ಬರ ಮಾತುಕತೆ ಮುಗಿದು ಅಲ್ಲಿಂದ ಹೊರಟರು.

ಮರುದಿನದ ಕೋರ್ಟ್ ವಿಚಾರಣೆಯಲ್ಲಿ ಪರಶು ನಡವಳಿಕೆ ಗಮನಿಸಿದ ನ್ಯಾಯಾಧೀಶರಿಗೆ ಅವನು ಯಾರನ್ನೂ ತಲೆಯೆತ್ತಿ ನೋಡದೆ

ಹುಚ್ಚುಚ್ಚು ಸನ್ನೆ ಮಾಡುತ್ತಾ ನಿಲ್ಲುವುದು ನೋಡಿದವರು, ಅವನು ಮಾನಸಿಕ ಅಸ್ವಸ್ಥನಿರಬೇಕು ಎಂದು ತೀರ್ಮಾನಿಸಿದರು. ಆದರೂ ಸಹ ಎಷ್ಟೋ ಜನ ತಮ್ಮ ಸೇಡು ತೀರಿಸಿಕೊಳ್ಳಲು ಹುಚ್ಚರ ಹಾಗೆ ನಟನೆ ಮಾಡಿ ತಮಗೆ ಏನೂ ತಿಳಿದೇ ಇಲ್ಲ ಎನ್ನುವಂತೆ ಬಿಂಬಿಸಿ ಕಾನೂನಿನ ಕಣ್ಣಿಗೆ ಮಣ್ಣೆರಚುವುದು ಕಂಡಿದ್ದ ಅವರಿಗೆ ಇದು ಕೂಡ ನಾಟಕವಿರಬೇಕು ಎಂದು ಅನುಮಾನ ಮೂಡಿತ್ತು.

ಹೊರಗೆ ಪತ್ರಿಕೆಯವರು, ಟಿವಿ ಮಾಧ್ಯಮದವರು "ಪರಶು ಮೈಮೇಲೆ ಆರ್.ವಿ. ಆತ್ಮ ಇದೆ, ಆತ್ಮವನ್ನೇ ವಿಚಾರಣೆ ಮಾಡುತ್ತಿದ್ದಾರೆ. ಆತ್ಮದ ಕೊನೆಯ ಕೋರಿಕೆ ಏನಿರಬಹುದು, ಅದನ್ನು ವಾಪಸ್ಸು ಕಳಿಸಲು ಜಡ್ಜ್ ಏನು ಸಮಾಧಾನದ ತೀರ್ಪು ಕೊಡಬಹುದು" ಎಂದೆಲ್ಲ ಇಷ್ಟ ಬಂದ ಹಾಗೇ ಹೇಳುತ್ತ ಪತ್ರಿಕೆಯಲ್ಲಿ ಬರೆಯುತ್ತ ಹೋದರು.

ವಾಗ್ವಾದಗಳ ನಡುವೆ ಹೈಕೋರ್ಟ್ ವಕೀಲರಾದ ಉಮಾಪತಿ ಪರಶುವಿನ ಕೇಸ್ ತೆಗೆದುಕೊಂಡಿದ್ದಾರೆ ಎಂದಾಗ ಸರ್ಕಾರಿ ಪರ ವಕೀಲರು ಕೊಂಚ ಹಿಮ್ಮುಖವಾದರು. ಆದರೆ ಅವರಿಗೆ ಡಾಕ್ಟರ್ ನವೀನ್ ಮುಖಾಂತರ ರಾಜಕಾರಣಿಗಳ ಒತ್ತಡ ಹಾಗೂ ಹಣದ ಆಮಿಷ ಕೂಡ ಇತ್ತು. ಹೇಗಾದರೂ ಮಾಡಿ ಪರಶುನನ್ನು ಜೈಲುಪಾಲು ಮಾಡಲೇಬೇಕು ಎಂದು ಪಣ ತೊಟ್ಟು ನಿಂತಿದ್ದರು ಅವರುಗಳೆಲ್ಲರೂ. ಕೇಸ್ ಯಾವಾಗ ಹಳ್ಳ ಹಿಡಿಯುವುದು ಎಂದು ನಿರ್ಧಾರವಾಯಿತೋ ಆಗ ಅವರು ಹೊಸ ಯೋಜನೆ ಬಳಸಿದರು.

ಸಮಾಧಿ ಧ್ವಂಸ ವಿಚಾರಣೆ ಮಧ್ಯೆ ತಂದ ಸರ್ಕಾರಿ ಪರ ವಕೀಲರು "ಆರ್.ವಿ. ಆತ್ಮಕ್ಕೆ ಶಾಂತಿ ಸಿಗದೇ, ಸದ್ಗತಿ ದೊರಕದೇ ಸಮಾಧಿ ಕೂಡ ಭಂಗವಾಗಿದ್ದರಿಂದ ಹೊರಗೆ ಬಂದಿದೆ. ಅವರನ್ನು ಕ್ರಿಶ್ಚಿಯನ್ ಪದ್ಧತಿಯಲ್ಲಿ ಪೆಟ್ಟಿಗೆಯಲ್ಲಿ ಹಾಕಿ ಮಣ್ಣು ಮಾಡಿದ್ದಾರೆ. ಮಣ್ಣಾದ ಅವರ ದೇಹವನ್ನು ಪರಶು ಹಾಗೂ ಅವನ ಸ್ನೇಹಿತರೆ ಸಮಾಧಿ ಧ್ವಂಸ ಮಾಡಿ ತೆಗೆದಿದ್ದಾರೆ ಎನ್ನುವುದಕ್ಕೆ ಬೇಕಾದ ಸಿಸಿಟಿವಿ ದೃಶ್ಯಾವಳಿಯಲ್ಲಿ ಅವರು ಸ್ಮಶಾನದ ಮಾರ್ಗವಾಗಿ ಹೋಗಿದ್ದ ಕ್ಲಿಪ್ ಇಲ್ಲಿದೆ ನೋಡಿ." ಎಂದು ಕೋರ್ಟ್ ಮುಂದೆ ಹಾಜರು ಪಡಿಸಿದರು.

ಅದೂ ಅಲ್ಲದೆ ನವೀನ್ ಬಿಟ್ಟಿದ್ದ ಸೀಕ್ರೆಟ್ ಏಜೆಂಟ್ ಅಂದು ಹೇಮಂತ್, ಫರ್ನಾಂಡಿಸ್ ಹಾಗೂ ಉಳಿದ ಏಳು ಜನ ಮಾತಾಡುವಾಗ ಮಾಡಿದ್ದ ರೆಕಾರ್ಡಿನಲ್ಲಿ ಸಮಾಧಿ ಧ್ವಂಸವಾದ ವಿಷಯ ಅದನ್ನು ತಾವೇ ತೆಗೆದದ್ದು ಎಂದು ಹೇಳಿದ ವಿಚಾರ ಸಹ ರೆಕಾರ್ಡ್ ಆಗಿತ್ತು. "ಅವರ ಹುಡುಗಾಟದಿಂದಲೇ ಆರ್.ವಿ. ಆತ್ಮ ಪರಶು ದೇಹ ಸೇರಿದೆ" ಎಂದು ಸರ್ಕಾರಿ ಪರ ವಕೀಲರು ವಾದ ಮಾಡಿದರು.

ಯಾವ ವಿಷಯ ಹೊರಗೆ ಬರಬಾರದು ಎಂದು ಡಾಕ್ಟರ್ ನವೀನ್ ಒದ್ದಾಡುತ್ತಿದ್ದನೋ ಆ ವಿಷಯವನ್ನು ತಿಳಿಯದೇ ಮತ್ತೊಂದು ದಿಕ್ಕಲ್ಲಿ ವಾದ ಮಾಡಲು ಹೋಗಿ ಸರ್ಕಾರಿ ಪರ ವಕೀಲರು ಸಿಲುಕಿಕೊಂಡರು.

ವಾದ ವಿವಾದ ಕೇಳಿದ ಜಡ್ಜ್ ಪರಶುನನ್ನು ಮಾನಸಿಕ ತಪಾಸಣೆ ಮಾಡಲು ಅನುಮತಿ ಕೊಟ್ಟು ಹಾಗೇಯೇ ಆರ್.ವಿ. ದೇಹವನ್ನು ಹಿಂದೂ ಧರ್ಮದ ಪ್ರಕಾರ ಮಣ್ಣು ಮಾಡಬೇಕು. ಅದಕ್ಕೆ ಬೇಕಾದ ವಿಧಿವಿಧಾನಗಳನ್ನು ಪೊಲೀಸರೇ ನಿಂತು ನೋಡಿಕೊಳ್ಳಬೇಕು. ಮುಂದಿನ ವಿಚಾರಣೆಯಲ್ಲಿ ಆರೋಪಿ ಪರಶು ಕಾರ್ಯನಿರತ ಸಬ್ ಇನ್ಸ್‌ಪೆಕ್ಟರ್ ಗೌರೀಶ್ ಮೇಲೆ ಏಕೆ ಹಲ್ಲೆ ಮಾಡಲು ಮುಂದಾದ? ಹಾಗೂ ಅದಕ್ಕೂ ಮೊದಲು ಪರಶುನ ಆರೋಗ್ಯ ಚಿಕಿತ್ಸೆಗೆ ಬಂದ ಡಾಕ್ಟರ್ ಮೇಲೆ ಕೂಡ ಏಕೆ ಹಲ್ಲೆ ಮಾಡಿದ? ಎನ್ನುವ ವಿಚಾರಣೆ ಮುಂದುವರೆಸೋಣವೆಂದು ಕೇಸ್ ಮುಂದಕ್ಕೆ ಹಾಕಿದರು.

ನಗರದಲ್ಲಿ ಪ್ರಸಿದ್ಧರಾದ ಮಾನಸಿಕ ರೋಗ ತಜ್ಞರಾದ ಡಾಕ್ಟರ್ ಹೇಮಂತ್ ರವರಿಗೆ ಪರಶು ತಪಾಸಣೆಯ ಹೊರೆ ಬಿದ್ದಿತು. ಅವರೂ ಅದನ್ನೇ ಆಶಿಸಿದ್ದರು. ಪರಶುವನ್ನು ತಪಾಸಣೆ ಮಾಡಿ ಅವನ ಮಾನಸಿಕ ಅಸ್ವಸ್ಥತೆ ಹೇಗಿದೆ ಎಂದು ರಿಪೋರ್ಟ್ ತೆಗೆದುಕೊಂಡು ಕೋರ್ಟಿಗೆ ಸಲ್ಲಿಸಬೇಕು ಎಂದು ಬಂದರು ಡಾಕ್ಟರ್ ಹೇಮಂತ್.

ಆರ್.ವಿ. ಸಮಾಧಿ ತೆರವುಗೊಳಿಸಿ ಅವರನ್ನು ಹಿಂದೂ ಸಂಪ್ರದಾಯದ ಪ್ರಕಾರ ಮಣ್ಣು ಮಾಡಬೇಕೆಂದು ಕೋರ್ಟಿನಿಂದ ಆದೇಶ ಹೊರಡಿಸಿರುವುದರಿಂದ ಸಮಾಧಿಯಲ್ಲಿ ಆರ್.ವಿ. ಅವರ ಶವವೇ ಇಲ್ಲಾ ಅಂದರೆ! ಆರ್.ವಿ.ಯವರ ಶವ ಇಲ್ಲಾ ಎಂದು ಗೊತ್ತಾದ ತಕ್ಷಣ ಪೊಲೀಸ್ ಕೇಸ್ ಮತ್ತಷ್ಟು ಬಿಗಿಯಾಗುತ್ತದೆ. ಆಗ ಅದರಿಂದ ಪಾರಾಗಲು ಪರಶು ಮತ್ತೆ ಅವನ ಫ್ರೆಂಡ್ಸ್ ಮೇಲೆ ತಪ್ಪು ಹೊರೆಸಬೇಕು ಎಂದು ಡಾಕ್ಟರ್ ನವೀನ್ ಸರ್ಕಾರಿ ಪರ ವಕೀಲರಿಗೆ ತಿಳಿಸಿ ಮುಂದೆ ಜಾಗ್ರತೆಯಿಂದ ಮಾತನಾಡುವಂತೆ ಹೇಳಿದ.

"ಆರ್.ವಿ. ಶವ ಕಾಣೆಯಾದ ಬಗ್ಗೆ ನೀವು ಮೊದಲೇ ನನಗೆ ಹೇಳಿದ್ದರೆ ಈ ವಿಷಯ ಹೊರಗೆ ಬರದಂತೆ ನಾನು ತಡೆಯುತ್ತಿದ್ದೆ. ನೀವು ಹೇಳಲಿಲ್ಲ ನಿಮ್ಮಿಂದಲೇ ತಪ್ಪಾಗಿದ್ದು. ಆದದ್ದು ಆಗಿ ಹೋಯ್ತು ಮುಂದೆ ನಾನು ನೋಡಿಕೊಳ್ಳುತ್ತೇನೆ" ಎಂದು ಭರವಸೆ ಕೊಟ್ಟರು ಸರ್ಕಾರಿ ಪರ ವಕೀಲರು.

ಊಹಿಸಿದಂತೆ ಸಮಾಧಿಯನ್ನು ಒಡೆದು ತೆಗೆದಾಗ ಅಲ್ಲಿ ಆರ್.ವಿ.ಯವರ ಶವ ಇರಲಿಲ್ಲ. ರಾಜ್ಯಕ್ಕೆ ಇದೊಂದು ಹೊಸ ಸುದ್ದಿಯಾಯಿತು. ಹಾಗೆ ಕೋರ್ಟ್ ಕಾಲಾವಕಾಶ ಮುಗಿದಿದ್ದರಿಂದ ಪರಶುವಿನ ರಿಪೋರ್ಟ್ ಕೂಡ ಬಂದಿತು. ಇದರ ಜೊತೆ ಶವ ಕೂಡ ಇಲ್ಲ ಪರಶು ಮತ್ತೆ ಅವನ ಫ್ರೆಂಡ್ಸ್ ಸೇರಿ ಏನೋ ಮಾಡಿದ್ದಾರೆ ಎಂದು ಕೋರ್ಟಿಗೆ ವರದಿಯನ್ನ ಒಪ್ಪಿಸಿದರು.

ಆದರೆ ಆಡಿಯೋ ರೆಕಾರ್ಡನ್ನು ಇವರು ಸಬ್ಮಿಟ್ ಮಾಡಿದಾಗ ಅದರಲ್ಲಿ ಗೌರವ್ ಹೇಳಿದ ಮಾತು "ನಾವು ನೋಡೋದಕ್ಕೂ ಮೊದಲೇ ಶವ ಅಲ್ಲಿ ಇರಲಿಲ್ಲ" ಎಂದು ಇದ್ದದ್ದರಿಂದ ಈಗ ಯಾರು ಸಮಾಧಿ ತೆಗೆದಿರಬಹುದು? ಅವರ ದೇಹವನ್ನು ಮತ್ತೆಲ್ಲೋ ಬಚ್ಚಿಟ್ಟು ಉಪಯೋಗವೇನು? ಅಷ್ಟಕ್ಕೂ ಆರ್.ವಿ. ಅವರನ್ನ ಕ್ರಿಶ್ಚಿಯನ್ ಪ್ರಕಾರ ಮಣ್ಣು ಮಾಡಿದ್ದಕ್ಕೆ ಕಾರಣವಾದರೂ ಏನು? ಅವರು ಹಿಂದು ಅಲ್ಲವೇ? ಆರ್.ವಿ. ಅವರು ಸತ್ತಾಗ ಮಾಡಿರುವ ಪೋಸ್ಟ್ ಮಾರ್ಟಂ ರಿಪೋರ್ಟ್ ಕೇಳಿದರೆ ಪೋಸ್ಟ್ ಮಾರ್ಟಂ ಮಾಡಿರಲಿಲ್ಲ. ಇದು ಮುಖ್ಯವಾಗಿ ಎಲ್ಲರ ಗಮನ ಸೆಳೆಯಿತು.

"ಅವರು ಸತ್ತಿದ್ದಾದರೂ ಹೇಗೆ? ಹಾಸ್ಪಿಟಲ್ ಬಿಲ್ಡಿಂಗ್‌ನಿಂದ ಬಿದ್ದು ಸತ್ತಿರೋದು. ಹಾಗೆ ಅವರಿಗೆ ಸಂಬಂಧಿಕರು ಯಾರೂ ಇಲ್ಲದೆ ಇರುವುದರಿಂದ ಹಾಗೂ ಡಾಕ್ಟರ್ ಹೇಮಂತ್ ಅವರೇ ತಮ್ಮ ಕಣ್ಣಾರೆ ತಾವೇ ಆರ್.ವಿ.ಯವರ ಸಾವನ್ನು ನೋಡಿರುವುದರಿಂದ, ಅವರು ಮಾನಸಿಕ ಅಸ್ವಸ್ಥರಾಗಿರೋದರಿಂದ ಕ್ಷಣಾರ್ಧದಲ್ಲೇ ಅಲ್ಲೇ ರಿಪೋರ್ಟ್ ಕೂಡ ಕೊಟ್ಟಿದ್ದಾರೆ. ಮತ್ತೆ ಈ ವಿಷಯವನ್ನು ಜಾಸ್ತಿ ಜನರಿಗೆ ಹರಡಲು ಬಿಡದೆ ಆರ್.ವಿ.ಯವರ ದೇಹವನ್ನು ಛಿದ್ರ ಛಿದ್ರವಾಗಿ ಕುಯ್ದು ಹಿಂಸೆ ಮಾಡುವುದು ಬೇಡವೆಂದು ನೇರವಾಗಿ ಮಣ್ಣು ಮಾಡುವುದಕ್ಕೆ ಸಹಕಾರ ಮಾಡಿದರು. ಕೊನೆಗೆ ಅವರನ್ನ ಮಣ್ಣು ಮಾಡುವ ಸಮಯದಲ್ಲಿ ವಿಷಯ ಬಾಯಿಯಿಂದ ಬಾಯಿಗೆ ಹರಡಿ ಪೇಪರ್, ನ್ಯೂಸ್ ಅಲ್ಲಿ ಗೊತ್ತಾಗಿ ಆಗ ಜನಗಳು ಬಂದಿರಬಹುದು. ಅದು ಬಿಟ್ಟರೆ ಆರ್.ವಿ. ಸತ್ತ ಮೇಲೆ ಇನ್ಯಾರೂ ಅವರ ಮುಖನಾ ನೋಡಿಲ್ಲ" ಎಂದು ಕೋರ್ಟ್ ಅಲ್ಲಿ ಹೇಳಿದರು.

ಅವರು ಸತ್ತರು, ಮಣ್ಣು ಕೂಡ ಆಯ್ತು ಆದರೆ ಅವರ ಶವಾನಾ ತೆಗದಿದ್ದಾದ್ರೂ ಯಾರು? ಅವರಿಗೆ ಶತ್ರು ಅಂತ ಯಾರಿದ್ದರು? ಎನ್ನುವ ಪ್ರಶ್ನೆ ಹುಟ್ಟಿಕೊಂಡಿತು.

"ಮತ್ತೆ ಈಗ ಪೊಲೀಸ್ ಇನ್ವೆಸ್ಟಿಗೇಷನ್ ಕೊಡಬೇಕು. ಆರ್.ವಿ.ಯವರ ಮನೆಯನ್ನ ಮತ್ತೆ ಸರ್ಚ್ ಮಾಡಬೇಕು, ಡಾಕ್ಯುಮೆಂಟನ್ನೆಲ್ಲಾ ಮತ್ತೆ ಪರಿಶೀಲಿಸಬೇಕು" ಎಂದು ಮತ್ತೆ ಪೊಲೀಸ್ ಇಲಾಖೆಗೆ ಇನ್ವೆಸ್ಟಿಗೇಷನ್ ಗೋಸ್ಕರ ಕೋರ್ಟ್ ಅನುಮತಿ ನೀಡಿತು.

ಸರ್ಕಾರಿ ಪರ ವಕೀಲರು "ಆರ್.ವಿ.ಯವರ ಶವದ ವಿಷಯವನ್ನು ಆಮೇಲೆ ನೋಡಿಕೊಳ್ಳಬಹುದು. ಪರಶು ಯಾಕೆ ಪೊಲೀಸ್ ಮೇಲೆ ಹಲ್ಲೆ ಮಾಡಿದ? ಅವನ ಸ್ನೇಹಿತರು ಯಾಕೆ ಆರ್.ವಿ. ಸಮಾಧಿಯನ್ನು ಒಡೆದರು. ಇದು ಕಾನೂನುಬಾಹಿರವಾದ ಕೆಲಸ!. ಸತ್ತಿರುವವರ ಸಮಾಧಿಯನ್ನು ಒಡೆದಿರುವುದಲ್ಲದೆ ಕಾರ್ಯನಿರತರಾಗಿರುವ ಪೋಲಿಸ್ ಮೇಲೆ ಹಲ್ಲೆ

ಮಾಡಿದ್ದಾನೆ. ಹಾಗೆಯೆ ಅವನಿಗೆ ಚಿಕಿತ್ಸೆ ಮಾಡುವುದಕ್ಕೆ ಬಂದ ಡಾಕ್ಟರನ್ನು ಕೂಡ ಸಾಯಿಸೋಕೆ ನೋಡಿದ್ದಾನೆ" ಎಂದು ವಾದ ಮಂಡಿಸಿದರು.

ಕೊನೆಗೆ ಜಡ್ಜ್ ಪರಶುವಿನ ರಿಪೋರ್ಟ್ ತೆಗೆದು ನೋಡಿದಾಗ ಅಲ್ಲಿ ಅವನು ಮಾನಸಿಕ ಅಸ್ವಸ್ಥ ಅಂತಾನೆ ರಿಪೋರ್ಟ್ ಕೊಟ್ಟಿದ್ದರು ಡಾಕ್ಟರ್ ಹೇಮಂತ್.

"ಅವನು ಅದರ ಸ್ಟಾರ್ಟಿಂಗ್ ಸ್ಟೇಜ್ ಅಲ್ಲೇ ಇದ್ದಾನೆ. ತೀರಾ ಹೈ ಲೆವೆಲ್‌ಗೆ ಹೋಗಿಲ್ಲಾ. ಇದನ್ನ ಈಗಲೇ ಗುಣಮುಖ ಮಾಡಬಹುದು. ಅವನು ಆರ್.ವಿ.ಯವರ ಅಭಿಮಾನಿ ಆಗಿರೋದರಿಂದ ಅವರು ಸತ್ತ ಘಟನೆಯಿಂದ ಆಘಾತಕ್ಕೆ ಒಳಗಾಗಿ ಅವನು ಅಷ್ಟು ಮಾನಸಿಕವಾಗಿ ಖಿನ್ನತೆಗೆ ಒಳಗಾಗಿದ್ದ. ಅವಾಗ ಅವನೇ ಆರ್.ವಿ. ತರಹ ಆಗಿ, ಅಂದರೆ ಆ ದ್ವೈತ ಅನ್ನೋ ಪುಸ್ತಕನಾ ಆರ್.ವಿ. ಬರೆದು ಮುಗಿಸೋಕೆ ಆಗಿಲ್ಲವಲ್ಲ, ಅದನ್ನ ತಾನು ಮಾಡಬೇಕು ಅನ್ನೋ ತರಹ ಪರುಶು ಅವನಿಗವನೇ ಆರ್.ವಿ. ಅಂತ ಹೇಳ್ಕೊಂಡು ಅವನು ಆರ್.ವಿ.ಯಾಗಿ ಬದಲಾದ" ಎಂದರು ಡಾಕ್ಟರ್ ಹೇಮಂತ್ ಕಟಕಟೆಯಲ್ಲಿ ನಿಂತು.

"ಡಾಕ್ಟರ್ ಮೇಲೆ ಹಲ್ಲೆ ಮಾಡಿದ ಸಂದರ್ಭದಲ್ಲಿ ಅವನು ಬರೆಯುತ್ತಿದ್ದ ಪೇಪರ್ ಮೇಲಿನ ದ್ವೈತ ಹೆಸರಿನ ಮೇಲೆ ಡಾಕ್ಟರ್ ಕಾಲಿಟ್ಟಾಗ ಕೋಪ ಬಂದು ಆ ಒಂದು ಕಾರಣಕ್ಕೆ ಅವರನ್ನ ಹಿಂದೆ ತಳ್ಳಿದ್ದು. ಕೊಲೆ ಮಾಡೋ ಉದ್ದೇಶ ಅವನಿಗೆ ಇರಲಿಲ್ಲ. ಗೌರೀಶ್ ಮೇಲೆ ಹಲ್ಲೆ ಮಾಡೋಕೆ ಕಾರಣ ಏನೆಂದರೆ ಡಾಕ್ಟರ್ ತಪಾಸಣೆ ಮಾಡುವಾಗ ಪರಶು ಅವರಿಗೆ ಸರಿಯಾಗಿ ಸ್ಪಂದಿಸುತ್ತಿರಲಿಲ್ಲ. ಆ ಕ್ಷಣದಲ್ಲಿ ಪೊಲೀಸ್ ಸಬ್ ಇನ್ಸ್‌ಪೆಕ್ಟರ್ ಗೌರೀಶ್ ಒಳಗಡೆ ಬಂದರು. ಆಗ ಇವರು ಮಾತಾಡೋ ಜೋರು ಶಬ್ದ ಇಷ್ಟವಾಗದೆಯೊ ಅಥವಾ ತನ್ನ ಏಕಾಗ್ರತೆಗೆ ಅಡ್ಡ ಬಂದ ಇವರ ಜೋರು ಧ್ವನಿಗೆ ಕೋಪ ಬಂದೊ ಆ ರೀತಿ ಮಾಡಿದ್ದಾನೆ. ಗಲಾಟೆಯಲ್ಲಿ ತಾನೇನು ಮಾಡುತ್ತಿದ್ದೀನಿ ಅಂತ ಅವನಿಗೆ ಗೊತ್ತಾಗಿಲ್ಲ.

"ಅದು ಆಚಾತುರ್ಯವಾಗಿ ನಡೆದಿರುವುದೇ ಹೊರತು ಯಾವುದೇ ಉದ್ದೇಶಪೂರ್ವಕವಾಗಿ ಇರಲಿಲ್ಲ. ಅವರಿಗೂ ಇವರಿಗೂ ಸಂಬಂಧಾನೇ ಇಲ್ಲಾ ಅಂದ್ಮೇಲೆ ಅವರ ಮೇಲೆ ಯಾಕೆ ಹಲ್ಲೆ ಮಾಡ್ತಾನೆ? ಈ ಕೇಸನ್ನು ಇಲ್ಲೇ ಕ್ಲೋಸ್ ಮಾಡಿ ಆರ್.ವಿ. ವಿಚಾರಣೆ ಏನಿದೆಯೋ ಅದನ್ನ ವಿಚಾರಣೆ ಮಾಡಲು ಅನುಮತಿ ಕೊಡಿ" ಎಂದು ಉಮಾಪತಿಯವರು ಹೇಳಿದರು.

ಆದರೆ ಸರ್ಕಾರಿ ಪರ ವಕೀಲರ ವಾದ ಮಾಡುತ್ತಾ "ಅವನು ಮಾನಸಿಕ ಅಸ್ವಸ್ಥನೆಂದು ಒಪ್ಪಿಕೊಳ್ಳೋಣ. ಆದರೆ ಅವನ ಫ್ರೆಂಡ್ಸ್ ಆರ್.ವಿ. ಸಮಾಧಿನಾ ಒಡೆದಿದ್ದಾರೆ. ಸತ್ತಿರುವವರ ಸಮಾಧಿಯನ್ನು ಅದು ಹೇಗೆ ಒಡೆದರು?

ಇವರೇ ಏನೋ ಮಾಡಿ ಈಗ ತಮಗೇನು ಗೊತ್ತಿಲ್ಲವೆಂದು ಹೇಳ್ತಿರಬಹುದು ಆಲ್ವಾ? ನಮಗೆ ಸಿಕ್ಕಿರೋ ಆಡಿಯೋ ಕ್ಲಿಪ್ ಕೊನೆಯಲ್ಲಿ ಅವರೇ ಸುಳ್ಳು ಹೇಳಿ ಮಾಡಿರಬಹುದು. ಅದಕ್ಕೂ ಮೊದಲೇ ಇವರಲ್ಲೇ ಯಾರೋ ಆರ್.ವಿ. ಶವಾನ ಕಾಣೆ ಮಾಡಿರಬಹುದು. ಆದರು ಇವರು ಮಾಡಿಲ್ಲ ಅಂದರೂ ಇವರು ಸಮಾಧಿ ಒಡೆದಿರೋದು ಕಾನೂನುಬಾಹಿರ ಅದಕ್ಕಾದ್ರೂ ಇವರುಗಳಿಗೆ ಶಿಕ್ಷೆ ಆಗಲೇಬೇಕು.

"ಸಗಣು ಆರ್.ವಿ.ಯವರ ದೊಡ್ಡ ಅಭಿಮಾನಿ ಅಂತ ಇವರೇ ಹೇಳಿದ್ರಲ್ಲ, ಅವನಿಗೆ ಮಾನಸಿಕ ಅಸ್ವಸ್ಥತೆ ಕೂಡ ಇತ್ತು. ಆರ್.ವಿ. ಅವರು ಸತ್ತ ನಂತರ ಹೀಗೆ ಆಯ್ತು ಅಂತ. ಹಾಗಾದ್ರೆ ಹೀಗೆ ಆಗಿರಬಹುದಲ್ಲ. ಇವನೇ ಬಂದಿರಬಹುದು ಆರ್.ವಿ. ಸಮಾಧಿ ಒಡೆದು ಶವಾನಾ ತೆಗೆದುಕೊಂಡು ಹೋಗಿರಬಹುದು. ಬೇರೆ ಕಡೆ ಹೂತು ಹಾಕಿರಬಹುದು. ಇಲ್ಲಾ ಮನೆಯಲ್ಲೇ ಇಟ್ಟುಕೊಂಡಿರಲೂ ಬಹುದು. ಇವನ ಅಸ್ವಸ್ಥತೆಯಿಂದ ಸಮಾಜದ ಒಬ್ಬ ಗಣ್ಯ ವ್ಯಕ್ತಿ ಸಮಾಧಿ ಧ್ವಂಸವಾಗಿದೆ. ಹಾಗಾಗಿ ಅವನಿಗೆ ನೀವು ಶಿಕ್ಷೆ ಕೊಡಲೇಬೇಕು. ಇಲ್ಲವಾದಲ್ಲಿ ಅವನು ಮಾನಸಿಕ ಅಸ್ವಸ್ಥತೆಯಿಂದ ಗುಣಮುಖನಾಗಿ ಬಂದ ನಂತರವಾದರೂ ಅವನಿಗೆ ಶಿಕ್ಷೆ ಕೊಡಬೇಕು. ಅಕಸ್ಮಾತ್ ಅದು ಸಾಧ್ಯವಾಗದಿದ್ದ ಪಕ್ಷದಲ್ಲಿ ಅವನ ಕುಕೃತ್ಯಕ್ಕೆ ಅವನ ಜೊತೆ ಅವನ ಫ್ರೆಂಡ್ಸ್ ಕೂಡ ಶಾಮೀಲು ಆಗಿದ್ದಾರೆ. ಅವರಿಗೂ ಶಿಕ್ಷೆ ಕೊಡಬೇಕು" ಎಂದು ವಾದವನ್ನು ಮಂಡಿಸಿದರು ಸರ್ಕಾರಿ ಪರ ವಕೀಲರು.

ಆಗ ಉಮಾಪತಿಯವರು "ಅದು ಹೇಗೆ ಆಗುತ್ತದೆ, ಇವರು ಹೇಳಿದ್ದರಿಂದಾನೆ ತಾನೇ ಎಲ್ಲಾ ವಿಷಯ ಗೊತ್ತಾಗಿದ್ದು. ಆರ್.ವಿ. ಯವರ ಶವ ಅಲ್ಲಿ ಇಲ್ಲಾ ಎಂದು ಇವರು ಓಪನ್ ಮಾಡಿ ನೋಡಿದಾಗ್ಲೇ ತಾನೇ ಗೊತ್ತಾಗಿದ್ದು. ಇಲ್ಲಾ ಹಾಗೇ ಇದ್ದಿದ್ದರೆ ಅದು ಯಾರಿಗೂ ಗೊತ್ತಾಗುತ್ತಲೇ ಇರಲಿಲ್ಲ. ಅಲ್ಲಿ ಆರ್.ವಿ.ಯವರ ಶವವಿದೆ, ಅವರು ಸಮಾಧಿ ಮಾಡಿದ್ದಾರೆ ಅಂತ ಮಾತ್ರ ತಿಳಿದುಕೊಳ್ಳುತ್ತಿದ್ದರು" ಎಂದು ತಮ್ಮ ವಾದವನ್ನು ಹೇಳಿದರು.

ಅದನ್ನು ಒಪ್ಪದ ಸರ್ಕಾರಿ ಪರ ವಕೀಲರು "ಸರಿ ನಿಮ್ಮ ಮಾತು ಒಪ್ಪೋದು ಬಿಡೋದು ಎರಡನೆ ವಿಷಯ. ಮೊದಲು ಆರ್.ವಿ. ಶವ ಎಲ್ಲಿದೆಯೆಂದು ಹೇಳಿ. ಆರ್.ವಿ. ಸತ್ತಾಗ ಪೋಸ್ಟ್ ಮಾರ್ಟಂ ಕೂಡ ಆಗಿಲ್ಲವೆಂದು ಹೇಳಿದ್ದೀರಾ. ಆದರೆ ಶವ ಏನಾಯ್ತು? ಶವ ಇದ್ದಿದ್ದರೆ ಮತ್ತೆ ಪೋಸ್ಟ್ ಮಾರ್ಟಂ ಮಾಡಬಹುದಿತ್ತು. ಆದರೆ ಶವವೇ ಇಲ್ಲವೆಂದರೆ ಏನರ್ಥ? ನನಗನ್ನಿಸುವ ಪ್ರಕಾರ ಇವನು ಅವರ ಅಭಿಮಾನಿ ಅಂತ ಹೇಳ್ಕೊಂಡು, ಇವರೆಲ್ಲಾ ಸೇರಿಕೊಂಡು ಅವರನ್ನು ಏನಾದರೂ ಸಾಯಿಸಿರಬಹುದಾ? ಅದಕ್ಕೆ ಶವವೂ ಕೂಡ ಇವರೇ ಕಾಣೆ ಮಾಡಿರಬಹುದಾ?. ಕೊನೆಯ ಕ್ಷಣದಲ್ಲಿ ಅಲ್ಲಿ

ಹೀಗೆ ಆಗಿದೆ ಅಂದರೆ ಇದಕ್ಕೆ ಡಾಕ್ಟರ್ ಹೇಮಂತ್ ಕೂಡ ಹೊಣೆ ಆಗ್ತಾರೆ. ಅಂದರೆ ಅವರು ಕೂಡ ಇವರ ಜೊತೆ ಶಾಮಿಲಾಗಿರಬಹುದಾ? ಯಾಕೆಂದರೆ ಈ ಆಡಿಯೋ ಕ್ಲಿಪ್ ಅಲ್ಲಿ ಅವರು ಸೇರಿಕೊಂಡಿರುವುದರಿಂದ ಆ ಅನುಮಾನ ಮೂಡಿದೆ. ಇವರೆಲ್ಲಾ ಸೇರಿ ಆರ್.ವಿ.ಯವರನ್ನ ಉಪಾಯ ಮಾಡಿ ಕೊಲೆ ಮಾಡಿರಬೇಕು. ಅದಕ್ಕೆ ಪೋಸ್ಟ್ ಮಾರ್ಟಂ ಕೂಡ ಮಾಡಿಸದೆ ಅದನ್ನ ಮಣ್ಣು ಮಾಡಿದ್ದಾರೆ" ಎಂದು ಹೇಳಿದರು ಸರ್ಕಾರಿ ಪರ ವಕೀಲರು.

ಪೋಸ್ಟ್ ಮಾರ್ಟಂ ಹೆಡ್ ಆಗಿರೋ ನವೀನನನ್ನು ವಿಚಾರಣೆಗಾಗಿ ಅಲ್ಲಿಗೆ ಕರೆಸಿದರು. "ಹೌದು ನಾನು ಪೋಸ್ಟ್ ಮಾರ್ಟಂ ಮಾಡ್ತೀನಿ ಅಂತ ಕೇಳಿಕೊಂಡರೂ ಕೂಡ ಡಾಕ್ಟರ್ ಹೇಮಂತ್ ಅದಕ್ಕೆ ಅವಕಾಶ ಕೊಡಲಿಲ್ಲ. ಆರ್.ವಿ.ಯವರು ಕಟ್ಟಡದಿಂದ ಕೆಳಗೆ ಬೀಳೋದು ನಾನೇ ನೋಡಿದ್ದೀನಿ. ಕೆಳಗೆ ಬಿದ್ದ ಕ್ಷಣದಲ್ಲೇ ತುಂಬಾ ರಕ್ತ ಹೋಗಿ ಅವರು ಬಿದ್ದ ತಕ್ಷಣ ಸತ್ತು ಹೋಗಿದ್ದಾರೆ, ಬದುಕಿಲ್ಲ. ಹಾಗೆ ಸತ್ತ ಮೇಲೂ ಕೂಡ ಅವರ ದೇಹನ ಇಂಚಿಂಚಾಗಿ ಕುಯ್ದು ಅವರಿಗೆ ಚಿತ್ರಹಿಂಸೆ ಮಾಡೋದು ಬೇಡ ಅಂತ ಹೇಳಿ ಅವರೇ ಪೆಟ್ಟಿಗೆಯಲ್ಲಿ ಹಾಕಿ ಮಣ್ಣು ಮಾಡಿಸಿದ್ದು" ಅಂತ ಡಾಕ್ಟರ್ ಹೇಮಂತ್ ಮೇಲೆ ಆರೋಪ ಹೊರಿಸಿದ.

"ಅಂದರೆ ಇವರೇ ಸಂಚು ಮಾಡಿ ಆರ್.ವಿ. ಅವರನ್ನ ಉದ್ದೇಶ ಪೂರ್ವಕವಾಗಿ ಕೊಂದು ಅದರಿಂದ ಮತ್ತೇನಾದ್ರೂ ಸಮಸ್ಯೆಯಾಗುತ್ತದೆ ಅಂತ ಅದನ್ನ ಈಗ ಬೇರೆ ಕಡೆ ತಿರುಗಿಸಿದ್ದಾರೆ. ಡಾಕ್ಟರ್ ಹೇಮಂತ್ ಅವರಿಗೂ ಶಿಕ್ಷೆ ಆಗಲೇಬೇಕು" ಎಂದು ಸರ್ಕಾರಿ ಪರ ವಕೀಲರು ತಮ್ಮ ವಾದವನ್ನು ಮಂಡಿಸಿದ್ದರು.

ಈಗ ಉಮಾಪತಿಯವರ ಹತ್ತಿರ ವಾದ ಮಾಡಲು ಯಾವ ಪಾಯಿಂಟ್ ಸಹ ಇರಲಿಲ್ಲ. ಈಗ ಅವರಿಗೆ ಬಲವಾದ ಸಾಕ್ಷಿ ಯಾವುದೇ ಇಲ್ಲದಾಗಿತ್ತು. ಈಗ ಪರಶು ಏನೂ ಮಾಡಿಲ್ಲ ಅಂದರೂ ಮಾಡಿದ್ದಾನೆ ಅಂತಾನೇ ಒಪ್ಪಿಕೊಳ್ಳಬೇಕಾಗುತ್ತದೆ, ಯಾಕೆ ಅಂದ್ರೆ ಮಾನಸಿಕ ಅಸ್ವಸ್ಥತೆ ಇರೋದ್ರಿಂದ ಗೊತ್ತಿಲ್ಲದೇ ಡಾಕ್ಟರ್ ಮೇಲೆ ಹಾಗೂ ಗೌರೀಶ್ ಮೇಲೆ ಹಲ್ಲೆ ನೆಡಿಸಿದ್ದಾನೆ. ಹಾಗೆ ಆರ್.ವಿ.ಯವರ ದೇಹವನ್ನು ಕೂಡ ಗೊತ್ತಿಲ್ಲದೆ ಸಮಾಧಿಯಿಂದ ಹೊರಗೆ ತೆಗೆದಿರಬಹುದು. ಅಷ್ಟಕ್ಕೂ ಅವನಿಗೆ ಈ ಕಾಯಿಲೆ ಮೊದಲಿಂದಾನೂ ಇರಬಹುದು. ಎಷ್ಟು ದಿನದಿಂದ ಇದೆ ಎಂದು ಹೇಳಕಾಗಲ್ಲ ಎಂದು ಯೋಚಿಸುತ್ತಾ ಚಿಂತೆಗೆ ಬಿದ್ದರು ಉಮಾಪತಿ.

ಪರಶು ಮಾನಸಿಕ ಅಸ್ವಸ್ಥನಾಗಿದ್ದನೆಂದು ಅವನು ಹಾಸ್ಪಿಟಲ್‌ಗೆ ಹೋದರೂ ಕೂಡ ಅವನ ಸ್ನೇಹಿತರು ಇದಕ್ಕೆ ಸಪೋರ್ಟ್ ಮಾಡಿದ್ದಾರೆಂದು, ಹಾಗೆಯೇ ಇದಕ್ಕೆ ಸಂಬಂಧವೇ ಇರದ ಫರ್ನಾಂಡಿಸ್ ಕೂಡ ಇದರಲ್ಲಿ

ಭಾಗಿಯಾಗಿ ತಮ್ಮ ಸ್ಟೂಡೆಂಟ್ಸ್‌ನ ಕಾಪಾಡಿಕೊಳ್ಳಲು ಸತ್ಯ ಮುಚ್ಚಿಟ್ಟಿದ್ದಾರೆ ಅಂದರೆ ಅವರಿಗೂ ಶಿಕ್ಷೆ ಖಾಯಂ.

ಆರ್.ವಿ.ಯವರಿಗೂ ಹಾಗೂ ಇವರೆಲ್ಲರಿಗೂ ಇರುವ ಸಂಬಂಧ ಏನೋ? ಯಾವುದೋ?.

ವಾದ ಪ್ರತಿವಾದ ಆಲಿಸಿದ ನ್ಯಾಯಾಧೀಶರು ತೀರ್ಪು ಕೊಡುವುದೊಂದೇ ಬಾಕಿ ಉಳಿದಿತ್ತು. ನ್ಯಾಯ ತಲೆಕೆಳಗಾಗಿ ಅನ್ಯಾಯ ಮೆರೆಯುವ ಸಾಹಸ ಮಾಡಿತು. ಕೋರ್ಟ್ ಸಭಾಂಗಣ ಮೌನ ನಿಶ್ಶಬ್ದದಿಂದ ಕೂಡಿತ್ತು. ಕೈನಲ್ಲಿ ಪೆನ್ನು ಹಿಡಿದು ಪ್ರತಿಯೊಂದು ಅಂಶವನ್ನು ಬರೆದು ಯಾವ ಶಿಕ್ಷೆಯನ್ನು ವಿಧಿಸಬೇಕೆಂದು ನ್ಯಾಯಾಧೀಶರು ಆಲೋಚಿಸುತ್ತಿದ್ದರು.

ತನ್ನ ಮಗನನ್ನು ಹೇಗಾದರೂ ಮಾಡಿ ಶಿಕ್ಷೆಯಿಂದ ತಪ್ಪಿಸು ಎಂದು ಕೈಮುಗಿದು ಬೇಡುತ್ತಾ ಪರಶು ತಂದೆ ಅಶ್ರುಧಾರೆಗರೆದರು, ವಕೀಲ ಉಮಾಪತಿಯವರ ಬಳಿ. ಈಗಾಗಲೇ ಪರಶು ತಾಯಿ ಮಗನ ಕೇಸ್ ವಿಚಾರವಾಗಿ ಆರೋಗ್ಯ ಹದಗೆಟ್ಟು ಆಸ್ಪತ್ರೆ ಸೇರಿದ್ದರು. ಪರಶು ಸ್ನೇಹಿತರು ಸಹ ಈ ಕೇಸಿನಡಿಯಲ್ಲಿ ಶಿಕ್ಷೆ ಅನುಭವಿಸುವುದು ಖಾಯಂ ಆಗಿತ್ತು.

'ನಾನು ಈ ವಿಷಯ ಕೆದಕಿ ಅನ್ಯಾಯವಾಗಿ ಉಜ್ವಲ ಭವಿಷಯ ಕಾಣಬೇಕಿದ್ದ ಹುಡುಗರನ್ನು ಜೈಲು ಪಾಲು ಮಾಡಿಬಿಟ್ಟೆನಲ್ಲ' ಎಂದು ಫರ್ನಾಂಡಿಸ್ ಕೂಡ ದುಃಖತಪ್ತರಾದರು.

ಡಾಕ್ಟರ್ ಹೇಮಂತ್ ಏನನ್ನೂ ಹೇಳದೇ ನಿಂತರು ಎನ್ನುವುದಕ್ಕಿಂತ ಏನು ಮಾಡಬೇಕೆಂದು ತೋಚದೇ ಮೂಕವಾಗಿ ನಿಂತರು. ತಪ್ಪಿತಸ್ಥರಾದ ಡಾಕ್ಟರ್ ಹೇಮಂತ್ ಪರಶು ಬಗ್ಗೆ ನೀಡಿದ ವೈದ್ಯಕೀಯ ಪ್ರಮಾಣಪತ್ರ ಸುಳ್ಳು ಎಂದು ಭಾವಿಸಿ ಮತ್ತೊಮ್ಮೆ ಪರಶುವನ್ನು ಮಾನಸಿಕ ಪರೀಕ್ಷೆಗೆ ಒಳಪಡಿಸಿದರು.

"ತೀರ್ಪನ್ನು ಮುಂದಿನ ದಿನಾಂಕ 24–06–1993 ರಂದು ನೀಡಲಾಗುವುದು" ಎಂದು ನ್ಯಾಯಾಧೀಶರು ಕೋರ್ಟಿನಿಂದ ಹೊರ ನಡೆದರು.

ಇಂದೇ ಎಲ್ಲರಿಗೂ ಶಿಕ್ಷೆಯಾಗುತ್ತದೆಂದು ಊಹಿಸಿ ಸಂಭ್ರಮಪಟ್ಟಿದ್ದ ಡಾಕ್ಟರ್ ನವೀನ್, ಪೋಲೀಸ್ ಸಬ್ ಇನ್ಸ್‌ಪೆಕ್ಟರ್ ಗೌರೀಶ್‌ರಿಗೆ ಅದು ಸಹಿಸಲಸಾಧ್ಯವಾಯಿತು. ಆದರೂ ಚಿಂತೆಯಿಲ್ಲಾ 2 ದಿನ ಮುಂದಕ್ಕೆ ಹಾಕಿದ್ದಾರೆ ಅಷ್ಟೇ ಎಂದು ಸುಮ್ಮನಾದರು.

ಡಾಕ್ಟರ್ ಹೇಮಂತ್, ಪ್ರಿನ್ಸಿಪಾಲ್ ಫರ್ನಾಂಡಿಸ್, ಪರಶು ಹಾಗೂ ಅವನ ಸ್ನೇಹಿತರನ್ನು ಪೋಲೀಸ್ ಸ್ಟೇಷನ್‌ನಲ್ಲಿ ಇಡಲಾಯಿತು.

ಪರಶು ಈತರ ಹುಚ್ಚುಚ್ಚಾಗಿ ಆಡಿದ್ದೇ ಇಷ್ಟಕ್ಕೆಲ್ಲಾ ಕಾರಣವಾಗಿದ್ದು. ಸಂಬಂಧ ಪಡದೆ ಹೋದರೂ ನಾವೆಲ್ಲಾ ಇವನ ಜೊತೆ ಜೈಲಿಗೆ ಹೋಗುವ

ಹಾಗಾಯ್ತು ಎಂದು ಪರಶು ಸ್ನೇಹಿತರು ತಲಾ ಒಂದೊಂದು ಮಾತನಾಡಲು ಶುರು ಮಾಡಿದರು.

ತನ್ನ ಸೋದರಳಿಯ ತರುಣ್ ಕೂಡ ಈ ಕೇಸಿನ ವಿಚಾರವಾಗಿ ಜೈಲು ಪಾಲಾಗುತ್ತಿದ್ದಾನೆ ಎಂದು ತಿಳಿದ ಅಮೇರರಿಗೆ ಬಹಳ ಸಂಕಟವಾಯಿತು. ಆತ್ಮದ ವಿಚಾರವಾಗಿ ಶುರುವಾದ ಈ ಚರ್ಚೆ ಇಂದು ಕಾನೂನಿನ ಮುಂದೆ ಶಿಕ್ಷೆ ಅನುಭವಿಸುವಂತೆ ಮಾಡಿದೆ. ಇವನಿಗಾದರೂ ಆ ಹುಡುಗರ ಸಹವಾಸ ಏಕೆ ಬೇಕಿತ್ತು. ತಂದೆ ತಾಯಿ ಹೇಳಿದಂತೆ ಕೇಳಿಕೊಂಡು ಓದಿದರೆ ಸಾಕಾಗಿತ್ತು ಎಂದು ಪೇಚಾಡಿದರು.

'ನನ್ನಿಂದ ನನ್ನ ಸ್ನೇಹಿತರು ಕೂಡ ಜೈಲು ಪಾಲಾಗಿ ಅವರ ಕನಸನ್ನು ಮಣ್ಣು ಮಾಡಿದೆ ನಾನು. ನಾನು ಬದುಕಿ ಇನ್ನೇನು ಸಾಧಿಸಬೇಕು. ಕೋರ್ಟ್ ಆವರಣದಲ್ಲೇ ಇದಕ್ಕೂ ನನ್ನ ಸ್ನೇಹಿತರಿಗೂ ಯಾವುದೇ ಸಂಬಂಧ ಇಲ್ಲವೆಂದು ಹೇಳಿ ನಾನು ಅಲ್ಲಿನ ಪೋಲೀಸ್ ಸಿಬ್ಬಂದಿಯಿಂದ ಪಿಸ್ತೂಲ್ ಕಸಿದುಕೊಂಡು ಸಾಯಬೇಕು' ಎಂದು ನಿರ್ಧಾರ ಮಾಡಿದ ಪರಶು.

ಡಾಕ್ಟರ್ ಹೇಮಂತ್ ಈಗಲೂ ಮೌನದಲ್ಲೇ ಮುಳುಗಿಹೋದರು. 'ಚಿಕಿತ್ಸೆಗಾಗಿ ಬಂದವನು ಕೋರ್ಟ್ ಮೆಟ್ಟಿಲು ಏರುವಂತಾಯ್ತು, ಜೊತೆಗೆ ಈ ವ್ಯೂಹದಲ್ಲಿ ನನ್ನನ್ನೂ ಸಿಲುಕಿಸಿ ಬಿಟ್ಟರು. ಅಂದು ಫಾದರ್ ಫರ್ನಾಂಡಿಸ್ ನನ್ನ ಬಳಿ ಮಾತನಾಡಲು ಬಂದಾಗಲೇ ನಾನು ಅವರಿಗೇ ಸ್ಪಂದಿಸಿದ್ದರೆ ಇಂದು ಇಷ್ಟೆಲ್ಲ ಆಗಲು ಸಾಧ್ಯವೇ ಇರಲಿಲ್ಲ. ನನ್ನಿಂದಲೇ ಇಷ್ಟೆಲ್ಲ ಆಗೋಯ್ತು' ಎಂದು ಮರುಕ ಪಟ್ಟರು.

ಪ್ರತಿಷ್ಠಿತ ಕಾಲೇಜಿನ ಪ್ರಾಂಶುಪಾಲರಾದ ಫಾದರ್ ಫರ್ನಾಂಡಿಸ್‌ರವರು ಆರ್.ವಿ. ಸಾವಿನಲ್ಲಿ ಭಾಗಿ ಎಂದು ದೊಡ್ಡ ದೊಡ್ಡ ಪತ್ರಿಕೆಗಳಲ್ಲಿ ಬಂದಾಗ ಕ್ರೈಸ್ತ ಕಾಲೇಜಿನ ಮೇಲಾಧಿಕಾರಿಗಳು ಸಹ ಕೈಚೆಲ್ಲಿ ಕುಳಿತರು. ಇವರಿಂದ ನಮ್ಮ ಸಂಸ್ಥೆಗೆ ಕೆಟ್ಟ ಹೆಸರು ಬಂತೆಂದು ಅವರಿಗೇ ಕಾನೂನಿನ ರೀತಿಯಿಂದ ಯಾವುದೇ ಸಹಾಯ ಮಾಡದಾದರು.

ಪರಶು ಮಾನಸಿಕ ಅಸ್ವಸ್ಥನಲ್ಲವೆಂದು ಉದ್ದೇಶಪೂರ್ವಕವಾಗಿ ನಾಟಕ ಮಾಡಿದ ನವೀನ್. ಪರಶುವಿನ ಮಾನಸಿಕ ಪರೀಕ್ಷೆಯನ್ನು ಮಾಡದೇ ಅವನು ಆರೋಗ್ಯವಂತನೆಂದು ರಿಪೋರ್ಟ್ ಬದಲಾಯಿಸಿದ ನವೀನ್. ನ್ಯಾಯವನ್ನು ತನ್ನೆಡೆಗೆ ತಿರುಗಿಸಿಕೊಳ್ಳಲು ತನಗೆ ಹೇಗೆ ಬೇಕೋ ಹಾಗೇ ರಿಪೋರ್ಟ್ ತಯಾರಿಸಿದ್ದ ನವೀನ್.

ದಿನಾಂಕ 24.06.1993.

ನ್ಯಾಯಾಧೀಶರ ಸಮ್ಮುಖದಲ್ಲಿ ಅಪರಾಧಿಗಳನ್ನು ಹಾಜರು ಪಡಿಸಿದರು. ಪ್ರಸ್ತುತ ಪರಶುವಿನ ಮಾನಸಿಕ ಸ್ಥಿತಿಯ ಬಗ್ಗೆ ನವೀನ್ ಕೊಟ್ಟಿದ್ದ ತಪ್ಪಾದ

ರಿಪೋರ್ಟ್ ನೋಡಿದ ನ್ಯಾಯಾಧೀಶರು ಅವನನ್ನೂ ಸಹ ಆರೋಪಿಯೆಂದೇ ತೀರ್ಪು ನೀಡಿದರು.

ಪ್ರತಿಯೊಂದು ತಪ್ಪಿಗೂ ಸೂಕ್ತ ಶಿಕ್ಷೆಯ ಮಿತಿಯನ್ನು ವಿಧಿಸಿ ತಮ್ಮ ತೀರ್ಪನ್ನು ಹೇಳಲು ಮುಂದಾದರು ನ್ಯಾಯಾಧೀಶರು.

ಡಾಕ್ಟರ್ ಹೇಮಂತ್ ಮೇಲೆ ಸೆಕ್ಷನ್ 191, 201 (ಸುಳ್ಳು ಸಾಕ್ಷ್ಯ, ಅಪರಾಧದ ಪುರಾವೆಗಳು ಕಣ್ಮರೆಯಾಗುವಂತೆ ಮಾಡುವುದು), ಸೆಕ್ಷನ್ 300 (ಕೊಲೆ), ಸೆಕ್ಷನ್ 470 (ನಕಲಿ ದಾಖಲೆ ಸೃಷ್ಟಿ). ಜಾಮೀನುರಹಿತ ಏಳು ವರ್ಷಗಳ ಕಾಲ ಶಿಕ್ಷೆ,

ಪ್ರಿನ್ಸಿಪಾಲ್ ಫರ್ನಾಂಡಿಸ್‌ರವರ ಮೇಲೆ ಸೆಕ್ಷನ್ 116 (ಅಪರಾಧಕ್ಕೆ ಕುಮ್ಮಕ್ಕು ಕೊಟ್ಟು ಅಪರಾಧ ಮಾಡದಿದ್ದರೂ ಜೈಲು ಶಿಕ್ಷೆ?), ಸೆಕ್ಷನ್ 212 (ಅಪರಾಧಿಗೆ ಆಶ್ರಯ ನೀಡಿ ಸತ್ಯ ಮರೆ ಮಾಚುವುದು). ಸಮಾಜದಲ್ಲಿ ಅವರ ಒಳ್ಳೆಯ ಹೆಸರನ್ನು ಪರಿಗಣಿಸಿ ಅವರಿಗೆ 25 ಸಾವಿರ ರೂಪಾಯಿಯ ದಂಡವನ್ನು ವಿಧಿಸಲಾಯಿತು.

ಪರಶುವಿಗೆ ಪೋಲೀಸ್ ಅಧಿಕಾರಿ ಮೇಲೆ ಹಲ್ಲೆ ಮಾಡಿದ್ದಕ್ಕಾಗಿ ಸೆಕ್ಷನ್ 333 (ಸಾರ್ವಜನಿಕ ಸೇವಕನಿಗೆ ಗಾಯ), ಪರಶು ಮತ್ತು ಅವನ ಸ್ನೇಹಿತರಿಗೆ ಸೆಕ್ಷನ್ 318 (ಮೃತ ದೇಹವನ್ನು ರಹಸ್ಯವಾಗಿ ವಿಲೇವಾರಿ ಮಾಡುವುದು) ಕಾರ್ಯನಿರತ ಸೆಕ್ಷನ್ 108 (ಅಪರಾಧಕ್ಕೆ ಕುಮ್ಮಕ್ಕು), ಸೆಕ್ಷನ್ 116 (ಅಪರಾಧಕ್ಕೆ ಕುಮ್ಮಕ್ಕು ಕೊಟ್ಟು ಅಪರಾಧ ಮಾಡದಿದ್ದರೂ ಜೈಲು ಶಿಕ್ಷೆ), ಸೆಕ್ಷನ್ 297 (ಸಮಾಧಿ ಸ್ಥಳಗಳ ಮೇಲೆ ಅತಿಕ್ರಮಣ) ಇವರುಗಳನ್ನು ವಿದ್ಯಾರ್ಥಿಗಳಾದ್ದರಿಂದ ಅವರ ಭವಿಷ್ಯವನ್ನು ಗಮನದಲ್ಲಿಟ್ಟುಕೊಂಡು ಎಲ್ಲರಿಗೂ ಜಾಮೀನು ರಹಿತ ಎರಡು ವರ್ಷದ ಸಾಧಾರಣ ಸಜೆಯನ್ನು ವಿಧಿಸಲಾಯಿತು.

ಮೇಲ್ಕಂಡ ಶಿಕ್ಷೆಯನ್ನು ವಿಧಿಸಲಾಗಿದೆ ಎಂದು ತೀರ್ಪು ನೀಡಿದರು. ಕೊನೆಯಲ್ಲಿ ತಮ್ಮ ಸಹಿ ಹಾಕುವಾಗ ಕೋರ್ಟಿನ ಹೊರ ಭಾಗದಲ್ಲಿ ಇದ್ದಕ್ಕಿದ್ದಂತೆ ಗದ್ದಲ ಶುರುವಾಗಿತ್ತು. ಮಾಧ್ಯಮಗಳನ್ನು ಪೊಲೀಸರು ತಡೆಯುವಲ್ಲಿ ವಿಫಲರಾಗಿ ಮಾಧ್ಯಮ ಮಿತ್ರರು ನ್ಯಾಯಾಲಯದ ಒಳಗೆ ಬಂದಿದ್ದರು. ಹೊರಗಿನ ವಾತಾವರಣ ನಿಜಕ್ಕೂ ಬದಲಾಗಿ ಹೋಗಿತ್ತು.

ಅಲ್ಲಿ ಇದ್ದಕ್ಕಿದ್ದಂತೆ ಆರ್.ವಿ.ಯವರ ದರ್ಶನವಾಗಿತ್ತು. ಸತ್ತಿದ್ದಾರೆಂದು ಕೊಂಡಿದ್ದ ವ್ಯಕ್ತಿ ಬದುಕಿ ಕೋರ್ಟ್ ಒಳಗೆ ಬಂದದ್ದು ನೋಡಿದ ನ್ಯಾಯಾಧೀಶರೆ ದಂಗಾಗಿ ಹೋಗಿದ್ದರು. ಗೆದ್ದೆವೆಂದು ಬೀಗುತ್ತಿದ್ದ ಡಾಕ್ಟರ್ ನವೀನ್ ಹಾಗೂ ಇನ್ಸ್‌ಪೆಕ್ಟರ್ ಗೌರೀಶ್ ಇಬ್ಬರಿಗೂ ಗಂಟಲ ಪಸೆ ಒಣಗಿಹೋಗಿತ್ತು.

"ಆರ್.ವಿ. ಬಂದರು, ಆರ್.ವಿ. ಬಂದರು. ಆರ್.ವಿ. ಸತ್ತಿಲ್ಲ ಈಗ ಕೇಸ್ ಉಲ್ಟಾ ಆಗುತ್ತದೆ" ಎಂದು ಕೋರ್ಟ್ ತುಂಬ ಗದ್ದಲ ಉಂಟಾಯಿತು. ನ್ಯಾಯಾಧೀಶರು ದಂಗಾಗಿ ನಿಂತುಬಿಟ್ಟರು.

ಸತ್ತವರು ಬದುಕಿ ಬಂದದ್ದು ಇತಿಹಾಸದಲ್ಲೇ ಇಲ್ಲಾ ಅಂಥದ್ದರಲ್ಲಿ ಇವರು ಹೇಗೆ ಬಂದರು ಎಂದು ಗುಸುಗುಸು ಶುರುವಾಯಿತು.

ಪರಶು ಸ್ನೇಹಿತರಾದ ತೇಜ್, ಗೌರವ್, ಧವನ್, ಕವನ, ಓಂಕಾರ್, ತರುಣ್, ಪೃಥ್ವಿ ಎಲ್ಲರಿಗು ಆರ್.ವಿ.ಯವರು ಬಂದದ್ದು ಕಂಡು ಅಂದು ಸತ್ತಿದ್ದು, ಮಣ್ಣು ಮಾಡಿದ್ದು ಎಲ್ಲ ಕಣ್ಣಾರೆ ಕಂಡು ಈಗ ಅವರನ್ನು ನೋಡಿ ಇದು ಕನಸೋ ನನಸೋ ತಿಳಿಯದಾಗಿತ್ತು.

ಯಾರ ಬಳಿಯೂ ಮಾತನಾಡದೆ ನೇರವಾಗಿ ಕಟಕಟೆ ಏರಿದ ಆರ್.ವಿ.ಯವರು ತಮ್ಮ ಮಾತನ್ನು ಶುರು ಮಾಡಿದರು. ಅವರನ್ನು ಆರ್.ವಿ. ಎಂದು ಒಪ್ಪಿಕೊಳ್ಳಲು ಕೋರ್ಟ್ ಸಭಾಂಗಣದಲ್ಲಿದ್ದ ಜನರು ಆಲೋಚನೆಗೆ ಬಿದ್ದರು. ಇನ್ನೂ ಕೋರ್ಟಿನಲ್ಲಿ ಸದ್ದಾಗುತ್ತಿದ್ದರೂ ಸಹ ನ್ಯಾಯಾಧೀಶರಿಗೆ ನಮಸ್ಕಾರ ತಿಳಿಸಿ ಎಲ್ಲರು ಶಾಂತ ರೀತಿಯಿಂದ ಇರಬೇಕೆಂದು ಕೇಳಿಕೊಂಡರು ಆರ್.ವಿ.

"ನೀವು ನಿಜವಾಗಿಯೂ ಆರ್.ವಿ. ಅವರೇನಾ?" ನ್ಯಾಯಾಧೀಶರ ಪ್ರಶ್ನೆಗೆ ನಗುತ್ತಲೇ ಹೌದೆನ್ನುವಂತೆ ತಲೆಯಾಡಿಸಿದರು ಆರ್.ವಿ.

"ಹಾಗಾದರೆ ಅಂದು ಸತ್ತದ್ದು ನಂತರ ಸಮಾಧಿ ಭಂಗ, ಶವ ನಾಪತ್ತೆ ಇದೆಲ್ಲಾ ಏನು?" ಎಂದು ನ್ಯಾಯಾಧೀಶರು ಮತ್ತೆ ಪ್ರಶ್ನೆ ಮಾಡಿದರು.

"ಅದಕ್ಕೆ ಉತ್ತರ ನಾನು ಹೇಳುವೆ" ಎಂದು ಕಟಕಟೆ ಏರಿದರು ಡಾಕ್ಟರ್ ಹೇಮಂತ್.

"ಆರ್.ವಿ.ಯವರು ಮಾನಸಿಕ ಆಸ್ಪತ್ರೆಗೆ ಬಂದು ನನ್ನ ಹತ್ತಿರ 'ಮಾನಸಿಕ ವ್ಯಕ್ತಿಗಳ ಮನಸ್ಥಿತಿ ಅರಿತು ನಾನು ಒಬ್ಬ ಮನೋರೋಗಿಯಾಗಿ ಆ ನೋವನ್ನು ಅನುಭವಿಸಿ ಕಥೆ ಬರೆಯಬೇಕು ಅದಕ್ಕೆ ನಿಮ್ಮ ಸಹಾಯ ಬೇಕು' ಎಂದು ಕೇಳಿಕೊಂಡರು. ಯಾವಾಗಲೂ ನೈಜತೆ ಎಂದು ಒದ್ದಾಡುವ ವ್ಯಕ್ತಿ ಇವರು. ಮೊದಲಿಗೆ ಆಗುವುದಿಲ್ಲ ಎಂದು ಹೇಳಿದರೂ ಕೂಡ ತಮ್ಮ ಕಥೆ ಉದ್ದೇಶ ಹಾಗೂ ಅದಕ್ಕಾಗಿ ತಮ್ಮ ಜೀವವನ್ನು ಒತ್ತೆ ಇಡುವುದಾಗಿ ಆಡಿದ ಮಾತು ಕೇಳಿ ಅವರ ಈ ಸಾಧನೆಯ ಹಾದಿಯಲ್ಲಿ ನಾನು ನನ್ನ ಕೈಲಾದ ಸಹಾಯ ಮಾಡುವ ಒಲವು ತೋರಿದೆ. ಆದರೆ ಅಲ್ಲೊಂದು ಸಮಸ್ಯೆ ಇದ್ದದ್ದು ಸ್ವತಃ ಆರ್.ವಿ.ಯವರಿಗೇ ತಿಳಿದಿರಲಿಲ್ಲ."

"ಅದೇನು ಅಂತಹ ಸಮಸ್ಯೆ ಇದ್ದದ್ದು? ಅವರಿಗೇ ತಿಳಿದಿಲ್ಲ ಅಂದರೆ ನಿಮಗೆ ಹೇಗೆ ತಿಳಿಯಿತು?" ಎಂದು ಕೇಳಿದರು ಜಡ್ಜ್.

"ಸಾವಧಾನ ನ್ಯಾಯಾಧೀಶರೆ, ನಿಮ್ಮ ಕೂತೂಹಲಕ್ಕೆ ಖಂಡಿತ ತೆರೆಯನ್ನು ಎಳೆಯುತ್ತೇನೆ. ಆರ್.ವಿ. ನನ್ನ ಬಳಿ ಬಂದು ಮಾನಸಿಕ ರೋಗಿಯಾಗಬೇಕೆಂದು ಕೇಳುವ ಮೊದಲು ಅವರು ಮಾನಸಿಕ ಅಸ್ವಸ್ಥತೆಗೆ ಒಳಗಾಗಿದ್ದರು. ಅವರು ಈ ಸಮಸ್ಯೆಯಿಂದ ಬಳಲುತ್ತಿದ್ದಾರೆ ಎಂದು ಕಂಡುಹಿಡಿಯುವಲ್ಲಿ ಬಹಳ

ಸಮಯ ಹಿಡಿಯಿತು. ಜೊತೆಗೆ ಅವರ ಕಥೆಯ ಮೇಲಿನ ಉತ್ಸಾಹದಲ್ಲಿ ಚಿಕಿತ್ಸೆ ಮುಂದುವರೆಸಿ ಮಾನಸಿಕ ರೋಗಿಯಾಗಿ ಮಾಡಿ ಎಂದು ನನ್ನನ್ನು ಪದೇ ಪದೇ ಕೇಳುತ್ತಲಿದ್ದರು"

"ಅದಿರಲಿ ಅವರಿಗೆ ಮಾನಸಿಕ ಅಸ್ವಸ್ಥತೆ ಇದೆ ಅಂತ ನಿಮಗೆ ಹೇಗೆ ಗೊತ್ತಾಯ್ತು ಅಂತ ಹೇಳಿ?" ಮಾಧ್ಯಮಗಳು ಬಾಗಿಲಿನಲ್ಲೇ ನಿಂತು ಕೂಗತೊಡಗಿದರು.

"ನನ್ನ ಮತ್ತು ಆರ್.ವಿ.ಯವರ ಮೊದಲ ಭೇಟಿ ಮುಗಿದ ನಂತರ ಸಂಜೆ ಅವರನ್ನು ನೋಡಲು ನಾನು ಅವರಿಗಾಗಿ ನೀಡಿದ ಪ್ರತ್ಯೇಕ ಕೊಠಡಿಯನ್ನು ಪ್ರವೇಶ ಮಾಡಿದಾಗ ಆರ್.ವಿ.ಯವರು ಕಥೆಯಲ್ಲಿ ಮುಳುಗಿಹೋಗಿದ್ದರು. ನಾನು ಹತ್ತಿರ ಹೋಗಿ 'ಹಾಯ್ ಸರ್' ಎಂದ ಮೇಲೆ ಕಣ್ಣೆತ್ತಿ ಮೇಲೆ ನೋಡಿ 'ಕ್ಷಮಿಸಿ ಕಥೆ ಬರೆಯುವಲ್ಲಿ ತಲ್ಲೀನನಾಗಿ ಹೋಗಿದ್ದೆ' ಎಂದು ಹೇಳುತ್ತಲೇ ಬರೆಯುತ್ತಿದ್ದ ಕಥೆಯನ್ನು ಅಲ್ಲಿಗೆ ನಿಲ್ಲಿಸಿ ಸಿಗರೇಟ್ ಕೈಗೆ ತೆಗೆದುಕೊಂಡು 'ನೀವು ಸೇದುವ ಹಾಗಿದ್ದರೆ ತೆಗೆದುಕೊಳ್ಳಿ' ಎಂದರು. ನನಗೆ ಬೇಡ, ನನಗೆ ಆ ವಾಸನೆ ಕಂಡರಾಗದು ಎಂದಾಗ ಅವರು ಬೇಸರವಿಲ್ಲದೆ ಹಾಗಾದರೆ ನಾನು ಹೊರಗೆ ಹೋಗಿ ಸಿಗರೇಟ್ ಸೇದಿ ಬರುತ್ತೇನೆ ಎಂದು ಹೋದರು. ನಾನು ಅವರ ಜಾಗದಲ್ಲಿ ಕೂತು ಅವರು ಬರೆದ ಕಥೆಯನ್ನು ಓದಲು ಶುರು ಮಾಡಿದೆ. ಮೊದಲಿಗೆ ತನ್ನ ದಿವಂಗತ ಹೆಂಡತಿ ಲಾವಣ್ಯಳಿಗೆ ಈ ಕಥೆಯನ್ನು ಸಮರ್ಪಿಸುತ್ತಿದ್ದೇನೆ ಎಂದು ಬರೆದಿದ್ದರು ಮುಂದೆ ಓದೋಣ ಎನ್ನುವಷ್ಟರಲ್ಲಿ ಆರ್.ವಿ. ಮರಳಿ ಬಂದಿದ್ದರು.

"ಡಾಕ್ಟರ್ ಆರ್.ವಿ. ಈ ಕಥೆ ಚೆನ್ನಾಗಿ ಬರೆಯಬೇಕು ಅಂತ ಇದ್ದಾನೆ ಅವನಿಗೆ ನಿಮ್ಮ ಸಹಾಯ ತುಂಬಾ ಮುಖ್ಯ ಅವನು ಹೇಳಿದಂತೆ ಸಹಾಯ ಮಾಡಿ" ಎಂದು ಸ್ವತಃ ಆರ್.ವಿ.ಯವರೇ ಕೈ ಮುಗಿದು ಕೇಳಿದರು.

"ಇವರೇನು ನಾಟಕ ಮಾಡುತ್ತಿದ್ದಾರೆ ಎಂದು ನಗುತ್ತ ಏನು ಸರ್ ಇಷ್ಟು ಬೇಗನೆ ಒಬ್ಬ ಮಾನಸಿಕ ವ್ಯಕ್ತಿ ಹೇಗೆ ವರ್ತನೆ ಮಾಡ್ತಾನೆ ಅಂತ ನನಗೆ ತೋರಿಸುತ್ತ ಇದ್ದೀರ. ನೀವು ಬರಿ ಸಾಹಿತಿಗಳಲ್ಲಾ ಒಳ್ಳೆಯ ಅಭಿನಯ ಶೀಲರು ಎಂದು ಪ್ರಶಂಸೆ ಮಾಡಿದೆ.

"ಆಗ ಅವರು ನನ್ನ ಮಾತಿಗೆ ನಕ್ಕು ನಾನು ಬರ್ತೀನಿ ಆಮೇಲೆ ಅವನು ಬರ್ತಾನೆ ಅವನ ಹತ್ರಾನೆ ಮಾತಾಡಿ ಎಂದು ಅಲ್ಲಿಂದ ಹೊರಗೆ ಹೋದರು.

"ಒಳ್ಳೆಯ ಕಥೆ ಇವರದ್ದು, ಚೆನ್ನಾಗಿ ನಾಟಕ ಮಾಡುತ್ತಾರೆ ಎಂದು ಮತ್ತೆ ಕಥೆ ಓದಲು ಮುಂದಾದೆ. ಕೆಲ ಕ್ಷಣಗಳ ನಂತರ ಮತ್ತೆ ಆರ್.ವಿ.ಯವರು ಒಳಗೆ ಬಂದು ಕಥೆ ಓದುತ್ತ ಇದ್ದೀರಾ ಹೇಗಿದೆ ಕಥೆ? ಎಂದು ಕೇಳಿದರು.

"ಆಗಲೇ ಬಂದು ನೀವೇ ನೋಡಿ ಹೋದ್ರಲ್ಲಾ ಸರ್ ಇದೇನು ಮತ್ತೇ ಪ್ರಶ್ನೆ ಮಾಡುತ್ತಾ ಇದ್ದೀರಾ ಎಂದು ಕೇಳಿದೆ.

"ನಾನಾ? ಆಗಲೇ ಸಿಗರೇಟ್ ಸೇದಿ ಬರ್ತೀನಿ ಅಂತ ಹೋದವನು ಈಗಲೇ ಬಂದದ್ದು ಎಂದರು.

"ಅವರನ್ನು ಕೊಂಚ ಕಾಲ ಅನುಮಾನದಿಂದ ನೋಡಿದ ನನಗೆ ತಕ್ಷಣ ಅವರನ್ನು ಮಾನಸಿಕ ಪರೀಕ್ಷೆಗೆ ಒಳಪಡಿಸಬೇಕು ಎಂದು ಎಲ್ಲ ಉಪಕರಣವನ್ನು ತಯಾರಿ ಮಾಡಲು ನನ್ನ ಜೂನಿಯರುಗಳಿಗೆ ಹೇಳಿದೆ. ಇವರನ್ನು ತಪಾಸಣೆ ಮಾಡಿದಾಗ ನನಗೆ ತಿಳಿದದ್ದು ಆರ್.ವಿ. ಮಾನಸಿಕ ರೋಗಿಯಾಗಿ ಬಹಳ ವರ್ಷದಿಂದ ಬಳಲುತ್ತಿದ್ದಾರೆ ಎಂದು

ಆರ್.ವಿ.ಯವರು ಕಥೆ ಬರೆಯುವಾಗ ಮಾತ್ರ ಆರ್.ವಿ.ಯಾಗಿ ವರ್ತಿಸುತ್ತಿದ್ದರು ನಂತರ ಅವರ ಮತ್ತೊಂದು ಮಾನಸಿಕ ವ್ಯಕ್ತಿತ್ವ ಹೊರಗೆ ಬರುತ್ತಿತ್ತು. ಬರುಬರುತ್ತಾ ಪೂರ್ತಿ ಮತ್ತೊಂದು ವ್ಯಕ್ತಿತ್ವ ಆರ್.ವಿ.ಯಾಗಿ ಬದಲಾಗಿತ್ತು. ನಿಜವಾದ ಆರ್.ವಿ.ಯವರ ವ್ಯಕ್ತಿತ್ವ ಕಣ್ಮರೆಯಾಗಿತ್ತು. ಆರ್.ವಿ.ಗೆ ಸಹಾಯ ಮಾಡಬೇಕು ಎಂದು ಅದು ಒದ್ದಾಡುತ್ತಿತ್ತು ಮತ್ತೊಂದು ವಿಷಯ ಎಂದರೆ ಆರ್.ವಿ.ಯವರಿಗೆ ಮದುವೆಯೇ ಆಗಿರಲಿಲ್ಲ. ಅಂಥದ್ದರಲ್ಲಿ ದಿವಂಗತ ಹೆಂಡತಿ ಲಾವಣ್ಯ ಅಂತ ಅವರು ಕಥೆ ಬರೆಯುವುದಕ್ಕೆ ಹೇಗೆ ಸಾಧ್ಯ ಹೇಳಿ?"

"ನೀವು ಹೇಳಿದ್ದು ನಮಗೆ ಯಾರಿಗೂ ಅರ್ಥವಾಗಲಿಲ್ಲ, ಸರಿಯಾಗಿ ಹೇಳಿ ಸರ್" ಎಂದರು ಪತ್ರಿಕೆಯವರು.

"ಉದಾಹರಣೆಗೆ ನಿಜ ಜೀವನದ ವ್ಯಕ್ತಿ ನಾಟಕ/ಸಿನಿಮಾದಲ್ಲಿ ರಾಜನಾಗಿ ಅಥವಾ ಕಳ್ಳನಾಗಿ, ರಾಜಕಾರಣಿಯಾಗಿ ನೂರಾರು ಪಾತ್ರ ಮಾಡುತ್ತಾನೆ ತನ್ನ ಕೆಲ್ಸ ಮುಗಿದ ಮೇಲೆ ಅವನ ನೈಜವಾದ ಜೀವನದ ವ್ಯಕ್ತಿಯಾಗಿ ಇರುತ್ತಾನೆ. ಆದರೆ ಆರ್.ವಿ.ಯವರ ಪರಿಸ್ಥಿತಿ ಹೇಗಾಗಿತ್ತು ಎಂದರೆ ನೈಜತೆ ನೈಜತೆ ಎಂದು ಯಾವಾಗಲೂ ನೈಜ ಘಟನೆಗಳ ಒಳಗೆ ಮುಳುಗಿ ಹೋಗಿ ತಾನು ಪ್ರತಿಯೊಂದು ಪಾತ್ರವನ್ನು ಅನುಭವಿಸಿ ಅವುಗಳ ನೋವು ನಲಿವುಗಳನ್ನು ಅರಿತು ಕಥೆ ಬರೆಯುತ್ತ ಮುಂದಾದಾಗ ಅವರಿಗೇ ತಿಳಿಯದೇ ಮಾನಸಿಕ ಖಿನ್ನತೆಗೆ ಒಳಗಾದರು. ಮತ್ತೊಂದು ಪಾತ್ರಕ್ಕೆ ಜೀವ ತುಂಬುತ್ತಾ ಹೋದ ಅವರಿಗೆ ತಾನು ಆರ್.ವಿ. ಎನ್ನುವ ನೆನಪೇ ಮರೆತುಹೋಗಿತ್ತು. ಎಂತಹ ಹಂತಕ್ಕೆ ತಲುಪಿದ್ದರು ಅಂದ್ರೆ ಆರ್.ವಿ. ಅನ್ನೋದು ಕೂಡ ಒಂದು ಪಾತ್ರ, ಅದಕ್ಕೆ ನಾನು ಜೀವ ತುಂಬಬೇಕು. ಅವರ ಕಥೆಗೆ ನಾನು ಸಹಾಯ ಮಾಡಬೇಕು ಎಂದು ತನ್ನನ್ನೇ ತಾನು ಮರೆತು ಹೋಗಿ ಕಥೆ ಬರೆಯುವಾಗ ಆರ್.ವಿ.ಯಾಗಿ ನಂತರ ಉಳಿದ ಪಾತ್ರವನ್ನು ನಿಭಾಯಿಸುತ್ತಿದ್ದರು."

ಸಭೆಯಲ್ಲಿ ಈ ವಿಷಯ ಕೇಳಿದವರೆಲ್ಲರಿಗೂ ತಾವು ಅನವಶ್ಯಕವಾಗಿ ಯಾವ ಪಾತ್ರಕ್ಕೂ ತುಂಬಾ ಹತ್ತಿರವಾಗಬಾರದು ಎನಿಸಿತು.

ಅಷ್ಟರಲ್ಲಿ ಮತ್ತೊಬ್ಬ ಪ್ರಶ್ನೆ ಮಾಡಿದ್ದ "ಆರ್.ವಿ.ಯವರು ಮೊದಲೆ ಮಾನಸಿಕ ರೋಗದಿಂದ ಬಳಲುತ್ತಿದ್ದರು ಅಂತ ಹೇಳಿದಿರಿ ಅಲ್ವಾ, ಹಾಗೇ ಈಗ ನೀವೇ ಪರೀಕ್ಷೆ ಮಾಡಿದ ಪರಶು ಕೂಡ ಆರ್.ವಿ.ಯವರಂತೆ ವರ್ತಿಸಿದ್ದ. ಕಾರ್ಯನಿರತ ಪೋಲೀಸ್ ಅಧಿಕಾರಿ ಮೇಲೆ ಹಲ್ಲೆ ಮಾಡಲು ಮುಂದಾಗಿದ್ದು ಹೇಗೆ? ನಾನೇ ಆರ್.ವಿ. ಅಂತ ಹೇಳಿದ್ದ. ಇದಕ್ಕೆ ಏನು ಹೇಳುತ್ತೀರಿ" ಎಂದು ಕೇಳಿದರು ಮಾಧ್ಯಮ ಮಿತ್ರರು.

"ಹೌದು ಪರಶು ಕೂಡ ಮಾನಸಿಕ ಅಸ್ವಸ್ಥತೆಯಿಂದ ಬಳಲುತ್ತಿದ್ದ ಅವನನ್ನು ನೋಡಿದ ಮೊದಲ ದಿನದಿಂದಲೇ ನನಗೆ ಆ ವಿಷಯ ತಿಳಿದಿತ್ತು. ಸಿನಿಮಾದಲ್ಲಿ ಬರುವ ಜೇಮ್ಸ್ ಬಾಂಡ್ ಹೀರೊ ತರ, ಯಾವುದೋ ಹಾಡು ಕೇಳಿ ಆ ವ್ಯಕ್ತಿಯ ಕಂಠದ ಅನುಕರಣೆ, ನೃತ್ಯದ ಭಂಗಿಯಂತೆ ನಿಲ್ಲುವುದು ವಿಲನ್‌ಗಳಂತೆ ಡೈಲಾಗ್ ಹೇಳುವುದು ಪ್ರತಿಯೊಂದು ಅನುಕರಣೆಯನ್ನು ನಾವು ಸಾಮಾನ್ಯವಾಗಿ ಮಾಡುತ್ತೇವೆ. ಹಾಗೆ ಪರಶು ಕೂಡ ಆರ್.ವಿ.ಯವರ ಬರವಣಿಗೆಗೆ ಮಾರುಹೋಗಿದ್ದ. ಅವರನ್ನು ತನ್ನ ಗುರು ದೈವ ಎಂದು ಬೆಂಬಲಿಸಿದ್ದ. ಅವರಂತೆ ನಾನು ಸಾಹಿತಿಯಾಗಬೇಕು ಬೆಳೆಯಬೇಕು, ಅವರಂತೆ ಭಾಷಣ ಮಾಡಬೇಕು ಅವರಂತೆ ಉಡುಪು ಧರಿಸಬೇಕು ಎಂಬೆಲ್ಲ ಆಸೆ ಆಕಾಂಕ್ಷೆಗಳನ್ನು ಹೊಂದಿದ್ದವನ ಜೀವನದಲ್ಲಿ ಬಿದ್ದ ಹೊಡೆತ ಆರ್.ವಿ.ಯವರ ಸಾವು. ಅದನ್ನು ಅವನು ಅರಗಿಸಿಕೊಳ್ಳಲಾಗಲಿಲ್ಲ. ಅವನು ತನ್ನನ್ನು ತಾನು ಸಮಾಧಾನ ಮಾಡಿಕೊಳ್ಳಲು ಆರ್.ವಿ. ಸತ್ತಿಲ್ಲ, ಆರ್.ವಿ. ತನ್ನಲ್ಲೇ ಇದ್ದಾರೆ, ನಾನೇ ಆರ್.ವಿ. ಆಗಬೇಕು, ಅವರಂತೆ ಬರೆದು ಜನರಿಗೆ ಆರ್.ವಿ. ಇದ್ದಾರೆ ಅಂತ ತೋರಿಸಬೇಕು ಎಂದು ಸಮಾಧಾನ ಮಾಡುತ್ತಾ ಮಾಡುತ್ತಾ ಮಾನಸಿಕವಾಗಿ ಆರ್.ವಿ.ಯಾಗಿ ಬದಲಾಗಿದ್ದ.

"ಅವನ ಸ್ನೇಹಿತ ತೇಜ್ ಹಾಕಿದ ಚಾಲೆಂಜ್‌ನಲ್ಲಿ ಸಮಾಧಿ ಮೇಲೆ ಇರಿಸಿದ್ದ ದ್ವೈತ ಪುಸ್ತಕವನ್ನು ಅವನ ಮನೆಗೆ ತಂದ ನಂತರ ಅವನಲ್ಲಿ ಆಗುತ್ತಿದ್ದ ಬದಲಾವಣೆಯೆಕೀ ಅವನನ್ನು ಕಾಡುವಂತೆ ಮಾಡಿತ್ತು. ಆರ್.ವಿ.ಯವರಂತೆ ತಾನು ಸಹಿ ಹಾಕಲು ಮುಂದಾದ ಆ ವಿಷಯ ಅವನಿಗೆ ತಿಳಿದಿರಲಿಲ್ಲ. ಯಾವುದೋ ಪುಸ್ತಕದಲ್ಲಿ ಅವನೇ ಆರ್.ವಿ.ಯಂತೆ ಸಹಿಯನ್ನು ಹಾಕಿ ನಂತರ ಆ ಒತ್ತಡದಿಂದ ಮರಳಿದ ಮೇಲೆ ಆ ಸಹಿ ಯಾರು ಹಾಕಿದ್ದು ಎಂದು ತಿಳಿಯದೇ ತನ್ನ ಸ್ನೇಹಿತರಿಗೂ ತೋರಿಸಿ ಅವರನ್ನು ಭಯ ಬೀಳುವಂತೆ ಮಾಡಿದ್ದ. ಆಮೇಲೆ ಅವನ ತಂದೆ ಆ ದ್ವೈತ ಪುಸ್ತಕವನ್ನು ಗುಜರಿ ಅಂಗಡಿಗೆ ಹಾಕಿದ ಮೇಲೆ ರಾತ್ರಿ ಆರ್.ವಿ.ಯಾಗಿ ಬದಲಾಗಿದ್ದ ಪರಶು ಅವನೇ ಆ

ಗುಜರಿ ಅಂಗಡಿ ಬಾಗಿಲು ಮುರಿದು ದ್ವೈತ ಪುಸ್ತಕವನ್ನು ಮಾತ್ರ ಹೊರಗೆ ತಂದಿದ್ದ. ಮಾರನೇ ದಿನ ಅವನಿಗೆ ತಿಳಿಯದೇ ಆ ಪುಸ್ತಕ ಮನೆಗೆ ಬಂದಿದೆ ಅಂತ ಸ್ನೇಹಿತರಿಗೆ ಹೇಳಿದ್ದ. ಅವನಲ್ಲಿ ಆಗುತ್ತಿದ್ದ ಬದಲಾವಣೆಯನ್ನು ಮೊದಲು ಗಮನಿಸಿದ್ದೆ ಫಾದರ್ ಫರ್ನಾಂಡಿಸ್ ಅವರು ನನ್ನ ಬಳಿ ಬಂದು ಅವನ ವಿಚಾರವಾಗಿ ಮಾತನಾಡಿದಾಗ ನಾನು ನಂಬಲಿಲ್ಲ, ಆದರೆ ಅವನನ್ನು ತಪಾಸಣೆಯಾಗಿ ಅವನ ತಂದೆ ತಾಯಿ ಸ್ನೇಹಿತರು ಕರೆದುಕೊಂಡು ಬಂದಾಗ ಆ ಭಯಂಕರ ಸನ್ನಿವೇಶ ಕಂಡು ನಾನೇ ದಂಗಾಗಿ ಹೋಗಿದ್ದೆ. ಆ ವರದಿಯನ್ನೇ ನಾನು ನ್ಯಾಯಾಲಯದ ಮುಂದೆ ಮಂಡಿಸಿದ್ದು. ಪರಶುವಿಗೆ ಚಿಕಿತ್ಸೆಯ ಆವಶ್ಯಕತೆ ಇದೆ ಅವನನ್ನು ದಯಮಾಡಿ ಮಾನಸಿಕ ಆಸ್ಪತ್ರೆಗೆ ಸೇರಿಸಿ'' ಎಂದರು.

"ಪರಶು ವಿಚಾರ ನಂತರ ಮಾತಾಡಿ ಮೊದಲು ಆರ್.ವಿ. ಅವತ್ತು ಸತ್ತು ಹೋದರು ಅಂತ ನೀವೇ ತಾನೇ ಮಣ್ಣು ಮಾಡಿದ್ದು. ಈಗ ಬಂದಿರುವ ವ್ಯಕ್ತಿ ಆರ್.ವಿ. ಎನ್ನುವುದಕ್ಕೆ ಸಾಕ್ಷಿ ಏನು? ಈಗ ಬಂದಿರುವವರು ಆರ್.ವಿ.ನೇ ಆದ್ರೆ ಅವತ್ತು ಸತ್ತ ವ್ಯಕ್ತಿ ಯಾರು? ಸಮಾಧಿ ತೆಗೆದಾಗ ಅಲ್ಲಿ ಶವ ಇರಲಿಲ್ಲ ಏಕೆ? ಮೊದಲು ಉತ್ತರ ಕೊಡಿ ಇದೆಲ್ಲಾ ಶಿಕ್ಷೆಯಿಂದ ತಪ್ಪಿಸಿಕೊಳ್ಳೊಕೆ ಮಾಡುತ್ತಿರುವ ನಾಟಕವಲ್ಲ ತಾನೇ?'' ಪತ್ರಿಕೆಯವರ ಪ್ರಶ್ನೆಗಳು ಹೆಚ್ಚಾದಾಗ ನ್ಯಾಯಾಲಯದ ಆವರಣ ಗದ್ದಲದಲ್ಲಿ ಮುಳುಗಿ ಹೋಯಿತು. ಕೋರ್ಟ್ ಸಮಯ ಇವರಿಂದ ವ್ಯರ್ಥವಾಗುತ್ತಿದೆ ಎಂದು ಅರಿತ ನ್ಯಾಯಾಧೀಶರು ಮಾಧ್ಯಮ/ಪತ್ರಿಕೆಯವರನ್ನು ಅಲ್ಲಿಂದ ಹೊರಗೆ ಹೋಗುವಂತೆ ಆದೇಶಿಸಿದರು.

"ಈಗ ಆರ್.ವಿ.ಯವರು ಸತ್ತರು ಎಂದು ಅಂದು ಸುದ್ದಿಯಾಗಿ ಸಾಕಷ್ಟು ಅವಾಂತರಕ್ಕೆ ಕಾರಣವಾದ ನೈಜ ಘಟನೆ ಏನು? ನೀವೆ ಅವರು ಸತ್ತಿದ್ದಾರೆ ಅಂತ ರಿಪೋರ್ಟ್ ಕೊಟ್ಟದ್ದು ಎಂದು ಡಾಕ್ಟರ್ ನವೀನ್ ಸಹ ಹೇಳಿಕೆ ನೀಡಿದ್ದಾರೆ. ಹಾಗೇ ಆಗಲೇ ಆರ್.ವಿ. ಯವರ ಬಗ್ಗೆ ಹೇಳುತ್ತ ಲಾವಣ್ಯ ಎನ್ನುವ ಹೆಸರು ತಂದು ಆ ವ್ಯಕ್ತಿ ಇರಲೇ ಇಲ್ಲಾ ಅಂದ್ರಿ ಅದೇನು? ಅದನ್ನ ಹೇಳಿ'' ಎಂದು ಕೋರ್ಟ್ ಸಮಯವನ್ನು ಒಂದು ಗಂಟೆಗಳ ಕಾಲ ಮುಂದಕ್ಕೆ ವಿಸ್ತರಿಸಿದರು ನ್ಯಾಯಾಧೀಶರು.

ಇತ್ತ ಕೇಸಿನ ವಿಚಾರಣೆ ತಮ್ಮ ಕಡೆಗೆ ಯಾವಾಗ ಬೇಕಾದರೂ ತಿರುಗುತ್ತದೆ. ಇದನ್ನು ಇಲ್ಲಿಗೆ ಬಿಟ್ಟು ಬೇಗ ಎಲ್ಲರಿಗೂ ಶಿಕ್ಷೆಯಾಗುವಂತೆ ಮಾಡಿ ಎಂದು ಡಾಕ್ಟರ್ ನವೀನ್ ಸರ್ಕಾರಿ ಪರ ವಕೀಲರ ಬಳಿ ಅವಸರ ಮಾಡಿದ.

"ಆ ಲಾವಣ್ಯ ಎನ್ನುವುದು ಕೂಡ ಒಂದು ಪಾತ್ರ. ಕಥೆಯ ನಾಯಕ ಒಬ್ಬ ಲೇಖಕ, ಅವನ ಹೆಂಡತಿ ಸತ್ತು ಹೋಗುತ್ತಾಳೆ. ಅವಳ ನೆನಪಿಗಾಗಿ ಕಥಾನಾಯಕ ಕಥೆ ಬರೆಯಲು ಮುಂದಾಗುತ್ತಾನೆ. ಇದೆ ದ್ವೈತ ಕಥೆಯ

ಮುನ್ನುಡಿ. ಅದಕ್ಕಾಗಿ ಆರ್.ವಿ.ಯವರು ಹೆಂಡತಿ ಕಳೆದುಕೊಂಡ ಗಂಡನ ಸ್ಥಿತಿ ಹೇಗಿರುತ್ತದೆ ಎಂದು ತಿಳಿಯುವುದಕ್ಕಾಗಿ ಹೆಸರಿಲ್ಲದ ಸಮಾಧಿಗೆ ದಿನವೂ ಹೂ ಇಡುತ್ತ ಪ್ರಾಣಕ್ಕಿಂತ ಹೆಚ್ಚಾಗಿ ಪ್ರೀತಿಸಿದ್ದ ಗಂಡ ಹೆಂಡತಿಯನ್ನು ಕಳೆದುಕೊಂಡು ಅವಳು ಇಲ್ಲದೆ ಇದ್ದರೂ ಹೇಗೆ ಬದುಕು ನಡೆಸಬಲ್ಲ ಎನ್ನುವ ವಿಚಿತ್ರ ಅನುಭವ ಪಡೆಯಲು ದಿನವೂ ಮಾರ್ಕೆಟ್‌ನಲ್ಲಿ ಹೂ ತೆಗೆದುಕೊಂಡು ತಾನು ಗುರುತು ಮಾಡಿಕೊಂಡ ಸಮಾಧಿ ಬಳಿ ಇಟ್ಟು ಮನದ ವೇದನೆಯನ್ನು ಹೊರ ಹಾಕಲು ಮುಂದಾಗಿದರು. ಇವರ ಈ ವಿಚಿತ್ರ ವರ್ತನೆ ತಿಳಿಯದ ಹೂ ಮಾರುವ ಅಜ್ಜಿ ಹಾಗೂ ಇವರನ್ನು ಆ ಮಾರ್ಗವಾಗಿ ನೋಡಿದ ಆಪರಿಚಿತ ಜನ ನಿಜಕ್ಕೂ ಆರ್.ವಿ.ಯವರಿಗೆ ಮದುವೆಯಾಗಿ ಹೆಂಡತಿಯನ್ನು ಕಳೆದುಕೊಂಡಿದ್ದಾರೆ ಎಂದು ನಂಬಿದ್ದರು

"ಕಥೆ ಬರೆಯುವಾಗ ಅವರು ಪೂರ್ತಿ ತಲ್ಲೀನತೆ ತೋರುತ್ತಿದ್ದರು. ನಂತರ ಸಿಗರೇಟ್ ಸೇದಲು ಅಥವಾ ಮತ್ಯಾವುದೊ ಕಾರಣಕ್ಕೆ ಹೊರಗೆ ಹೆಜ್ಜೆ ಇಟ್ಟರೆ ಸಾಕು ಅವರಲ್ಲಿ ಮತ್ತೊಂದು ವ್ಯಕ್ತಿತ್ವ ಒಡಮೂಡುತ್ತಿತ್ತು. ಆ ವ್ಯಕ್ತಿತ್ವ ಮರಳಿ ಬಂದು ತಾವೇ ಬರೆದ ಕಥೆಯನ್ನು ಓದಿ ಆರ್.ವಿ. ಚೆನ್ನಾಗಿ ಕಥೆ ಮುಂದುವರೆಸಿದ್ದಾರೆ ಎಂದು ಪ್ರಶಂಸಿಸುತ್ತಿತ್ತು. ಪಾಪ ಈ ಅರಿವು ಅವರಲ್ಲಿ ಎಂದಿಗೂ ತಿಳಿಯಲೇ ಇಲ್ಲಾ.

"ಯಾವಾಗ ನಾನು ಮೊದಲ ಬಾರಿಗೆ ಇವರ ವರ್ತನೆಯನ್ನು ಕಂಡು ಇವರಿಗಿರುವ ಖಾಯಿಲೆಯ ಬಗ್ಗೆ ತಿಳಿದುಕೊಂಡೆನೊ ಆಗಲೇ ಇವರನ್ನು ಆದಷ್ಟು ಬೇಗ ಗುಣ ಮುಖ ಮಾಡಬೇಕು ಎಂದು ನಿರ್ಧಾರ ಮಾಡಿದೆ.

"ಆರ್.ವಿ. ಪ್ರತಿ ಪಾತ್ರಕ್ಕೂ ನೈಜತೆ ಹುಡುಕುವ ಮನೋಭಾವ ಇರುವವರಾಗಿರುವುದರಿಂದ ಅವರಲ್ಲಿರುವ ಬಹುವ್ಯಕ್ತಿತ್ವ ಮತ್ತಷ್ಟು ಪಾತ್ರಗಳನ್ನು ಅಳವಡಿಸಿಕೊಳ್ಳುವ ಸಾಧ್ಯತೆ ಹೆಚ್ಚಾಗಿತ್ತು. ಅವರಿಗಾಗಿ ಮೀಸಲಿದ್ದ ಕೋಣೆಯಲ್ಲಿ ಮೂಲೆ ಮೂಲೆಗೂ ಕ್ಯಾಮೆರಾಗಳನ್ನು ಅಳವಡಿಸಿ ಅದರಲ್ಲಿ ಸೆರೆಯಾದ ಅವರ ವಿಚಿತ್ರ ವರ್ತನೆಯನ್ನು ಮತ್ತೊಂದೆಡೆ ಸಂರಕ್ಷಿಸಿ ಸರಿಯಾದ ಸಮಯ ನೋಡಿ ಅವರಿಗೇ ಅದನ್ನ ತೋರಿಸಿದ್ದೆ. ಅಂದು ಆರ್.ವಿ.ಯವರಲ್ಲಿ ಮೊದಲ ಬಾರಿಗೆ ಆತಂಕ, ತಾನು ಈ ರೋಗಕ್ಕೆ ಎಂದೋ ಗುರಿಯಾಗಿದ್ದೇನೆ ಎಂದು ತಿಳಿದು ವ್ಯಥೆ ಪಟ್ಟರು. ಹೇಗಾದರೂ ಮಾಡಿ ನನ್ನನ್ನು ಗುಣ ಮಾಡಿ ಎಂದು ಕೇಳಿಕೊಂಡರು. ಹಾಗೇ ತನ್ನ ಈ ವಿಚಿತ್ರ ವರ್ತನೆಯನ್ನು ಕಂಡು ಅದನ್ನೇ ಕಥೆಯಲ್ಲಿ ಬಳಸಿಕೊಳ್ಳಲು ಮುಂದಾಗಿದ್ದರು.

"ಈ ಮನೋರೋಗ, ಬಹುವ್ಯಕ್ತಿತ್ವ ಇವೆಲ್ಲದರ ಕಥೆ ಆಮೇಲೆ ಹೇಳಿ ಮೊದಲು ಅವತ್ತು ಆರ್.ವಿ. ಹೇಗೆ ಸತ್ತರು? ಅವರ ಶವನ ಪೋಸ್ಟ್ ಮಾರ್ಟಂಗೆ ನೀವು ಯಾಕೆ ಕೊಡಲಿಲ್ಲ. ಅಷ್ಟಕ್ಕೂ ಕ್ರಿಶ್ಚಿಯನ್ ಧರ್ಮದ

ರೀತಿಯಲ್ಲಿ ಮಣ್ಣು ಮಾಡಿದ್ದು ಏಕೆ? ಇದಕ್ಕೆ ಉತ್ತರ ಕೊಡಿ" ಎಂದರು ಸರ್ಕಾರಿ ಪರ ವಕೀಲರು.

"ಹ್ಞಾ, ಆ ವಿಷಯಕ್ಕೆ ಬರುತ್ತಿದ್ದೆ. ಆರ್.ವಿ.ಯವರಲ್ಲಿ ಅಡಗಿದ್ದ ಮತ್ತೊಂದು ಬಹು ವ್ಯಕ್ತಿತ್ವ ಅಂದ್ರೆ ಡಿಟೆಕ್ಟಿವ್ ಮನೋಭಾವ.

ಅದೆ ಅವರ ಪಾಲಿಗೆ ಮುಳುವಾಗಿದ್ದು. ಕ್ಯಾತ್ರಿನ್ ಎನ್ನುವ ಕಾಲೇಜ್ ಹುಡುಗಿಯ ಆಕ್ಸಿಡೆಂಟ್ ವಿಚಾರದಲ್ಲಿ ಆರ್.ವಿ.ಯವರು ಮಹತ್ತರ ಸುಳಿವು ಕಂಡು ಹಿಡಿದು ಅದನ್ನು ಆ ಹುಡುಗಿಯ ಮನೆಯವರಿಗೂ ತಿಳಿಸಿದ್ದರು. ಅಪರಾಧಿಗೆ ಶಿಕ್ಷೆ ದೊರಕುವುದರಲ್ಲಿ ವಿಫಲವಾಯಿತು. ಅವರ ಮೇಲೆ ಆ ಮೋಸದ ಕಣ್ಣು ಕಿಡಿ ಕಾರಲು ಶುರು ಮಾಡಿತ್ತು. ಸಮಯ ಸಾಧಿಸಿ ಅವರನ್ನು ಸಾಯಿಸುವ ಹುನ್ನಾರ ನಡೆದಿತ್ತು. ಪೂರ್ತಿಯಾಗಿ ಅಲ್ಲದೆ ಹೋದರೂ ತನ್ನ ಜೀವಕ್ಕೆ ಆಪತ್ತಿದೆ. ಅದಕ್ಕೆ ನನಗೆ ಭಯವಿಲ್ಲ ಆದರೆ ಈಗ ಬರೆಯುತ್ತಿರುವ ದ್ವೈತ ಕಥೆ ನನ್ನ ಬಹು ಶ್ರಮದ ಕಾದಂಬರಿ ಇದಕ್ಕೆ ಯಾವುದೇ ಹೊಡೆತ ಬಿದ್ದು ಅರ್ಧಕ್ಕೆ ಕಥೆ ನಿಲ್ಲಬಾರದು. ನನ್ನ ಹಿಂದೆ ಏನು ನಡೆಯುತ್ತದೆ ಎಂದು ನನಗೆ ಕಂಡು ಹಿಡಿಯಲು ಸಾಧ್ಯವಾಗದೆ ಹೋಗುತ್ತದೆ. ದಯವಿಟ್ಟು ನೀವು ನನ್ನನ್ನು, ನನ್ನ ಸುತ್ತಮುತ್ತ ಇರುವ ಜನರನ್ನು ಗಮನಿಸುತ್ತಿರಿ ಎಂದು ಹೇಳಿದ್ದರು.

"ಅಂದು ರಾತ್ರಿ ಆರ್.ವಿ.ಯವರು ಆಸ್ಪತ್ರೆ ಕಟ್ಟಡದ ಎತ್ತರದಲ್ಲಿ ಸಿಗರೇಟ್ ಸೇದುತ್ತ ನಿಂತಿದ್ದರು. ನಾನು ಮನೆಯಿಂದ ಅವರಿಗಾಗಿ ಊಟವನ್ನು ತೆಗೆದುಕೊಂಡು ಆಸ್ಪತ್ರೆ ಕಡೆಗೆ ಬಂದೆ. ದೂರದಲ್ಲಿ ಕಾರ್ ನಿಲ್ಲಿಸಿ ಆಸ್ಪತ್ರೆ ಸಮೀಪ ಬಂದಾಗ ಆರ್.ವಿ.ಯವರು ಮೇಲೆ ನಿಂತದ್ದು ಕಂಡು ಹಾಯ್ ಎಂದೆ. ಅವರು ನಗುತ್ತ ಕೈ ಮೇಲೆ ಮಾಡಿದರು ಅಷ್ಟರಲ್ಲಿ ಯಾರೋ ಅವರನ್ನು ಹಿಂದಿನಿಂದ ತಳ್ಳಿಬಿಟ್ಟರು. ಯಾವುದೇ ಹಿಡಿತದ ಸಹಾಯ ಸಿಗದೇ ಆರ್.ವಿ.ಯವರು ನೇರವಾಗಿ ಅಲ್ಲಿಂದ ಕೆಳಗೆ ಬಿದ್ದರು. ಬಿದ್ದ ಕ್ಷಣಾರ್ಧದಲ್ಲಿ ಅವರ ಕಿವಿ ಮೂಗು ಬಾಯಿಯಲ್ಲಿ ರಕ್ತ ಹೊರಗೆ ಚಿಮ್ಮಿತು. ನನ್ನ ಕಣ್ಣ ಮುಂದೆ ಈ ಭೀಕರ ಘಟನೆ ನಡೆದದ್ದು ಕಂಡು ನನ್ನ ಕೈಕಾಲುಗಳು ನಡುಗಿ ಹೋದವು. ಆ ಸಮಯದಲ್ಲಿ ಆ ಸನ್ನಿವೇಶವನ್ನು ಅರಗಿಸಿಕೊಳ್ಳಲು ಕಷ್ಟವಾಗಿತ್ತು. ತಕ್ಷಣ ವಾರ್ಡ್ ಬಾಯ್ಸ್ ಕರೆಸಿ ಅವರನ್ನು ಚಿಕಿತ್ಸಾ ಕೊಠಡಿಗೆ ಕರೆದುಕೊಂಡು ಹೋದೆ. ಅವರ ಉಸಿರಾಟ ಏರುಪೇರಾಗುತ್ತಿದ್ದದ್ದು ಕಂಡರೂ ಆರ್.ವಿ.ಯವರು ನಾನು ಬದುಕಬೇಕು ಎಂದು ಆ ಸಮಯದಲ್ಲೂ ನನ್ನನ್ನು ನೋಡುತ್ತ ಕೈ ಹಿಡಿದು ಕೇಳಿಕೊಂಡರು. ತಕ್ಷಣ ಅವರ ಪ್ರಜ್ಞೆ ತಪ್ಪಿತು. ನನ್ನ ಸುತ್ತಾ ಇದ್ದ ವಾರ್ಡ್ ಬಾಯ್ಸ್ ಆರ್.ವಿ. ಸತ್ತರು ಎಂದು ತಿಳಿದುಕೊಂಡರು. ತಕ್ಷಣ ಅವರನ್ನು ಹೊರಗೆ ಕಳಿಸಿದೆ.

“ಇದು ಖಂಡಿತ ಆಕಸ್ಮಿಕವಲ್ಲ ಯಾರೋ ಬೇಕೆಂದು ತಳ್ಳಿದ್ದಾರೆ. ಆರ್.ವಿ. ಬದುಕಿದ್ದಾರೆ, ಸತ್ತಿಲ್ಲ ಎಂದು ತಿಳಿದರೆ ನಾನು ಇಲ್ಲದ ಸಮಯ ನೋಡಿ ಮತ್ತೆ ಬಂದು ಅವರನ್ನು ಸಾಯಿಸುವ ಪ್ರಯತ್ನ ಮಾಡುತ್ತಾರೆ. ಇಲ್ಲಿಂದ ಹೊರಗೆ ಕರೆದುಕೊಂಡು ಹೋದರೂ ಕಷ್ಟ. ಇಲ್ಲೇ ಚಿಕಿತ್ಸೆ ನೀಡಲು ಮುಂದಾದರೂ ಕಷ್ಟ ಎಂದು ಆಲೋಚನೆ ಮಾಡಿ. ಆರ್.ವಿ.ಯವರಿಗೆ ಪ್ರಥಮ ಚಿಕಿತ್ಸೆ ಮಾಡಿ ಅವರ ಉಸಿರಾಟ ಉತ್ತಮ ಹಂತಕ್ಕೆ ಬಂದಾಗ ನಾನು ಮೊದಲೇ ಸಿದ್ದ ಪಡಿಸಿದ್ದ ಆಕ್ಸಿಜನ್ ತುಂಬಿದ ಶವ ಪೆಟ್ಟಿಗೆಗೆ ಆರ್.ವಿ.ಯವರನ್ನು ಮಲಗಿಸಿ ಆಕ್ಸಿಜನ್ ವ್ಯವಸ್ಥೆ ಕಣ್ಣಿಗೆ ಕಾಣದ ರೀತಿಯಲ್ಲಿ ಹತ್ತಿ ಹಾಗೂ ಬಿಳಿ ಬಟ್ಟೆಯಿಂದ ಮುಚ್ಚಿದೆ.

“ಆಗ ಡಾಕ್ಟರ್ ನವೀನ್ ಆರ್.ವಿ.ಯವರ ದೇಹವನ್ನು ಪೋಸ್ಟ್ ಮಾರ್ಟಂಗೆ ಕಳುಹಿಸಿಕೊಡಿ ಎಂದು ಕೇಳಲು ಬಂದಾಗ ಪರವಾಗಿಲ್ಲ ಆರ್.ವಿ.ಯವರ ದೇಹಕ್ಕೆ ಕಿಂಚಿತ್ತೂ ಹಾನಿಯಾಗಬಾರದು ಅಂತ ಅವರು ಬದುಕಿರುವಾಗಲೇ ಹೇಳಿದ್ದರು. ಈಗ ಅವರು ನಮ್ಮನ್ನು ಬಿಟ್ಟು ಅಗಲಿದ್ದಾರೆ. ಅವರನ್ನು ಶವಪೆಟ್ಟಿಗೆಯಲ್ಲಿ ನಾನೆ ಮಲಗಿಸಿ ಎಲ್ಲ ವ್ಯವಸ್ಥೆ ಮಾಡಿದ್ದೇನೆ. ಈ ಸುದ್ದಿ ಹೊರಗೆ ಬಂದು ಜನ ಸೇರಿ ಗಲಭೆ ಶುರುವಾಗುವ ಮುನ್ನ ನೀವು ಆಸ್ಪತ್ರೆ ಮ್ಯಾನೇಜ್ಮೆಂಟ್‌ಗೆ ತಿಳಿಸಿ ಹಾಗೂ ನಂತರ ಹೊರಗೆ ಸುದ್ದಿ ಕೊಡಿ ಅಷ್ಟರಲ್ಲಿ ಸಮಾಧಿ ಕಾರ್ಯ ಮುಗಿಸುವ” ಎಂದು ಹೇಳಿದೆ.

“ಸಂಜೆ 7 ಗಂಟೆಗೆ ಅವರನ್ನು ಮಣ್ಣು ಮಾಡುವ ಸಮಯಕ್ಕೆ ಆಕ್ಸಿಜನ್ ಕೆಲಸ ಮಾಡುವಂತೆ ಮಾಡಿ ಅವರನ್ನು ಮಣ್ಣು ಮಾಡಿದೆ. ಶವ ಪೆಟ್ಟಿಗೆ ಮುಚ್ಚುತ್ತಿದ್ಧಾಗ ಡಾಕ್ಟರ್ ನವೀನ್ ನನ್ನ ಬಳಿ ಬಂದು ಆರ್.ವಿ.ಯವರೇ ಇಲ್ಲದಿರುವಾಗ ಅವರು ಬರೆದ ಈ ಅಪೂರ್ಣ ಪುಸ್ತಕ ಏಕೆ ಬೇಕು ಅದನ್ನು ಅವರ ಜೊತೆಗೇ ಮಣ್ಣು ಮಾಡಿ ಎಂದು ಪೆಟ್ಟಿಗೆ ಮೇಲೆ ಇಟ್ಟರು. ನಂತರ ಎಲ್ಲರೂ ಮಣ್ಣು ಮುಚ್ಚಿದರು.

“ಸರಿಯಾಗಿ 6 ಗಂಟೆಗಳ ನಂತರ ಅಂದರೆ 1 ಗಂಟೆಗೆ ಸರಿಯಾಗಿ ನಾನು ಹಾಗೂ ನನ್ನ ಸ್ನೇಹಿತರೊಬ್ಬರ ಸಹಾಯ ಪಡೆದುಕೊಂಡು ಮತ್ತೆ ಆರ್.ವಿ.ಯವರನ್ನು ಮಣ್ಣು ಮಾಡಿದ್ದ ಜಾಗಕ್ಕೆ ಹೋದೆವು. ಅಲ್ಲಿ ಯಾರೂ ಇಲ್ಲದಿರುವುದು ಕಂಡು ಮಣ್ಣು ಅಗೆದು ಅವರನ್ನು ಪೆಟ್ಟಿಗೆ ಸಮೇತ ಮೇಲಕ್ಕೆ ತಂದು ಅಲ್ಲಿಂದ ಅವರನ್ನು ಯಾರಿಗೂ ತಿಳಿಯದಂತೆ ನನ್ನ ಸ್ನೇಹಿತನ ಮನೆಗೆ ಕರೆದುಕೊಂಡು ಬಂದು ಟ್ರೀಟ್‌ಮೆಂಟ್ ಶುರು ಮಾಡಿದೆ. ಕಟ್ಟಡದ ಮೇಲಿಂದ ಬಿದ್ದ ಕಾರಣ ಅವರ ತಲೆಗೆ ಹಾಗೂ ಹೃದಯಕ್ಕೆ ತುಂಬಾ ಪೆಟ್ಟಾಗಿತ್ತು. ಅವರನ್ನು ದಿನವೂ ಬಿಡದೇ ನೋಡಿಕೊಳ್ಳುವಾಗ ಯಾರೋ ನನ್ನನ್ನು ಹಿಂಬಾಲಿಸುವಂತೆ ನಾನು ಹೋದ ಕಡೆಯಲ್ಲೆಲ್ಲಾ ನನ್ನ ಚಟುವಟಿಕೆಯನ್ನು ಗಮನಿಸುವಂತೆ ಅನುಮಾನ ಬಂತು. ಆಗ ನನ್ನ ಸಹಾಯಕ್ಕೆ ಮತ್ತೊಬ್ಬ

ಡಾಕ್ಟರ್ ಜೋಸೆಫ್‌ರನ್ನು ಕರೆಸಿ ಅವರಿಗೆ ಈ ವಿಷಯವಾಗಿ ತಿಳಿಸಿ ಹೊರಗೆ ಈ ವಿಷಯ ಬಹಿರಂಗವಾಗದಂತೆ ನೋಡಿಕೊಳ್ಳಲು ಹೇಳಿದೆ. ನನ್ನ ಮೇಲೆ ಯಾರಿಗೂ ಅನುಮಾನ ಬರಬಾರದೆಂದು ಅಂದು ಆರ್.ವಿ.ಯವರನ್ನು ಮಣ್ಣು ಮಾಡಿದ್ದ ಜಾಗಕ್ಕೆ ಹೋಗಿ ಹೂ ಇಟ್ಟು ಆರ್.ವಿ.ಯನ್ನು ನಿಜವಾಗಿಯೂ ಕಳೆದುಕೊಂಡಿರುವ ರೀತಿ ನಾಟಕ ಮಾಡಿದೆ. ಅಂದು ಫಾದರ್ ಫರ್ನಾಂಡಿಸ್ ನನ್ನನ್ನು ಆರ್.ವಿ.ಯವರ ವಿಚಾರವಾಗಿ ತಮ್ಮ ಸ್ಟೂಡೆಂಟ್ ಪರಶುವಿನಲ್ಲಿ ಆರ್.ವಿ.ಯವರ ಆತ್ಮ ಸೇರಿಕೊಂಡಿರಬಹುದು ಎನ್ನುವ ಅನುಮಾನದಲ್ಲಿ ಕಾಣಲು ಬಂದಾಗ ನಾನು ಅವರಲ್ಲಿ ಹೆಚ್ಚಾಗಿ ಮಾತನಾಡಲಿಲ್ಲ. ಏಕೆಂದರೆ ಬದುಕಿರುವ ಆರ್.ವಿ.ಯವರು ಆತ್ಮದ ರೂಪದಲ್ಲಿ ಮತ್ತೊಬ್ಬರ ದೇಹ ಸೇರಿದರು ಎಂದರೆ ಹೇಗೆ ನಂಬಲಾಗುತ್ತದೆ ಎಂದು. ಆಗ ಫಾದರ್ ಫರ್ನಾಂಡಿಸ್‌ರವರ ಮೇಲೂ ಅನುಮಾನ ಬಂದಿತ್ತು ಇವರೇ ಆರ್.ವಿ.ಯವರನ್ನು ಸಾಯಿಸುವ ಕಾಣದ ಕೈ ಆಗಿರಬಹುದಾ ಎಂದು ಅದಕ್ಕೆ ಅವರಿಗೇ ಸಹಾಯ ಮಾಡಲು ನಿರಾಕರಿಸಿ ಅವರನ್ನೂ ಅನುಮಾನದ ದೃಷ್ಟಿಯಲ್ಲಿ ನೋಡಿದೆ. ಹಾಗೇ ನಾನು ಆಸ್ಪತ್ರೆ ಕೆಲಸಗಳ ಗಮನ ಕೊಟ್ಟು ಆರ್.ವಿ.ಯವರ ಬಗ್ಗೆ ಹೆಚ್ಚಾಗಿ ಎಲ್ಲೂ ಮಾತನಾಡದೆ ಹೋಗದೆ ದೂರದಿಂದಲೇ ನನ್ನ ಕೆಲಸ ಮಾಡಿದೆ. ಆ ಕಾರಣದಿಂದ ನನ್ನನ್ನು ಹಿಂಬಾಲಿಸುತ್ತಿದ್ದ ಆ ಕಾಣದ ಕೈ ದೂರವಾಯಿತು. ಅಷ್ಟರಲ್ಲಿ ಪರಶು ಮನೋರೋಗ, ಪೋಲೀಸ್ ಸಬ್ ಇನ್ಸ್‌ಪೆಕ್ಟರ್ ಗೌರೀಶ್ ಹಲ್ಲೆ ಎನ್ನುವ ವಿಚಾರಣೆ ನಡೆದು ಇದರಲ್ಲಿ ನಮ್ಮನ್ನು ಸಿಲುಕಿಸುವ ಉದ್ದೇಶದಿಂದಲೇ ಅಂದು ನಾನು ಹಾಗೂ ಪರಶುವಿನ ಸ್ನೇಹಿತರು ಮಾತಾಡಿದ್ದನ್ನೆಲ್ಲಾ ರೆಕಾರ್ಡ್ ಮಾಡಿ ಕೋರ್ಟ್ ಮುಂದೆ ಹಾಜರು ಪಡಿಸಿ ನಮ್ಮನ್ನು ತಪ್ಪಿತಸ್ಥರಂತೆ ಬಿಂಬಿಸಿದರು.

ಎಲ್ಲವನ್ನೂ ಕೇಳಿದ ಜಡ್ಜ್ "ಆ ತಪ್ಪಿತಸ್ಥರನ್ನು ಆದಷ್ಟು ಬೇಗ ವಿಚಾರಣೆ ಮಾಡಿ" ಎಂದು ಆದೇಶ ನೀಡುವ ಮೊದಲೇ "ಸಾಕ್ಷಿ ನನ್ನ ಬಳಿಯಿದೆ. ನನ್ನ ಸಾವಿನ ಹಿಂದೆ ಯಾರ ಕೈವಾಡ ಇದೆ ಎಂದು ನನಗೆ ತಿಳಿದಿದೆ. ಇದಕ್ಕೆಲ್ಲ ಕಾರಣ ಇಲ್ಲಿರುವ ಡಾಕ್ಟರ್ ನವೀನ್ ಹಾಗೂ ಅವನ ಪಾಪದ ಕೆಲಸಕ್ಕೆ ಕುಮ್ಮಕ್ಕು ನೀಡುವ ಸಬ್ ಇನ್ಸ್‌ಪೆಕ್ಟರ್ ಗೌರೀಶ್" ಎಂದು ತಮ್ಮ ಬಳಿ ಇದ್ದ ದಾಖಲೆಗಳನ್ನು ಕೋರ್ಟ್ ಮುಂದೆ ಪ್ರಸ್ತುತ ಪಡಿಸಿದರು ಆರ್.ವಿ.

ಅಂದು ಕ್ಯಾತ್ರಿನ್ ವಿಷಯವಾಗಿ ನಡೆದ ಅವಳ ಮೇಲಿನ ಅತ್ಯಾಚಾರ ಹಾಗೂ ಅದರಲ್ಲಿ ಭಾಗಿಯಾದ ಇನ್ಸ್‌ಪೆಕ್ಟರ್ ಗೌರೀಶ್‌ನ ಸುಳ್ಳು ದಾಖಲೆಗಳ ವಿಚಾರಣಾಪಟ್ಟಿ ಕಂಡು ಪ್ರತಿಯೊಂದು ಅಂಶ ಕೂಡ ಸತ್ಯವೆಂದು ದೃಢಪಟ್ಟ ಕಾರಣ ಸ್ಥಳದಲ್ಲೇ ಇದ್ದ ಡಾಕ್ಟರ್ ನವೀನ್ ಹಾಗು ಇನ್ಸ್‌ಪೆಕ್ಟರ್ ಗೌರೀಶ್ ರವರನ್ನು ಬಂಧಿಸುವಂತೆ ನ್ಯಾಯಾಧೀಶರು ಆದೇಶಿಸಿದರು.

ಸೆಕ್ಷನ್ 377 ಪ್ರಕಾರ ಯಾವುದೇ ಪುರುಷ ಅಥವಾ ಮಹಿಳೆ ಅಥವಾ ಪ್ರಾಣಿಗಳೊಂದಿಗೆ ಪ್ರಕೃತಿಯ ಕ್ರಮಕ್ಕೆ ವಿರುದ್ಧವಾಗಿ ಸ್ವಯಂಪ್ರೇರಣೆಯಿಂದ ದೈಹಿಕ ಸಂಭೋಗವನ್ನು ಹೊಂದಿರುವವರು ಜೀವಿತಾವಧಿಯವರೆಗೆ ಜೈಲು ಶಿಕ್ಷೆಯನ್ನು ಅಥವಾ ಹತ್ತು ವರ್ಷಗಳವರೆಗೆ ವಿಸ್ತರಿಸಬಹುದಾದ ವಿವರಣೆಯ (ಮಾದಕವಸ್ತುಗಳ ನಶೆಯ ಕಾರಣ) ಜೈಲು ಶಿಕ್ಷೆಗೆ ಗುರಿಯಾಗುತ್ತಾರೆ ಮತ್ತು ದಂಡಕ್ಕೆ ಗುರಿಯಾಗುತ್ತಾರೆ. ಈ ವಿಭಾಗದ ಮೊದಲ ಅಂಶವೆಂದರೆ 'ಸ್ವಯಂಪ್ರೇರಿತವಾಗಿ' ಅಂದರೆ ಸಂಭೋಗವು ಸ್ವಯಂಪ್ರೇರಿತವಾಗಿರಬೇಕು. ನೆಕ್ರೋಫಿಲಿಯಾ ಪ್ರಕರಣಗಳಲ್ಲಿ, ಕ್ರಿಯೆಯು ಸ್ವಯಂಪ್ರೇರಿತವೋ ಅಥವಾ ಸ್ವಯಂಪ್ರೇರಿತವಲ್ಲವೋ ಎಂಬುದನ್ನು ನಿರ್ಧರಿಸಲು ಸಾಧ್ಯವಿಲ್ಲ. ನೆಕ್ರೋಫಿಲಿಯಾ ಸ್ವಯಂಪ್ರೇರಿತ ಅಥವಾ ಅನೈಚ್ಛಿಕ ಎಂದು ನಿರ್ಧರಿಸಬಹುದಾದರೆ, ಲೈಂಗಿಕ ಸಂಭೋಗವು ಸ್ವಯಂಪ್ರೇರಿತವಾಗಿಲ್ಲದಿದ್ದರೆ ಈ ಕೃತ್ಯವನ್ನು ಅತ್ಯಾಚಾರ ಎಂದು ವಿಚಾರಣೆಗೆ ಒಳಪಡಿಸಲಾಗುವುದಿಲ್ಲವೇ? ಶವವು ಒಪ್ಪಿಗೆ ನೀಡಬಹುದೇ ಅಥವಾ ಇಲ್ಲವೇ ಎಂಬ ಪ್ರಶ್ನೆಯನ್ನು ಅವಲಂಬಿಸಿ ಲೈಂಗಿಕ ಸಂಭೋಗವು ಸ್ವಯಂಪ್ರೇರಿತ ಅಥವಾ ಅನೈಚ್ಛಿಕವಾಗಿದೆಯೇ ಅಥವಾ ಇಲ್ಲವೇ ಎಂಬುದಕ್ಕೆ ಉತ್ತರವು ನಿರ್ಣಾಯಕವಾಗಿದೆ. ಈ ವಿಭಾಗದ ಎರಡನೇ ಅಂಶವೆಂದರೆ 'ಅಸ್ವಾಭಾವಿಕ' ಅಂದರೆ ಸಂತಾನೋತ್ಪತ್ತಿಗೆ ಕಾರಣವಾಗದ ಅಥವಾ ಅಸಾಮಾನ್ಯವಾದ ಯಾವುದೇ ಸಂಭೋಗವನ್ನು ಶಿಕ್ಷಿಸಬೇಕು. ಆದ್ದರಿಂದ, ನೆಕ್ರೋಫಿಲಿಯಾ ಪ್ರಕೃತಿಯ ಕ್ರಮಕ್ಕೆ ವಿರುದ್ಧವಾಗಿ ಮೊದಲ ನೋಟವಾಗಿದೆ ಏಕೆಂದರೆ ಇದು ಸಂತಾನೋತ್ಪತ್ತಿಗೆ ಕಾರಣವಾಗುವುದಿಲ್ಲ. ಮೂರನೆಯ ಅಂಶ ಪುರುಷ ಅಥವಾ ಮಹಿಳೆಯನ್ನು ವ್ಯಾಖ್ಯಾನಿಸಲಾಗಿದೆ.

"ಯಾವುದೇ ವಯಸ್ಸಿನ ವ್ಯಕ್ತಿಯಾಗಿ (ಗಂಡು ಅಥವಾ ಹೆಣ್ಣು) ವಿಭಾಗ 10ರ ಪ್ರಕಾರ ಅವರು ಜೀವಂತವಾಗಿಲ್ಲದಿದ್ದರೂ ಅವರು ಸತ್ತರೂ ಸಹ ಮನುಷ್ಯರಾಗಿಯೇ ಉಳಿಯುತ್ತಾರೆ, ಆದ್ದರಿಂದ ಇಂತಹ ಕೃತ್ಯ ನಡೆಸಿದ ಡಾಕ್ಟರ್ ನವೀನನಿಗೆ 1973ರಲ್ಲಿಯೆ ಉಲ್ಲೇಖಿಸಿರುವಂತೆ ಸೆಕ್ಷನ್ 354(5) ಕ್ರಿಮಿನಲ್ ಕೋಡ್ ಪ್ರಕಾರ 'ಮರಣ ದಂಡನೆ' ವಿಧಿಸಲಾಗಿದೆ.

ಹಾಗೂ ಅವನ ಪ್ರತಿಯೊಂದು ಕೆಟ್ಟ ಕೆಲಸಕ್ಕೂ ಸಹಾಯ ನೀಡಿ ತನ್ನ ಹುದ್ದೆಗೆ ಅಪಮಾನ ಮಾಡಿದ ಇನ್ಸ್‌ಪೆಕ್ಟರ್ ಗೌರೀಶ್‌ನಿಗೆ 1955ರ ತಿದ್ದುಪಡಿಯ ಪ್ರಕಾರ ಸೆಕ್ಷನ್ 57ರನ್ನು ಜಾರಿ ಮಾಡಿ, ಅಪರಾಧಿಗೆ ಜೀವಾವಧಿ ಶಿಕ್ಷೆ ವಿಧಿಸಲಾಗಿದೆ ಎಂದು ತೀರ್ಪು ನೀಡಿದರು.

ತನಗೆ ಮರಣ ದಂಡನೆ ಶಿಕ್ಷೆ ಖಾತ್ರಿಯಾದದ್ದು ಕೇಳಿದ ನವೀನ್ ಡಾಕ್ಟರ್ ಹೇಮಂತ್ ಹಾಗೂ ಆರ್.ವಿ.ಯನ್ನು ತನ್ನ ಕೋಪದ ನೋಟದಿಂದ ನೋಡುತ್ತ

"ನಿಮ್ಮನ್ನು ಮಾತ್ರ ನಾನು ಸುಮ್ಮನೇ ಬಿಡುವುದಿಲ್ಲ. ನನ್ನ ಸಾವಿಗೂ ಮೊದಲು ನಿಮ್ಮ ಸಾವಿನ ಸುದ್ದಿಯನ್ನು ಖಂಡಿತ ಕೇಳುತ್ತೇನೆ" ಎಂದು ಕಿರಿಚುತ್ತಲೇ ಇದ್ದ. ಪೋಲೀಸರ ವಶದಲ್ಲಿದ್ದ ಗೌರೀಶ್ ಈಗ ತಲೆ ತಗ್ಗಿಸಿ ನಿಂತದ್ದು ಬಿಟ್ಟರೇ ಹೇಳಲು ಬೇರೇನೂ ಇರಲಿಲ್ಲ.

"ಕಾನೂನಿನ ಮುಂದೆ ಎಲ್ಲರು ತಲೆಬಾಗಲೇಬೇಕು. ತಪ್ಪಿತಸ್ಥರಿಗೆ ಶಿಕ್ಷೆ ಎಂದಿಗೂ ತಪ್ಪುವುದಿಲ್ಲ" ಎಂದು ಮೇಲೆದ್ದರು ನ್ಯಾಯಾಧೀಶರು.

ಅಷ್ಟರಲ್ಲಿ 'ಢಮ್' ಎನ್ನುವ ಪಿಸ್ತೂಲಿನ ಶಬ್ದಕ್ಕೆ ನ್ಯಾಯಾಧೀಶರು ಮತ್ತೆ ಸೀಟಿಗೆ ಒರಗಿ ಕೂತರು. ಗಲಾಟೆಯಲ್ಲಿ ಮುಳುಗಿದ್ದ ಕೋರ್ಟ್ ಮೌನಕ್ಕೆ ಶರಣಾಗಿತ್ತು.

ಗುಂಡು ಹಾರಿಸಿದ್ದು ಯಾರಿರಬಹುದೆಂದು ಸುತ್ತಲೂ ಕಣ್ಣಾಡಿಸಿದ ಜನಕ್ಕೆ ಪರಶು ಕೈನಲ್ಲಿದ್ದ ಪಿಸ್ತೂಲ್ ನಾನೇ ಎಂಬಂತೆ ಸೂಚನೆ ತೋರಿತು. ಗುಂಡು ತಗುಲಿದ್ದು ಬೇರಾರಿಗೂ ಅಲ್ಲ, ಡಾಕ್ಟರ್ ಹೇಮಂತನಿಗೆ.

ಇಲ್ಲಿ ಏನು ನಡೆಯುತ್ತಿದೆ ಎಂದು ಅಯೋಮಯದಲ್ಲಿ ಮುಳುಗಿದ್ದ ಜನಕ್ಕೆ ಪರಶು ಮಾತಿನ ಉತ್ತರ ಬೇಕಾಗಿತ್ತು. ಅಷ್ಟರಲ್ಲಿ ಅಲ್ಲೇ ಎದುರಿನಲ್ಲಿದ್ದ ಆರ್.ವಿ. ಶರಣಾಗಿದ್ದರು. ಅಂದರೆ ಅದು ಆರ್.ವಿ.ಯವರಾಗಿರಲಿಲ್ಲ ಬದಲಾಗಿ ಅವರನ್ನೇ ಹೋಲುವಂತೆ ಮಾಡಿದ ಮುಖವಾಡದ ಮತ್ತೊಬ್ಬ ಮನುಷ್ಯನಾಗಿದ್ದ.

ಕೋರ್ಟ್ ಒಳಗೆ ಪಿಸ್ತೂಲಿನ ಶಬ್ದಕ್ಕೆ ಹೊರಗಿದ್ದ ಮಾಧ್ಯಮ ಮತ್ತೆ ಕೋರ್ಟ್ ಸಭಾಂಗಣಕ್ಕೆ ನುಗ್ಗಿದರು. ಅಷ್ಟರಲ್ಲಿ ಡಾಕ್ಟರ್ ಹೇಮಂತ್ ಪ್ರಾಣ ಪಕ್ಷಿ ಹಾರಿ ಹೋಗಿತ್ತು. ಅವರನ್ನು ಮುಂದಿನ ಕಾರ್ಯಕ್ಕಾಗಿ ಆಸ್ಪತ್ರೆಗೆ ತೆಗೆದುಕೊಂಡು ಹೋದರು.

ತನ್ನ ಮಗ ಎದುರಿಗಿದ್ದ ಮತ್ತೋರ್ವ ವ್ಯಕ್ತಿಯನ್ನು ಗುಂಡಿಕ್ಕಿ ಕೊಂದಿದ್ದು ಪರಶು ತಂದೆಗೆ ನುಂಗಲಾರದ ತುತ್ತಾಗಿತ್ತು.

ಸಮಸ್ಯೆ ಮುಗಿಯಿತು, ಪರಶು ತಂದೆಗೆ ಮಾತು ಕೊಟ್ಟಂತೆ ಅವನ ಬಿಡುಗಡೆಯಾಗುತ್ತದೆ ಎಂದು ನಂಬಿದ್ದ ಹೈಕೋರ್ಟ್ ವಕೀಲರು ಉಮಾಪತಿಯವರಿಗೆ ಈಗ ನಡೆದ ಘಟನೆ ಮಾತನಾಡುವ ಬಾಯಿಯನ್ನು ಕಿತ್ತುಕೊಂಡಂತಾಗಿತ್ತು.

'ಎಲ್ಲ ಸರಿ ಹೋಗುತ್ತಿದ್ದ ಸಮಯಕ್ಕೆ ಇವನಿಗೇನಾಯಿತು? ಅನ್ಯಾಯವಾಗಿ ಒಬ್ಬರನ್ನು ಕೊಂದು ಕೊಲೆಗಾರನಾಗಿಬಿಟ್ಟನಲ್ಲ' ಎಂದು ಪರಶು ಸ್ನೇಹಿತರು ಕಂಗಾಲಾದರು.

ಅಲ್ಲಿದ್ದ ಪೊಲೀಸರು ಪರಶು ಕೈನಲ್ಲಿದ್ದ ಪಿಸ್ತೂಲನ್ನು ವಶಪಡಿಸಿಕೊಂಡರು. ನ್ಯಾಯಾಧೀಶರು ತಮ್ಮ ಕಣ್ಣಾರೆ ಕಂಡ ಮೊದಲ ಕೊಲೆಯನ್ನು ಜೀವನದಲ್ಲಿ

ಎಂದೂ ಮರೆಯದ ಆಘಾತದಂತೆ ಭಾವಿಸಿ ಇದಕ್ಕೆ ಕಾರಣವನ್ನು ಪರಶುವಿನಲ್ಲಿ ಕೇಳಿದರು.

"ಪರಶು ಯಾಕಾಗಿ ಡಾಕ್ಟರ್ ಹೇಮಂತ್‌ರನ್ನು ಗುಂಡಿಕ್ಕಿ ಕೊಲೆ ಮಾಡಿದೆ? ನೀನು ಡಾಕ್ಟರ್ ನವೀನ್ ಸೇರಿ ಏನಾದರೂ ಯೋಜನೆ ಮಾಡಿದ್ರ? ಅತ್ತ ನವೀನನಿಗೆ ಮರಣ ದಂಡನೆ ಶಿಕ್ಷೆಯಾಗಿದ್ದು ತಿಳಿದು ಕೋಪದಲ್ಲಿ ಡಾಕ್ಟರ್ ಹೇಮಂತ್ ಮೇಲೆ ಈ ಹಲ್ಲೆ ಮಾಡಿದೆಯಾ?" ನ್ಯಾಯಾಧೀಶರ ಪ್ರಶ್ನೆಗೆ ಪರಶು ಕಲ್ಲಾಗಿ ನಿಂತಿದ್ದ.

"ನಿನ್ನನ್ನೇ ಕೇಳುತ್ತಿರುವುದು ಪರಶು, ಹೇಳು" ಎಂದು ಮತ್ತೊಮ್ಮೆ ಜೋರಾಗಿ ಕರೆದರು ನ್ಯಾಯಾಧೀಶರು.

ಒಡಮೂಡಿ ಬಂದು ಆ ಧ್ವನಿ ಹಿಂದೆ ಮರೆಯಾಗಿದ್ದ ಸ್ಪಷ್ಟ ವ್ಯಕ್ತಿತ್ವದ ನೇರ ನುಡಿಯ ನೈಜ ಘಟನೆಯ ಅನಾವರಣ ಮಾಡುವ ಮನೋಭಾವದ ಆರ್.ವಿ.ಯವರ ನುಡಿ. "ಅರ್ಧ ಸತ್ಯ ಮಾತ್ರ ನಿಮಗೆ ತಿಳಿದಿದೆ ಉಳಿದದ್ದು ನನಗೆ ಮಾತ್ರ ಗೊತ್ತು."

ಅವನು ನಿಜಕ್ಕೂ ಮಾನಸಿಕವಾಗಿ ಅಸ್ವಸ್ಥತೆಯಿಂದ ಹೊರಬರದ ಕಾರಣ ಆರ್.ವಿ.ಯಾಗಿ ಮಾತನಾಡುತ್ತಿದ್ದಾನೊ ಅಥವಾ ನಿಜಕ್ಕೂ ಆರ್.ವಿ.ಯವರ ಆತ್ಮವೊ ಎಂಬಂತೆ ಅನುಮಾನ ಮೂಡಲು ಆಗಲೇ ತಾನೇ ಆರ್.ವಿ. ಎಂದು ಬಂದಿದ್ದ ವ್ಯಕ್ತಿಯನ್ನು ಪರಿಶೀಲನೆ ಮಾಡಲಾಗಿ ಅವನು ನಕಲಿ ವ್ಯಕ್ತಿ ಎಂದು ಸಾಬೀತಾಯಿತು.

"ಹಾಗಾದರೆ ಇಷ್ಟೂ ಹೊತ್ತು ಡಾಕ್ಟರ್ ಹೇಮಂತ್ ಹೇಳಿದ್ದು ಸುಳ್ಳ? ಡಾಕ್ಟರ್ ನವೀನ್ನನ್ನು ಸಿಕ್ಕಿ ಹಾಕಿಸಲು ಸುಳ್ಳು ದಾಖಲೆ ಸೃಷ್ಟಿ ಮಾಡಿದ್ದನ? ಹಾಗಾದ್ರೆ ಆ ಕ್ಯಾತ್ರಿನ್ ಎನ್ನುವ ಹುಡುಗಿಯ ಸಾವು! ಗೌರೀಶ್ ಸುಳ್ಳು ದಾಖಲೆ ವಿಚಾರಣೆ ಇವೆಲ್ಲ ಸುಳ್ಳ ಎಂಬ ಪದಕ್ಕೆ ಉತ್ತರ ದೊರಕದೆ ಆತುರದಲ್ಲಿ ನಾನೆ ತಪ್ಪು ನಿರ್ಧಾರ ಮಾಡಿಬಿಟ್ಟೆನಾ" ಎಂದು ನ್ಯಾಯಾಧೀಶರು ಯೋಚನೆಗೆ ಬಿದ್ದವರಂತೆ ಹೇಳಿದರು.

"ಅದನ್ನು ನ್ಯಾಯಾಲಯಕ್ಕೆ ಒದಗಿಸಲು ನನಗೆ ಅನುಮತಿ ನೀಡಿ. ಆ ಸಾಕ್ಷಿ ನನ್ನ ವಿನಃ ಮತ್ಯಾರಿಗೂ ತಿಳಿಯಲು ಸಾಧ್ಯವಿಲ್ಲ" ಎಂದಿತು ಪರಶುನನ್ನು ಆವರಿಸಿದ ಆರ್.ವಿ.ಯವರ ಆತ್ಮ.

"ಅಪರಾಧಿಯನ್ನು ಎಲ್ಲೂ ಹೊರಗೆ ಹೋಗಲು ಬಿಡುವುದಿಲ್ಲ ಅದೇನು ಸಾಕ್ಷಿ ಇದೆಯೋ ಅದನ್ನ ಪೋಲೀಸ್ ಅಧಿಕಾರಿಗಳಿಗೆ ತಿಳಿಸಿ ಅವರೇ ತರುತ್ತಾರೆ" ಎಂದರು ನ್ಯಾಯಾಧೀಶರು. ಕೂಡಲೇ ಒಬ್ಬ ನಿಷ್ಠಾವಂತ ಅಧಿಕಾರಿಯನ್ನು ಕರೆಸಿದರು. ಅವರ ಕಿವಿಯಲ್ಲಿ ವಿಷಯ ಅರುಹಿತು ಆರ್.ವಿ. ಆತ್ಮ. ತಕ್ಷಣ ಆ ಜಾಗಕ್ಕೆ ಹೋಗಿ ಅವರು ಹೇಳಿದಂತೆ ಸಾಕ್ಷ್ಯಾಧಾರವನ್ನು ತೆಗೆದುಕೊಂಡು

ಕೋರ್ಟ್ ಆವರಣ ಪ್ರವೇಶ ಮಾಡಿದರು ಪೋಲೀಸ್ ಅಧಿಕಾರಿ. ಅದೊಂದು ಸಣ್ಣ ಕ್ಯಾಮೆರಾವಾಗಿತ್ತು. ಎಲ್ಲರ ಮುಂದೆ ನೋಡಲು ಪ್ರಸ್ತುತ ಪಡಿಸಿದರು.

ಅದರಲ್ಲಿ ಡಾಕ್ಟರ್ ಹೇಮಂತ್ ಆಗಾಗ ರೂಮ್ ಒಳಗೆ ಬಂದು ಆರ್.ವಿ.ಯವರ ವೈಯಕ್ತಿಕ ಪುಸ್ತಕಗಳು ಬ್ಯಾಗ್ ಎಲ್ಲವನ್ನು ಪರಿಶೀಲನೆ ಮಾಡುವುದು ನಂತರ ಎಲ್ಲವನ್ನು ಯಥಾಸ್ಥಿತಿಯಲ್ಲಿರಿಸಿ ಮರಳಿ ಹೋಗುವುದು ನಡೆಯುತ್ತಿತ್ತು.

ಡಾಕ್ಟರ್ ಹೇಮಂತ್ ಹಾಗೂ ಆರ್.ವಿ.ಯವರಿಗೆ ತಿಳಿದಿರುವಂತೆ ಆರ್.ವಿ.ಯವರ ಕೋಣೆಯಲ್ಲಿ ಸಿ.ಸಿ. ಕ್ಯಾಮೆರಾಗಳು ಇರಲಿಲ್ಲ. ಆರ್.ವಿ.ಯವರಿಗೆ ತಿಳಿಯದಂತೆ ಡಾಕ್ಟರ್ ಹೇಮಂತ್ ಆ ಕ್ಯಾಮೆರಾವನ್ನು ಅಳವಡಿಸಿ ಅವರ ಚಲನವಲನಗಳನ್ನು ಗಮನಿಸುತ್ತಿದ್ದ. ಹಾಗೆಯೇ ಆರ್.ವಿ.ಯವರು ಸಹ ಅವನಿಗೆ ತಿಳಿಯದಂತೆ ಅವನಿಗಿಂತ ಮೊದಲೇ ಗುಪ್ತ ಸ್ಥಳದಲ್ಲಿ ನನ್ನ ಸೇಫ್ಟಿಗಾಗಿ ಒಂದು ಸಣ್ಣ ಕ್ಯಾಮೆರಾ ಅಳವಡಿಸಿ ಅದನ್ನು ತನ್ನ ಮೊಬೈಲ್ ಮೂಲಕ ಗಮನಿಸುತ್ತಿದ್ದರು.

ಅಸಲಿಗೆ ಆರ್.ವಿ. ಡಾಕ್ಟರ್ ಹೇಮಂತ್‌ರನ್ನು ಭೇಟಿಯಾಗಿದ್ದು ಕಥೆಯ ವಿಚಾರವಾಗಿಯೆ ಆದರೂ ಅವರು ಮಾನಸಿಕವಾಗಿ ಅಸ್ವಸ್ಥತೆಗೆ ಒಳಗಾಗಿರಲೇ ಇಲ್ಲ. ಒಳಗಾಗಬೇಕು ಎಂದು ಕೇಳಿದವರು ಅಲ್ಲ. ಡಾಕ್ಟರ್ ನವೀನ್‌ನನ್ನು ಕ್ಯಾತ್ರಿನ್ ಎನ್ನುವ ಹುಡುಗಿಯ ವಿಚಾರದಲ್ಲಿ ಹೇಗೆ ಪತ್ತೆ ಹಚ್ಚಿದರೊ ಹಾಗೇ ಡಾಕ್ಟರ್ ಹೇಮಂತ್‌ನ ಮುಖವಾಡದ ಮುಖವನ್ನು ಸಹ ಹೊರಗೆಳೆದಿದ್ದರು ಅವರು.

ಆಸ್ಪತ್ರೆಗೆ ದಾಖಲಾಗುವ ಮಾನಸಿಕ ಅಸ್ವಸ್ಥತೆಯಿಂದ ಬಳಲುವ ಹುಡುಗಿಯರನ್ನು ಕಾಮದ ಚಟಗಳಿಗೆ ಬಳಸಿಕೊಳ್ಳುತ್ತಿದ್ದ ಡಾಕ್ಟರ್ ಹೇಮಂತ್. ರಾತ್ರಿಯ ಹೊತ್ತಿನಲ್ಲಿ ಅವರ ಊಟದ ಜೊತೆ ಡ್ರಗ್ ಸೇವನೆ ಮಾಡಿಸಿ ಅವರನ್ನು ಮತ್ತಿನಲ್ಲಿ ತೇಲುವಂತೆ ಮಾಡಿ ಯಾರು ಯಾವ ಹುಡುಗಿಯನ್ನು ಯಾವ ದಿನಕ್ಕೆ ಬುಕ್ ಮಾಡಿಕೊಂಡಿರುತ್ತಾರೊ ಅಲ್ಲಿಗೆ ಕಳುಹಿಸಿಕೊಡುತ್ತಿದ್ದ. ಆ ಹುಡುಗಿಯರ ಮನೆಯವರು ಯಾರಾದರೂ ನೋಡಲು ಬರಬೇಕು ಎಂದರೂ ಸಹ ಅವರು ಮೊದಲು ಡಾಕ್ಟರ್ ಹೇಮಂತ್‌ನ ಅನುಮತಿ ಪಡೆದು ಹೇಳಿದ ದಿನಾಂಕಕ್ಕೆ ಬರಬೇಕಿತ್ತು.

ಅಂತಹ ಹುಡುಗಿಯರನ್ನು ತನಗೆ ಬೇಕಾದ ಹಾಗೆ ಬಳಸಿಕೊಂಡು ಚೆನ್ನಾಗಿ ದುಡ್ಡು ಮಾಡುತ್ತಿದ್ದ. ಹೊಸದಾಗಿ ಯಾರಾದರೂ ಹುಡುಗಿ ತನ್ನ ವೈಯಕ್ತಿಕ ಬದುಕಿನಲ್ಲಿ ಜಿಗುಪ್ಸೆ ಹೊಂದಿ ಮಾತುಕತೆ ನಿಲ್ಲಿಸಿ ಮೌನವಾದದ್ದನ್ನು ಕಂಡು ಹುಡುಗಿ ಯಾಕೋ ಮಂಕಾಗಿದ್ದಾಳೆ ಒಮ್ಮೆ ಡಾಕ್ಟರ್ ಬಳಿ ತೋರಿಸೋಣ ಎಂದು ಕರೆದುಕೊಂಡು ಬಂದರೆ ಸಾಕು ಆ ಹುಡುಗಿಯನ್ನು ಅಲ್ಲಿಯೇ ಅಡ್ಮಿಟ್

ಮಾಡಿಕೊಳ್ಳದ ಹೊರತು ಹೊರಗೆ ಕಳಿಸುತ್ತಲೇ ಇರಲಿಲ್ಲ. ಅವರಲ್ಲಿ ಖಾಯಿಲೆ ಇಲ್ಲದೆ ಹೋದರೂ, ಗುಣವಾಗುವಂತಹ ಲಕ್ಷಣ ಕಂಡರೂ ಸರಿಯೇ ಅಂತವರನ್ನು ತನ್ನ ಮಾತಿನಿಂದ ಮರುಳು ಮಾಡಿ ಖಾಯಿಲೆ ಇದೆಯೆಂದು ನಂಬಿಸಿ ಆಸ್ಪತ್ರೆಯಲ್ಲೇ ಉಳಿಸಿಕೊಳ್ಳುತ್ತಿದ್ದ. ಆ ಹುಡುಗಿಯರಿಗೆ ಡ್ರಗ್ಸ್ ಕೊಟ್ಟು ಕೊಟ್ಟು ಅವರನ್ನು ಹಿಂಸೆ ಮಾಡಿ ಯಮನ ಪಾದಕ್ಕೆ ಸೇರಿಸಿದ್ದು ಸಾಕಷ್ಟು ಕೇಸು. ಇನ್ನೂ ಕೆಲವು ಹುಡುಗಿಯರನ್ನು ಬಳಸಿಕೊಂಡ ನಂತರ ಅವರ ದೇಹಸ್ಥಿತಿ ಹದಗೆಟ್ಟಿದೆ ಎಂದು ತಿಳಿದಾಗ ಅವರ ಮನೆಯವರನ್ನು ಕರೆಸಿ ಈ ಖಾಯಿಲೆ ಆ ಹುಡುಗಿಯನ್ನು ಬದುಕಲು ಬಿಡಲಿಲ್ಲ. ಇನ್ನು ಹೆಚ್ಚು ದಿನ ಉಳಿಯುವುದಿಲ್ಲ ನೀವು ಮನೆಗೆ ಕರೆದುಕೊಂಡು ಹೋಗಿ ಎಂದು ಕಳುಹಿಸಿಕೊಡುತ್ತಿದ್ದ. ಒಂದು ರೀತಿಯ ಗೋಮುಖ ವ್ಯಾಘ್ರ ಎಂದರೂ ತಪ್ಪಾಗಲಾರದು.

ತನ್ನ ಕಥೆಗಾಗಿ ಅಸ್ವಸ್ಥ ರೋಗಿಗಳ ಮನಸ್ಥಿತಿಯ, ಅವರ ವರ್ತನೆಯನ್ನು ಅವಲೋಕನ ಮಾಡುವಾಗ ಆಸ್ಪತ್ರೆಯಲ್ಲಿ ನಡೆಯುವ ಈ ವಿಷಯ ತಿಳಿಯಿತು. ಪ್ರತಿಯೊಂದು ಮಾಹಿತಿಯನ್ನು ಕಲೆ ಹಾಕಿ ಇವೆಲ್ಲವನ್ನೂ ತನ್ನ ಡಿಟೆಕ್ಟಿವ್ ಬುದ್ಧಿಯಿಂದ ಕಂಡುಹಿಡಿಯುತ್ತ ಮಾಹಿತಿ ಕಲೆಹಾಕಲು ಮುಂದಾದರು ಆರ್.ವಿ. ಡಾಕ್ಟರ್ ನವೀನ್ ಒಬ್ಬನೇ ಕೆಟ್ಟವ ಉಳಿದವರು ಬಾರಿ ಒಳ್ಳೆಯವರು ಎಂದು ತಿಳಿದಿದ್ದ ಆರ್.ವಿ.ಯವರಿಗೆ ಡಾಕ್ಟರ್ ಹೇಮಂತ್ ಬಗೆಗಿನ ಈ ರಹಸ್ಯ ತಿಳಿದುಹೋಯಿತು. ಅಷ್ಟರಲ್ಲಿ ಡಾಕ್ಟರ್ ಹೇಮಂತ್‌ನಿಗೂ ಆರ್.ವಿ. ತನ್ನ ಹಿಂದೆ ತನ್ನ ದುಷ್ಕೃತ್ಯಗಳ ಬಗ್ಗೆ ಮಾಹಿತಿ ಕಲೆ ಹಾಕುತ್ತಿದ್ದಾರೆ ಎಂದು ತಿಳಿಯಿತು ಆದರೂ ನೇರವಾಗಿ ಕೇಳದೆ ಅವರ ಹಿಂದಿನಿಂದ ಅವರಿಗೇ ತಿಳಿಯದಂತೆ ಅವರು ಇಲ್ಲದ ಸಮಯದಲ್ಲಿ ಆರ್.ವಿ.ಯವರಿಗಾಗಿ ನೀಡಿದ್ದ ಕೋಣೆಯಲ್ಲಿ ಸಿ.ಸಿ ಕ್ಯಾಮೆರಾ ಅಳವಡಿಸಿದ ಅವರ ಚಲನವಲನ ಗಮನಿಸತೊಡಗಿದ. ಇದು ಆರ್.ವಿ.ಯವರಿಗೆ ತಿಳಿಯಲು ಬಹಳ ಸಮಯ ಬೇಕಾಗಿರಲಿಲ್ಲ ಏಕೆಂದರೆ ಅವನಿಗೂ ಮೊದಲೇ ತಾವು ಕೂಡ ಕಾಣದ ಜಾಗದಲ್ಲಿ ಚಿಕ್ಕದಾದ ಕ್ಯಾಮೆರಾ ಫಿಕ್ಸ್ ಮಾಡಿದ್ದು ಅವರಿಗೇ ಮಾತ್ರ ತಿಳಿದಿತ್ತು. ಕೊನೆಗೆ ಪೂರ್ತಿ ಮಾಹಿತಿ ಸಿಕ್ಕ ನಂತರ ಆರ್.ವಿ.ಯವರು ಡಾಕ್ಟರ್ ಹೇಮಂತ್ ಬಳಿ ಇವೆಲ್ಲದರ ಬಗ್ಗೆ ತಿಳಿಸಿ ನಿನ್ನ ತಪ್ಪು ತಿದ್ದಿಕೊ, ನಿನ್ನ ತಪ್ಪಿಗೆ ಶಿಕ್ಷೆ ಅನುಭವಿಸು, ಮಾಡಿದ ಪಾಪಕ್ಕೆ ಸ್ವಲ್ಪವಾದರೂ ಪ್ರಾಯಶ್ಚಿತ್ತವಾಗುತ್ತದೆ ಎಂದು ಹೇಳಿದಾಗ ತನ್ನ ಗುಟ್ಟು ರಟ್ಟಾಗಿ ಹೋಯಿತು ಎನ್ನುವ ಭಯದಲ್ಲಿ ಇನ್ಮುಂದೆ ಯಾವುದೇ ಕೆಟ್ಟ ಕೆಲಸ ಮಾಡುವುದಿಲ್ಲ ಎಂದು ಅಂಗಲಾಚಿ ಬೇಡಿದ. ತಪ್ಪು ಮಾಡಿದ ವ್ಯಕ್ತಿಗೆ ಕ್ಷಮೆಗಿಂತ ದೊಡ್ಡ ಶಿಕ್ಷೆ ಪ್ರಾಯಶ್ಚಿತ್ತ ಮತ್ತೊಂದಿಲ್ಲಾ. ನನ್ನನ್ನು ಕ್ಷಮಿಸಿ ಬಿಡಿ ಎಂದು ಅಂಗಲಾಚಿ ಬೇಡಿದ.

ಆದರೆ ತಪ್ಪನ್ನು ಕ್ಷಮಿಸಲು ನನಗೆ ಯಾವುದೇ ಅರ್ಹತೆ ಇಲ್ಲಾ. ಅಷ್ಟಕ್ಕೂ ಹುಡುಗಿಯರ ಮನೆಯವನು ಅಲ್ಲ. ನೀವು ಯಾವ ಯಾವ ಹುಡುಗಿಯರ

ಬಾಳನ್ನು ನಾಶ ಮಾಡಿದ್ದೀರೊ ಅವರೆಲ್ಲರ ಬಳಿಯೂ ಕ್ಷಮೆ ಕೇಳಿ. ಅವರು ಕ್ಷಮಿಸಿದರೆ ಕೋರ್ಟ್, ಪೋಲೀಸ್, ಕೇಸ್ ಎನ್ನುವ ಪ್ರಮೇಯ ಬರುವುದಿಲ್ಲ ಎಂದರು.

ಒಂದು ವೇಳೆ ಕೋರ್ಟ್, ಕೇಸ್ ಅಂತ ಹೋದರೂ ಬೇಲ್ ಮೇಲೆ ಹೊರಗೆ ಬರಬಹುದು ಅದು ಬಿಟ್ಟು ನಿಮ್ಮ ಮಗಳ ಬದುಕಿನ ನಾಶಕ್ಕೆ ನಾನೇ ಕಾರಣವೆಂದರೆ ಯಾವ ಹೆತ್ತವರು, ಒಡಹುಟ್ಟಿದವರು ಸುಮ್ಮನೇ ಇರುತ್ತಾರೆ ನಿಂತ ಸ್ಥಳದಲ್ಲೇ ಕೊಂದುಬಿಡುತ್ತಾರೆ ಎಂದು ಬೆವತು ಹೋದ ಡಾಕ್ಟರ್ ಹೇಮಂತ್.

ಆ ಸಮಯದಲ್ಲಿ ಡಾಕ್ಟರ್ ನವೀನ್ ಪದೇ ಪದೇ ಕದ್ದು ಮುಚ್ಚಿ ಆರ್.ವಿ.ಯವರ ಕೋಣೆಗೆ ಬರುವುದು ತನಗೆ ಸಂಬಂಧಪಟ್ಟ ಹಾಗೆ ಅವರ ಬಳಿ ಇರುವ ಸಾಕ್ಷ್ಯ ನಾಶ ಮಾಡಲು ಮುಂದಾಗಿದ್ದು ಸಿ.ಸಿ.ಟಿವಿ ಯಲ್ಲಿ ಡಾಕ್ಟರ್ ಹೇಮಂತ್‌ನಿಗೆ ತಿಳಿಯಿತು. ಆ ಡಾಕ್ಟರ್ ನವೀನ್ ಬಗ್ಗೆ ಯಾರಿಗೂ ತಿಳಿಯದಂತೆ ತನ್ನ ಗುಪ್ತ ಸಹಚರರನ್ನು ಬಿಟ್ಟು ಕ್ಯಾತ್ರಿನ್ ಎನ್ನುವ ಹುಡುಗಿ ವಿಷಯ ತಿಳಿದುಕೊಂಡ. ಆಗ ಡಾಕ್ಟರ್ ಹೇಮಂತ್‌ನಿಗೆ ಒಳ್ಳೆ ಐಡಿಯಾ ಬಂತು. ಹೇಗಿದ್ದರೂ ಡಾಕ್ಟರ್ ನವೀನನಿಗೆ ಆರ್.ವಿ. ಕಂಡರೆ ಆಗದು. ನಾನೇ ಆರ್.ವಿ.ಯನ್ನು ಕೊಲೆ ಮಾಡಿ ಅದನ್ನು ನವೀನ್ ಮೇಲೆ ಹೊರಿಸಿ ಅವನನ್ನು ಜೈಲು ಪಾಲು ಮಾಡಬೇಕು ಎಂದು ನಿರ್ಧಾರ ಮಾಡಿದ. ರಾತ್ರಿ ಊಟ ಮುಗಿಸಿ ಸಿಗರೇಟ್ ಸೇದಲು ಕೊನೆ ಮಹಡಿ ಏರಿದ ಆರ್.ವಿ. ಸುತ್ತಲ ಪ್ರಪಂಚ ನೋಡುತ್ತ ನಿಂತಿದ್ದರು. ಆಗ ಹಿಂದಿನಿಂದ ಬಂದ ಡಾಕ್ಟರ್ ಹೇಮಂತ್ ಡ್ರಗ್ಸ್ ತುಂಬಿದ್ದ ಇಂಜೆಕ್ಷನ್‌ನನ್ನು ಆರ್.ವಿ.ಯವರಿಗೆ ತಿಳಿಯುವ ಮೊದಲೇ ಕುತ್ತಿಗೆ ಭಾಗಕ್ಕೆ ಚುಚ್ಚಿದ್ದ. ನೋವಿಗೆ ಹಿಂದೆ ತಿರುಗಿದ ಆರ್.ವಿ.ಯವರಿಗೆ ಡಾಕ್ಟರ್ ಹೇಮಂತ್ ಯಾವುದೋ ಇಂಜೆಕ್ಷನ್ ಚುಚ್ಚಿದ್ದಾನೆ ಎಂದು ತಿಳಿದುಹೋಯಿತು. ನೇರವಾಗಿ ಅವನ ಕುತ್ತಿಗೆ ಪಟ್ಟಿ ಹಿಡಿದು, "ಏನು ಮಾಡಿದೆ" ಎಂದು ಕೇಳುತ್ತ ಹೊಡೆಯಲು ಮುಂದಾದಾಗ ವೇಗದಲ್ಲಿ ಆ ಡ್ರಗ್ ಅವರ ದೇಹವನ್ನು ಸೇರಿ ತನ್ನ ಪ್ರಭಾವ ಶುರು ಮಾಡಿತ್ತು. ನಿಂತ ಜಾಗ ಗಾಳಿಯಲ್ಲಿ ತೇಲುವಂತೆ ಭಾಸವಾಗಿತ್ತು ಅವರಿಗೇ. ಅದನ್ನು ಕಂಡ ಡಾಕ್ಟರ್ ಹೇಮಂತ್ ಮುಖದಲ್ಲಿ ನಗು ಚಿಮ್ಮಿತು. ಕ್ಷಣ ಕಾಲ ಸುತ್ತಲು ನೋಡಿ ಯಾರೂ ಇಲ್ಲವೆಂದು ಖಚಿತ ಪಡಿಸಿಕೊಂಡು ವಾಲಾಡುತ್ತ ನಿಂತಿದ್ದ ಆರ್.ವಿ.ಯವರನ್ನು ಮೇಲಿಂದ ತಳ್ಳಿಬಿಟ್ಟ. ಕ್ಷಣದಲ್ಲಿ ಆರ್.ವಿ. ಸಾವನ್ನಪ್ಪಿದ್ದರು. ತಕ್ಷಣ ತಾವೂ ಕೆಳಗೆ ಹೋಗಿ ಅವರ ದೇಹವನ್ನು ಸಮೀಪಿಸುವಷ್ಟರಲ್ಲಿ ವಾರ್ಡ್ ಬಾಯ್ಸ್ ಆಗಲೇ ಅವರನ್ನು ಆಸ್ಪತ್ರೆ ಒಳಗೆ ಎತ್ತಿಕೊಂಡು ಬರುತ್ತಿದ್ದರು.

ಆರ್.ವಿ. ಸತ್ತಿರಬಹುದು ಎಂದು ಊಹಿಸಿದ್ದ ಡಾಕ್ಟರ್ ಹೇಮಂತ್‌ಗೆ ಆರ್.ವಿ. ಇನ್ನೂ ಉಸಿರಾಡುತ್ತಿದ್ದದ್ದು ಕಂಡು ತನ್ನ ಸತ್ಯ ಎಲ್ಲಿ ಹೊರಗೆ

ಬಂದುಬಿಡುತ್ತದೊ ಎನ್ನುವ ಗಾಬರಿಯಲ್ಲಿ ಪ್ರಥಮ ಚಿಕಿತ್ಸಾ ವಿಭಾಗಕ್ಕೆ ಕರೆದುಕೊಂಡು ಹೋಗುವ ಬದಲು ತನ್ನ ಮಾನಸಿಕ ವಿಭಾಗದ ಕಡೆಗೆ ತರುವಂತೆ ಹೇಳಿ ವಾರ್ಡ್ ಬಾಯ್ಸ್‌ನ ಹೊರಗೆ ಹೋಗುವಂತೆ ಹೇಳಿ ಆತುರದಲ್ಲಿ ಬಲವಂತವಾಗಿ ಕುತ್ತಿಗೆಯನ್ನು ಹಿಸುಕಿ ಆರ್.ವಿ.ಯವರನ್ನು ಕೊಂದನು. ಪೋಸ್ಟ್ ಮಾರ್ಟಂಗೆ ಶವ ನೀಡಿದರೆ ಡ್ರಗ್ಸ್ ಇಂಜೆಕ್ಟ್ ಮಾಡಿದ್ದು ಹಾಗೂ ಕುತ್ತಿಗೆ ಹಿಸುಕಿ ಸಾಯಿಸಿದ್ದು ತಿಳಿದು ಬಿಡುತ್ತದೆ ಎಂದು ಮೊದಲೇ ಸಿದ್ಧ ಪಡಿಸಿದ್ದ ಕ್ರಿಶ್ಚಿಯನ್ ಪದ್ಧತಿಯ ಶವದ ಪೆಟ್ಟಿಗೆಯೊಳಗೆ ಮಲಗಿಸಿದನು.

ಅತ್ತ ಆರ್.ವಿ. ಸತ್ತರು ಎನ್ನುವ ಸುದ್ದಿ ಕೇಳಿ ಡಾಕ್ಟರ್ ನವೀನನಿಗೆ ಬಹಳ ಖುಷಿಯಾಗಿ ಅದನ್ನು ನೋಡಲು ಬಂದನು. ಕಾನೂನಿನ ನಿಯಮದಂತೆ ಪೋಸ್ಟ್ ಮಾರ್ಟಂ ಮಾಡಲು ಆರ್.ವಿ.ಯವರ ಶವವನ್ನು ಕೊಡಿ ಎಂದು ಡಾಕ್ಟರ್ ಹೇಮಂತ್ ಬಳಿ ಕೇಳಿದನೇ ಹೊರತು ಮತ್ಯಾವ ಉದ್ದೇಶವೂ ಡಾಕ್ಟರ್ ನವೀನ್‌ನಲ್ಲಿ ಇರಲಿಲ್ಲ. ಏಕೆಂದರೆ ಶತ್ರು ಸತ್ತ ಎನ್ನುವ ಸುದ್ದಿ ಕೇಳಿ ಅವನಿಗೆ ಹಾಲು ಕುಡಿದಷ್ಟು ಸಂತೋಷವಾಗಿತ್ತು.

ಮತ್ತಷ್ಟು ಬುದ್ಧಿ ಉಪಯೋಗಿಸಿದ ಡಾಕ್ಟರ್ ಹೇಮಂತ್ ಮುಂದೆ ಎಂದಾದರೂ ಯಾರಾದರೂ ಬಂದು ತಕರಾರು ತೆಗೆದು ಆರ್.ವಿ.ಯವರ ಶವಯನ್ನು ಪೋಸ್ಟ್ ಮಾರ್ಟಂ ಮಾಡಲೇಬೇಕು ಎಂದು ಮೇಲೆ ತೆಗೆದರೆ ಖಂಡಿತ ನಾನು ಸಿಕ್ಕಿ ಹಾಕಿಕೊಳ್ಳುವೆ ಎಂಬ ಭಯದಿಂದ ರಾತ್ರೋರಾತ್ರಿ ಅಲ್ಲಿಂದ ಸಾಗಿಸಿ ಯಾರಿಗೂ ತಿಳಿಯದಂತೆ ಸುಟ್ಟು ಹಾಕಿದನು.

ತನ್ನ ಮೇಲೆ ಯಾರಿಗೂ ಅನುಮಾನ ಬರಬಾರದು ಎಂಬ ಕಾರಣಕ್ಕೆ ಆರ್.ವಿ. ಸಮಾಧಿ ಬಳಿ ಹೋಗಿ ಹೂ ಇಟ್ಟು ನಾಟಕ ಮಾಡಿದನು. ಆಗಲೇ ಫಾದರ್ ಫರ್ನಾಂಡಿಸ್ ಅವನನ್ನು ಭೇಟಿ ಮಾಡಲು ಬಂದದ್ದು ತನ್ನ ಸ್ಟೂಡೆಂಟ್ ಪರಶು ದೇಹದಲ್ಲಿ ಆರ್.ವಿ.ಯವರ ಆತ್ಮ ಸೇರಿದೆ ಅವರ ಬಗ್ಗೆ ನಿಮ್ಮ ಅಭಿಪ್ರಾಯ ಬೇಕು ಸಹಾಯ ಮಾಡಿ ಎಂದು ಕೇಳಿದ್ದು. ಅದನ್ನು ಗಂಭೀರವಾಗಿ ತೆಗೆದುಕೊಳ್ಳದೆ ಹೇಮಂತ್ ನಿರ್ಲಕ್ಷ್ಯ ಮಾಡಿದನು.

ಆಮೇಲೆ ಪರಶು ಕೇಸ್ ದೊಡ್ಡದಾಗಿ ಯಾವಾಗ ತನ್ನ ಕುತ್ತಿಗೆಗೆ ನೇಣು ಬೀಳಬಹುದು ಎಂದು ಅರಿತನೋ ಆಗ ನಕಲಿ ಆರ್.ವಿ.ಯವರನ್ನು ಸೃಷ್ಟಿ ಮಾಡಿ ಹಾಗೇ ಡಾಕ್ಟರ್ ನವೀನ್ ಬಗ್ಗೆ ತಿಳಿದಿದ್ದ ಕ್ಯಾತ್ರಿನ್ ಬಗೆಗಿನ ಸಾಕ್ಷಿ ಹಾಗೂ ಮಾಹಿತಿಯನ್ನು ಅವರ ಮನೆಯವರಿಂದ ಪಡೆದುಕೊಂಡು ಕೋರ್ಟ್ ಮುಂದೆ ತೋರಿಸಿ ತಾನು ನಿರಪರಾಧಿ ಎಂದು ಬಿಂಬಿಸಿದ.

ಇಷ್ಟರವರೆಗೆ ಎಲ್ಲವನ್ನೂ ಕೇಳುತ್ತಿದ್ದ ಕೋರ್ಟ್ ನಲ್ಲಿದ್ದವರಿಗೆ ಆರ್.ವಿ.ಯವರಿಗಾದ ಅನ್ಯಾಯ ಕಂಡು ಮನ ನೊಂದಿತು.

"ಯಾರಿಗೆ ಅನ್ಯಾಯವಾಗಿರುತ್ತದೊ ಅವರೇ ಹೋರಾಡಬೇಕು, ನ್ಯಾಯ ಪಡೆದುಕೊಳ್ಳಬೇಕು" ಎನ್ನುವ ನನ್ನ ಹೋರಾಟದಲ್ಲಿ ನನಗೆ ಅನ್ಯಾಯವಾದಾಗ ನಾನು ಹೇಗೆ ಸುಮ್ಮನಿರಲಿ. ಅದಕ್ಕೆ ಆತ್ಮರೂಪಿಯಾಗಿ ಈ ಹುಡುಗನ ದೇಹ ಸೇರಿದೆ. ಕಾನೂನಿನ ರೀತಿಯಲ್ಲೇ ಹೇಮಂತನಿಗೆ ಶಿಕ್ಷೆ ಕೊಡಿಸಲು ಮುಂದಾದೆ. ಆದರೆ ಅವನು ಎಲ್ಲರನ್ನು ಏಮಾರಿಸಿ ತಪ್ಪಿಸಿಕೊಳ್ಳಲು ಮುಂದಾಗಿದ್ದು ಕಂಡು ನನ್ನ ಸೇಡನ್ನು ನಾನೇ ತೀರಿಸಿಕೊಂಡೆ. ಇದರಲ್ಲಿ ಪರಶುವಿನ ಯಾವುದೇ ತಪ್ಪಿಲ್ಲ" ಎಂದು ಹೇಳುತ್ತಲೇ ದೊಡ್ಡದಾದ ಆಕ್ರಂದನ ಮಾಡುತ್ತಾ ಆರ್.ವಿ. ಆತ್ಮ ಗಾಳಿಯಲ್ಲಿ ಲೀನವಾಯಿತು.

ಕೋರ್ಟ್ ಮುಂದೆ ಪ್ರಸ್ತುತ ಪಡಿಸಿದ್ದ ಕ್ಯಾಮೆರಾ ರೆಕಾರ್ಡ್ ಹಾಗೂ ಹುದುಗಿಸಿಟ್ಟಿದ್ದ ಸಾಕ್ಷಿಗಳು ಒಳ್ಳೆಯವನಂತೆ ನಾಟಕವಾಡಿದ್ದ ಡಾಕ್ಟರ್ ಹೇಮಂತ್ ಹೇಗೆ ಎಂಬುದನ್ನು ಹೇಳುತ್ತಿತ್ತು.

ಪರಶುನನ್ನು ಮಾನಸಿಕ ಅಸ್ವಸ್ಥತೆ ಅಡಿಯಲ್ಲಿ ಬಿಡುಗಡೆ ಮಾಡಲಾಯಿತು.

ಡಾಕ್ಟರ್ ಹೇಮಂತ್‌ನಿಗೇ ಸಪೋರ್ಟ್ ಮಾಡಿದ ಅವನ ಸ್ನೇಹಿತರು ಹಾಗೂ ಹೆಣ್ಣಿನ ವ್ಯಾಮೋಹಕ್ಕೆ ಅವನ ಜೊತೆ ಕೈಜೋಡಿಸಿದ್ದ ದೊಡ್ಡ ದೊಡ್ಡ ಶ್ರೀಮಂತರ ಪಟ್ಟಿ ಕೂಡ ಸಿಕ್ಕು ಅವರನ್ನು ಕೋರ್ಟ್ ಮೆಟ್ಟಿಲೇರುವಂತೆ ಮಾಡಿತು. ಆರ್.ವಿ.ಯಂತೆ ಮುಖವಾಡ ಧರಿಸಿ ಬಂದವನಿಗೂ ಶಿಕ್ಷೆಯಾಯಿತು.

"ಕಥೆಗಾಗಿ ಬದುಕಬೇಕಿದ್ದವರು ಸತ್ತು ಕಥೆಯಾಗಿ ಉಳಿದರು."

* * *

7 ತಿಂಗಳ ನಂತರ...

"ಮಗ ಪರಶು ಆರಾಮ ಹೇಗೆ ಇದ್ಯೋ ಈಗ?" ಅತ್ತಲಿಂದ ತೇಜ್ ಕೇಳಿದ್ದ.

"ಹೀಗೆ ಆರಾಮಾಗಿ ಇದ್ದೀನಿ ಮತ್ತೊಂದು ಡಿಟೆಕ್ಟಿವ್ ಕೇಸ್ ಬಂದಿದೆ ಅದಕ್ಕಾಗಿ ಹೊಸ ತಯಾರಿ ಮಾಡಿಕೊಳ್ಳಬೇಕಿದೆ" ಎಂದು ನಕ್ಕನು.

"ಮಗ ಈಗಲಾದರೂ ನಿಜಾ ಹೇಳೋ ಅವತ್ತು ನಿಜಕ್ಕೂ ಆರ್.ವಿ. ಆತ್ಮ ನಿನ್ನ ಮೇಲೆ ಬಂದಿತ್ತ? ನಿನಗೆ ಮಾನಸಿಕ ಅಸ್ವಸ್ಥತೆ ಇತ್ತ? ಅಷ್ಟೆಲ್ಲ ಸಾಕ್ಷಿ ಹೇಗೆ ಸಂಗ್ರಹ ಮಾಡಿದ್ಯೋ? ನಿನಗೆ ಹೇಗೆ ಗೊತ್ತಾಯ್ತು ಆರ್.ವಿ. ಸಾವು ಕೊಲೆ ಅಂತ. ನನಗೆ ಈಗಲೂ ನಂಬೋದಿಕ್ಕೆ ಆಗುತ್ತಿಲ್ಲ" ಎಂದವನ ಮಾತಿಗೆ ನಗು ಮಾತ್ರ ಉತ್ತರವಾಗಿತ್ತು.

"ಆಸ್ಪತ್ರೆ ಪಕ್ಕದಲ್ಲಿ ಹೊಸದಾಗಿ ನಿರ್ಮಾಣ ಮಾಡುತ್ತಿದ್ದ ಮನೆಯೊಂದರ ಮೇಲ್ಛಾವಣಿಯನ್ನು ಕಟ್ಟುತ್ತಿದ್ದ ಕಾರ್ಮಿಕರ ಕಣ್ಣು ಆರ್.ವಿ.ಯವರ ಸಾವು ನೋಡಿದ್ದು ನನಗೆ ಹೆಚ್ಚಿನ ಮಾಹಿತಿಗೆ ಸಿಕ್ಕ ಮೊದಲ ಪಥ. ನಂತರ

ಆರ್.ವಿ.ಯವರ ಮನೆಯ ಸೀಕ್ರೆಟ್ ರೂಮ್ ಪ್ರತಿಯೊಂದು ಸಾಕ್ಷಿಗಳನ್ನು ನನಗೆ ಸಿಗುವಂತೆ ಆಯ್ತು. ಅವರ ಅಭಿಮಾನಿಯಾದ ನನಗೆ ಅವರ ಮಾರ್ಗದರ್ಶನ ಈ ರೂಪದಲ್ಲಿ ಅವರ ಸಾವಿಗೆ ನ್ಯಾಯ ಕೊಡಿಸುವಂತೆ ಮಾಡಿತು ಅಷ್ಟೇ" ಎಂದು ನಕ್ಕನು.

"ಹಾಗಾದರೆ ಆರ್.ವಿ.ಯವರಿಗೆ ಡ್ರಗ್ ಇಂಜೆಕ್ಟ್ ಮಾಡಿದ್ದು? "

"ಅದನ್ನೂ ಕೂಡ ಕಣ್ಣಾರೆ ಕಂಡ ಒಂದು ಸಾಕ್ಷಿಯಿತ್ತು. ಮಾನಸಿಕ ರೋಗದಿಂದ ಬಳಲುತ್ತ ಈಗಲೂ ಒಂದು ಕಡೆ ಕ್ಷೇಮವಾಗಿದೆ. ಆ ಸನ್ನಿವೇಶ ಕಂಡವಳು ಅದನ್ನೇ ಪದೇ ಪದೇ ಹೇಳುತ್ತ ಕನವರಿಸುವುದು ಆರ್.ವಿ.ಯವರಿಗೆ ಹೀಗೆ ಆಯ್ತು ಎಂದು ಊಹಿಸಿಕೊಳ್ಳಲು ದಾರಿ ಸಿಕ್ಕಿತು."

"ಸರಿ ತೇಜ್ ನಿನ್ನ ಮದುವೆಗೆ ಕರೆಯೋದು ಮರಿಬೇಡ. ಹಾಗೇ ನಿನ್ನ ಕಸಿನ್ **** ನಂಬರ್ ಮಿಸ್ ಆಗಿದೆ. ವಾಟ್ಸ್ ಅಪ್ ಮಾಡು. ಪಾಪ ತುಂಬಾ ಟ್ರೈ ಮಾಡ್ತಿದ್ದಳು ಅವಳಿಗೆ ಯಾಕೆ ಬೇಜಾರು ಮಾಡೋದು."

"ನಿಂದು ಇದೇ ಆಯ್ತು ಪರಶು ಯಾವಾಗಲೂ" ನಗುತ್ತ ನುಡಿದ.

* * *

"ಫಾದರ್ ನೀವು ಹೇಳಿದಂತೆ ಬರಿ ಕ್ಯಾತ್ರಿನ್ ಸಾವಿಗೆ ಮಾತ್ರವಲ್ಲ ಆರ್.ವಿ.ಯವರ ಸಾವಿಗೂ ನ್ಯಾಯ ಕೊಡಿಸಿದ್ದೇನೆ. ನಿಮ್ಮ ಚರ್ಚ್‌ಗೆ ಬರುವ ಸಾವಿರಾರು ನೊಂದ ಜೀವನ ನೋವಿನ ಕಥೆ ಕೇಳಿ ಅವರಿಗೆ ಹೇಗಾದರೂ ಸಹಾಯ ಮಾಡುವ ಮನೋಭಾವದಿಂದ ಅಂದು ಕ್ಯಾತ್ರಿನ್ ಸಾವಿಗೆ ನ್ಯಾಯ ಪಡೆದುಕೊಳ್ಳುವಲ್ಲಿ ಬೆದರಿಕೆಗೆ ವಿಫಲರಾಗಿ ಬಂದ ಆ ವೃದ್ಧ ದಂಪತಿಗಳ ಕಷ್ಟ ಕೇಳಿ ನೀವು ಇಂತಹ ಯೋಜನೆ ರೂಪಿಸಿದ್ರಿ. ನಿಮ್ಮಂತಹ ನ್ಯಾಯಯುತ ಜನರು ಮತ್ತೊಬ್ಬರ ಕಷ್ಟಕ್ಕೆ ನ್ಯಾಯ ಕೊಡಿಸಿದರೆ ಸ್ವರ್ಗಕ್ಕಿಂತ ಒಂದು ಗೇಣು ಮೇಲು ಸಂತ್ರಸ್ತರ ಜೀವನ" ಎಂದು ಕೈ ಮುಗಿದು ನಿಂತ ಪರಶು.

"ಜೀಸಸ್ ಎಲ್ಲರಿಗೂ ಒಂದಲ್ಲ ಒಂದು ದಾರಿಯನ್ನು ತೋರುತ್ತಾನೆ ಮೈ ಸನ್. ಇದು ಅವನು ಆಡಿಸಿದ ನಾಟಕ ಅಷ್ಟೇ. ಗಾಡ್ ಬ್ಲೆಸ್ ಯು ಮೈ ಬಾಯ್" ಎಂದು ಆಶೀರ್ವಾದ ಮಾಡಿದರು ಫಾದರ್ ಫರ್ನಾಂಡಿಸ್.

"ಹಾಗೇ ಪರಶು ಮತ್ತೊಂದು ಮಾತು ಈ "ದ್ವೈತ" ಅಂದ್ರೆ ಏನು? ನನಗೆ ಇಲ್ಲಿಯವರೆಗೂ ಅರ್ಥವಾಗದೆ ಉಳಿದ ಪ್ರಶ್ನೆ ಇದೊಂದೇ?"

"ದ್ವೈತ ಅಂದ್ರೆ ಎರಡು ಅಂತ ಅರ್ಥ ಬರುತ್ತೆ ಫಾದರ್, ಒಂದು ಆರ್.ವಿ. ಮತ್ತೊಂದು ಪರಶು."

"ಆದರೆ ಅಂದು ಕೋರ್ಟಿನಲ್ಲಿ ನಿನ್ನಲ್ಲಿ ಕಂಡ ಬದಲಾವಣೆ ನಿಜಕ್ಕೂ ರೋಮಾಂಚನವನ್ನೇ ಎಬ್ಬಿಸಿತ್ತು. ಅಲ್ಲಿ ಡಾಕ್ಟರ್ ಹೇಮಂತನಿಗೆ ಶಿಕ್ಷೆ ಕೊಡಿಸುವ

ಉದ್ದೇಶ ಮಾತ್ರ ಇತ್ತು ಆದರೆ ಅವನನ್ನು ಯಾಕೆ ಕೊಂದೆ? ನಿನ್ನಲ್ಲಿ ಅಂದು ಆರ್.ವಿ.ಯವರು ಪ್ರವೇಶ ಮಾಡಿದ್ರ ನಿಜಾ ಹೇಳು?"

"ಎಲ್ಲ ಜೀಸಸ್ ಮಾಯೆ ಎಂದು ನೀವೇ ಹೇಳಿದ್ರಿ ಅಲ್ವ ಫಾದರ್. ಅದೊಂದು ವಿಷಯ ಯಾರಿಗೂ ಎಂದಿಗೂ ತಿಳಿಯದೇ ನನ್ನಲ್ಲೇ ಉಳಿಯಲಿ ಅನ್ನೋದು ನನ್ನ ಆಸೆ. ಮತ್ತೆ ಚರ್ಚ್‌ಗೆ ಬರುತ್ತೇನೆ" ಎಂದು ನಗುತ್ತ ಧನ್ಯವಾದ ತಿಳಿಸಿ ಅಲ್ಲಿಂದ ಹೊರಟು ಬಂದ ಪರಶು.

ಅಷ್ಟಕ್ಕೂ ಅಂದು ಆರ್.ವಿ. ಆತ್ಮ ಬಂದದ್ದು ನಿಜವೋ ಸುಳ್ಳೋ ಅನ್ನೋದು ನಿಗೂಢವಾಗಿ ಉಳಿಯಿತು. ತಪ್ಪಿತಸ್ಥರಿಗೆ ಶಿಕ್ಷೆಯಾಯ್ತು.

(ವಿ.ಸೂ.: ಪ್ರತಿಪಾತ್ರ ತನ್ನದೇ ಆದ ಛಾಪು ಮೂಡಿಸುವಲ್ಲಿ ಯಶಸ್ವಿಯಾಗದೆ ಹೋದರೂ ಮತ್ತೊಂದು ಪಾತ್ರಕ್ಕೆ ಸಹಾಯಕನಾಗಿ ಬೆಂಗಾವಲಾಗಿ ನಿಲ್ಲುತ್ತದೆ. ಇಲ್ಲಿ ಎಲ್ಲವೂ ಸತ್ಯವಲ್ಲ ಹಾಗಂತ ಎಲ್ಲವೂ ಸುಳ್ಳಲ್ಲ.)

(ಆರ್.ವಿ.ಯವರ ಮೊದಲ ಪ್ರೀತಿ "ಲಾವಣ್ಯ" ತನ್ನ ಹೈಸ್ಕೂಲು ಹಂತದಲ್ಲೇ ಮಾರಕ ರೋಗಕ್ಕೆ ಗುರಿಯಾಗಿ ಜೀವ ಕಳೆದುಕೊಂಡಿತು. ಬಹಳ ಪ್ರೇಮ, ಆಪ್ಯಾಯಮಾನ ಹೊಂದಿದ್ದ ಜೋಡಿ ಅಗಲಿಕೆ ಅವರಲ್ಲಿ ಬಿದ್ದ ಮೊದಲ ಪೆಟ್ಟು ಮುಂದಿನ ತಮ್ಮಿಬ್ಬರ ಭವಿಷ್ಯದ ಬಗ್ಗೆ ಸಾಕಷ್ಟು ಮಾತನಾಡಿದ್ದ ಜೀವ ಮೂಕವಾಗಿತ್ತು. ಪ್ರೇಮಾಂಕುರವಾದ ದಿನದಿಂದಲೇ ಪತ್ನಿಯಾಗಿ ಸ್ವೀಕರಿಸಿದ್ದ ಅವರಲ್ಲಿ ಅವಳ ಸಾವನ್ನು ಅರಗಿಸಿಕೊಳ್ಳಲಾರದೆ ಬೇರೆಯವರಿಗೆ ಆ ಸ್ಥಾನ ನೀಡಲಾರದೆಂದು ಭಾವಿಸಿ ದಿವಂಗತ ಹೆಂಡತಿಯಾಗಿ ಸ್ವೀಕಾರ ಮಾಡಿದರು. ಆ ವಿಷಯ ಅವರನ್ನು ಬಿಟ್ಟು ಬೇರೆ ಯಾರಿಗೂ ತಿಳಿಯದು.)

*** ಮುಕ್ತಾಯ ***

ಕಲ್ಪನೆಗೆ ಜೀವ ನೀಡುವ ಪ್ರಯತ್ನ ಮಾಡಿದ್ದೇನೆ ನಿಮ್ಮ ಪ್ರೋತ್ಸಾಹದ ನಿರೀಕ್ಷೆಯಲ್ಲಿ.

ಇಂತಿ ನಿಮ್ಮ

–ಆರ್.ವಿ.

ವೀರಲೋಕದ ಪ್ರಕಟಣೆಗಳು

1. ಕೈ ಹಿಡಿದು ನೀ ನಡೆಸು ತಂದೆ
2. ವಿಶ್ವಸುಂದರಿ
3. ಇವರು ಅವರು ದೇವರು
4. ಒಳ್ಳೆಯ ಬದುಕಿನ ಸೂತ್ರಗಳು
5. ಬೆಳ್ಳಿತೆರೆಯ ಬಂಗಾರದ ಗೆರೆ
6. ಸೋಲೆಂಬ ಗೆಲುವು
7. ಲಾಸ್ಟ್ ಡೇಸ್ ಆಫ್ ಲೆಜೆಂಡ್ಸ್
8. ಮನಿ ಮನಿ ಎಕಾನಮಿ
9. ನಿಮಗೆಸ್ಟು ಹಣ ಬೇಕು?
10. ಆರ್ಟ್ ಆಫ್ ಸಕ್ಸಸ್
11. ಮಾದಕ ದೊರೆ
12. ನಟನ ಕಥೆ–ಮಂಡ್ಯ ರಮೇಶ್
13. ಬದುಕೇ ಭಗವಂತ
14. ತ್ಯಾಗಕ್ಕಿಲ್ಲ ನೂಕುನುಗ್ಗಲು
15. ಕೃಷಿ ಯಾಕೆ ಖುಷಿ?
16. ಮೆಮರೀಸ್ ಆಫ್ ಬಾಸ್ರಾ
17. ಹಿಂದಿನ ನಿಲ್ದಾಣ
18. ಪ್ರೀತ್‌ಸು
19. ಕಥಾ ಸಾಗರಿ
20. ಹೃದಯದ ಮಾತು
21. ದ್ವೈತ
22. ಕ್ಷಯ
23. ಯಾರೂ ಹೇಳದ ಕಥೆಗಳು
24. ಅರ್ಧ ಬಿಸಿಲು ಅರ್ಧ ಮಳೆ...

ವೀರಲೋಕ
ಯಾವುದೇ ಕನ್ನಡ ಪುಸ್ತಕಕ್ಕಾಗಿ
ಒಂದು **ಕರೆ** ಅಥವಾ **ಮೆಸೇಜ್** ಕಳಿಸಿ.
ನೀವಿದ್ದಲ್ಲಿಗೆ ಪುಸ್ತಕ ಕಳಿಸುತ್ತೇವೆ.

+91 7022122121 / 080–69262222